TƯ TƯỞNG XÃ HỘI TRONG KINH ĐIỂN PHẬT GIÁO NGUYÊN THỦY

**TƯ TƯỞNG XÃ HỘI
TRONG KINH ĐIỂN
PHẬT GIÁO NGUYÊN THỦY**

Thích Nguyên Siêu

Nhà xuất bản Liên Phật Hội (United Buddhist Publisher)
Tái bản lần thứ nhất, tháng 5/2022
Hiệu đính: Nguyễn Minh Tiến
Thiết kế bìa: Họa sĩ Sao Mai

THÍCH NGUYÊN SIÊU

TƯ TƯỞNG XÃ HỘI
Trong Kinh Điển
PHẬT GIÁO NGUYÊN THỦY

NHÀ XUẤT BẢN LIÊN PHẬT HỘI
UNITED BUDDHIST PUBLISHER

MỤC LỤC

LỜI GIỚI THIỆU

Xưa nay không ít người có quan niệm nhầm lẫn cho rằng Phật giáo bi quan yếm thế, thoát ly cuộc đời, tiêu cực đối với cuộc sống nhân sinh, không thích hợp với đà văn minh tiến bộ của nhân loại. Thật ra, đạo Phật là đạo tích cực yêu đời. Chỉ riêng việc Thái tử Tất-đạt-đa từ bỏ đời sống vương giả quyền uy danh vọng tột đỉnh để xuất gia tu hành chứng đạo, rồi hòa mình với quần chúng bình dân, trọn đời tận tụy cho sự nghiệp giáo hóa, cũng đã đủ để chứng minh cho tinh thần vị tha cứu thế của đạo Phật. Và hào quang trí huệ giác ngộ của đức Phật đã soi sáng cho nền văn minh nhân loại tiến lên không ngừng. Những phát minh khoa học ngày càng thành công rực rỡ, thì những lời đức Phật thuyết giảng năm xưa lại càng trở nên sống động, chứng nghiệm sáng tỏ trong mọi hoàn cảnh, khắp mọi lãnh vực sinh hoạt của con người.

Trần gian như đêm tối, trí thức nhân loại như ngàn sao, còn trí huệ giác ngộ của đức Phật chẳng khác nào mặt trời mùa xuân buổi sáng. Đức Phật đem trí huệ giác ngộ đó để xây dựng cuộc đời với chất liệu từ bi, hỷ xả, vị tha, giúp chúng sanh có được đời sống an lạc thăng hoa, hiền hòa, sáng sủa. Ngài xuất thân từ con người, do phát tâm tu hành mà thành bậc giác ngộ, rồi trở lại giáo hóa độ sanh. Tất nhiên hơn ai hết, Ngài thấu rõ thực trạng xã hội bất an, kiếp sống nhân sinh lầm than tăm tối bởi những giáo điều mê tín thần linh ích kỷ và những tập tục hủ lậu từ lâu đời đè nặng lên kiếp sống con người không lối thoát.

Để giải phóng thực trạng đau lòng trong kiếp sống nhân sinh, đức Phật đã hiến trọn đời mình cho công cuộc hoằng pháp giáo hóa, nhằm thức tỉnh thế nhân nhận thức chân giá trị khả năng Phật tánh thánh thiện của mình. Ngài xác quyết: "Tất cả chúng sanh đều có tình thức. Trong mỗi người đều có dòng máu cùng đỏ và dòng nước mắt cùng mặn. Mọi người đều có Phật tánh. Ta là một chúng sanh đã thành Phật. Chúng sanh là những vị Phật sẽ thành." Rõ ràng đức Phật thuyết minh đặc tánh nhân bản, nhằm xây dựng xã hội công bằng bình đẳng, để mọi người đều được quyền sống an lành hạnh phúc, từ đó tiến lên cảnh giới thánh thiện huy hoàng của bậc thánh nhân.

Muốn đạt đến hoàn cảnh an lành thanh thoát sáng sủa của Phật, Thánh, thì trước hết phải hoàn thành nhân cách. Thế nên, giáo lý đạo Phật gồm có Nhân thừa, Thiên thừa, Thanh văn thừa, Duyên giác thừa, Bồ Tát thừa, thuật ngữ Phật học thường gọi là Ngũ thừa.

Đức Phật giáo hóa khắp cả trời, người và long cung. Nhưng trọng tâm vẫn là con người. Do vậy mà Ngài thường tại nhân gian thuyết pháp giáo hóa. Ngài giáo hóa khắp mọi lãnh vực chánh trị, kinh tế, văn hóa, xã hội, gia đình, cá nhân. Thế nên tinh thần tích cực giáo hóa nhân sinh và xây dựng xã hội trong giáo lý đạo Phật mang đặc tính phổ cập khắp mọi thời, mọi nơi và mọi lãnh vực, đặc biệt nhất là chú trọng giáo hóa con người và xây dựng nhân sinh hạnh phúc. Con người hiền đức, trí huệ, vị tha thì gia đình, xã hội, quốc gia, thế giới an hòa hạnh phúc tiến bộ. Con người là chủ tể của chính mình và là chủ nhân ông của cuộc đời. Đức Phật đến với cuộc đời và Ngài cũng là con người từ trong cuộc đời khởi đi, phát tâm tu hành thành Phật, để rồi trở lại giáo hóa nhân sinh, xây dựng cuộc đời an lành hạnh phúc thánh thiện.

Để thẩm thấu ý nghĩa tích cực tuyệt vời của đạo Phật với cuộc đời, mời quý vị định tâm thanh thản đọc quyển Tư Tưởng Xã Hội Trong Kinh Điển Phật Giáo Nguyên Thủy của tác giả Thích Nguyên Siêu, với tài hoa trình bày khúc chiết, chứng tỏ tác giả đã dày công nghiên cứu và hệ thống hóa tạo thành tác phẩm tinh hoa hy hữu này. Muốn thấu rõ tinh thần tích cực của đạo Phật đối với công trình giáo hóa nhân sinh thăng hoa thánh thiện và xây dựng xã hội hòa bình hạnh phúc thăng tiến mà thiếu tập sách giá trị này là tự đánh mất tư liệu quý giá cần thiết cho việc khai triển chánh kiến, tiến lên ba mươi bảy phẩm trợ đạo, để bước vào vườn hoa đạo hạnh ngát hương giải thoát.

Với hảo ý trao cho người thiện căn tăng trưởng chánh kiến dồi dào, để hoa lòng ngào ngạt ngát hương giác ngộ, tỳ-kheo Quê Mùa tôi có mấy lời phi lộ, giới thiệu tác phẩm xuất sắc này đến thiện hữu bốn phương để cùng thưởng thức.

Hoa Kỳ, Vu Lan Giáp Tuất, 1994

THÍCH ĐỨC NIỆM

Lời nói đầu

Chúng tôi thực hiện tập tiểu luận này trong thời gian tương đối ngắn ngủi và hôm nay được coi như đã hoàn thành.

Sau khi chọn đề tài - một trong 16 đề, chúng tôi đã bỏ ra một thời gian sưu tập sách tham khảo. Và như vậy, chúng tôi vừa viết, vừa đọc sách để hệ thống tài liệu. Viết đến đâu, chúng tôi phải đánh máy đến đó, và làm luôn bản sách tham khảo, cũng như phần mục lục và cước chú. Sở dĩ có phần hơi vội như vậy là vì từ khi sắp bắt đầu viết cho đến khi trình tập tiểu luận này, chỉ còn một thời gian ngắn để kịp ngày vía Đức Phật Quán Thế Âm (19/9 Quý Hợi), tức là cuối tháng 10/1983, ngày mà tại Tu Viện Quảng Hương Già Lam tổ chức Lễ chúc thọ Ôn Già Lam lần thứ 75, ngày mà toàn thể Ban Giáo sư cũng như học tăng tổ chức triển lãm những tác phẩm cổ, cũng như những công trình nghiên cứu mới nhất của các thầy Tuệ Sỹ và Lê Mạnh Thát - NGÀY TRUYỀN THỐNG CÚNG DƯỜNG PHÁP.

Qua thời gian triển lãm, chúng tôi đã kính trình Ban Giáo sư cũng như Giáo sư bảo trợ và đã được duyệt khán. Như vậy, có thể nói tập tiểu luận này là thành quả của một thời gian học hỏi mà Quý Ôn cũng như các Ngài đã dày công giáo huấn, không quản sự nhọc nhằn, gian lao trong lúc tuổi già sức yếu, cũng như toàn thể Ban Giáo sư đã đầy thiện chí dạy dỗ cho chúng con được thành đạt như ngày hôm nay. Mặc dù hoàn cảnh hiện tại gặp nhiều khó khăn trong lúc học tập, nhưng với khả năng hiện có - tinh thần sẵn sàng hy sinh, tấm lòng đầy tràn nhiệt huyết của Quý

Ôn, cũng như của toàn thể Ban Giáo sư nhất mực lo cho đàn con cháu, đã vượt qua tất cả mọi trở ngại. Sự thành đạt trên bước đường học hỏi của chúng con chính là sự thành đạt của một sự thử thách lớn lao mà chúng con phải vượt qua. Vì vậy, đối với công ơn trưởng dưỡng của Quý Ôn cũng như Quý Thầy đã làm cho chúng con không thể nào quên được.

- Chúng con xin thành tâm đảnh lễ Bổn Sư - Người đã khai sinh Giới thân huệ mạng cho con. Từ khi xuất gia, tuổi còn thơ ấu, con nhờ Thầy dắt dìu và hướng dẫn trên bước đường tu học, cho đến ngày hôm nay, quả là một công lao to tác và nhiều ân đức. Thầy là Người chăm sóc lo lắng cho con trong quãng đời 10 năm hành điệu, là Người trao truyền kinh nghiệm tu hành cho con để lấy đó làm nền tảng tiến thân trên lộ trình tu tập.

- Chúng con xin nhất tâm đảnh lễ Ôn Già Lam, Người đã suốt đời hy sinh cho đàn con cháu. Ôn đã thành lập bao nhiêu Phật học viện, đã đào tạo bao nhiêu lớp người và hướng dẫn bao nhiêu thế hệ bước đi trên con đường phục vụ Đạo Pháp và Dân Tộc, Người đã dày công tô bồi, xây đắp cho thế hệ chúng con.

Sau bao nhiêu năm sự học của chúng con bị dừng lại - Viện Cao Đẳng Phật Học Hải Đức Nha Trang, giờ đây Ôn đã đứng ra mở lớp học, tạo điều kiện thuận lợi để cho chúng con tiếp tục những gì đã dở dang bao năm qua. Ôn đã mời các vị Giáo sư để trao truyền những kinh nghiệm kiến thức cho chúng con, hầu mong chúng con thành người hữu dụng mai sau.

Nhờ thiện chí và ân đức của Ôn đã tạo nên sinh khí cho toàn thể lớp học chúng con. Chúng con được núp dưới bóng mát của cây đại thọ mà ngày hai buổi, chúng con cắp sách đến lớp học để thể hiện tích cực tinh thần "tre tàn măng mọc" mà Ôn thường huấn thị chúng con.

Trước ân đức vô cùng ấy, chúng con xin thành thiết đảnh lễ.

- Chúng con xin nhất tâm đảnh lễ Ôn Từ Đàm - Viện trưởng Viện Cao Đẳng Phật Học Hải Đức Nha Trang, Người mà chúng con được gần gũi và học hỏi nhiều nhất. Ôn dã tích cực trao truyền kinh nghiêm dạy dỗ suốt bao nhiêu năm - từ giai đoạn Trung đẳng lên Cao đẳng, để chúng con có được ngày hôm nay. Ôn là bậc cố vấn tinh thần và chỉ đạo trong nếp sống Thiền môn, là mẩu người mẫu mực, quy củ, là kim chỉ nam cho chúng con suốt đời noi theo để tu học và thể hiện. Chúng con xin thành thiết đảnh lễ.
- Chúng con xin chân thành tri ân Thượng Tọa Thích Minh Châu, Người đã cống hiến đời mình cho sự nghiệp phiên dịch Kinh tạng Pāli sang Việt ngữ. Nhờ công trình phiên dịch của Thượng Tọa, chúng con đã có đủ tài liệu để thực hiện tập tiểu luận này. Thượng Tọa cũng là người trong Ban Giáo sư mà suốt thời gian dạy dỗ, Thượng Tọa đã mang tất cả tinh hoa, yếu nghĩa trong kinh tạng Pāli để trao truyền cho chúng con. Thượng Tọa đã mở ra một chân trời mới để chúng con được cái nhìn vào kho tàng Giáo lý uyên thâm hơn. Chúng con xin thành thiết đảnh lễ.
- Chúng con xin chân thành tri ân toàn thể Ban Giáo sư: Thượng Tọa Huyền Quang, Thượng Tọa Minh Châu, Đại Đức Tuệ Sỹ, Thầy Lê Mạnh Thát, Thầy Chơn Thiện, Thầy Nguyên Hồng, đã dành nhiều kinh nghiệm cũng như thiện cảm trong suốt thời gian giáo dục. Quý Thầy đã hết lòng hướng dẫn và khuyến khích tận tình trong trách nhiệm.

- Chúng tôi xin chân thành tri ân Giáo sư Nguyên Hồng, người có trách nhiệm hướng dẫn chúng tôi thực hiện tập tiểu luận này.
- Chúng con xin chân thành tri ân Đại Đức Chơn Thiện, người đã đề xuất một số vấn đề căn bản, cũng như đã cung cấp một số tài liệu trong khi chúng con viết tập tiểu luận này.

Cuối cùng, chúng tôi cũng xin chân thành tri ân tất cả thiện hữu tri thức, cùng toàn thể đàn-na thí chủ, dù trực tiếp hay gián tiếp, đã giúp đỡ và tạo mọi điều kiện thuận lợi cho công trình tu học của chúng tôi có kết quả tốt. Đó là một công đức lớn lao, chúng tôi xin nhất tâm hồi hướng công đức ấy đến cùng khắp mọi loài đều được lợi lạc.

Thích Nguyên Siêu

CHƯƠNG I.

DẪN NHẬP

Trên bước đường hoằng hóa độ sanh, hình bóng đức Phật đã hiển hiện khắp cả vùng đất Ấn đương thời. Những nơi nào cần đến, Ngài đều đến để đem sự an lạc chung cho cộng đồng xã hội. Rồi mãi đến hôm nay, sau hơn 25 thế kỷ, bóng dáng từ hòa của đức Phật vẫn chưa phai nhòa trong lòng mọi người và những pháp âm của Ngài vì lợi ích cho con người, cho chư thiên và cho tất cả hãy còn đồng vọng nơi đây.

Suốt bốn mươi lăm năm, đức Phật bằng mọi phương tiện đã giảng dạy những bài pháp đến cho tất cả. Không riêng gì về lãnh vực xã hội con người, đức Phật còn thuyết pháp trên các cung trời, cho các hàng chư Thiên, Ma, Phạm thiên, hoặc đức Phật cũng đã đi xuống long cung thuyết giảng giáo lý giác ngộ cho chúng sinh loài rồng được lợi ích. Như vậy, với bản hoài độ sinh, vì lòng thương tưởng cho đời, đức Phật đã dẫn nhập giáo lý giải thoát của Ngài cho con người đến để mà thấy, học để mà hiểu và tu để mà chứng, nên hương vị giáo pháp đã đi sâu vào lòng người. Giáo pháp ấy là giáo pháp cho con người và vì con người nên dù trải qua bao nhiêu thời gian đi nữa, nó vẫn mãi tồn tại với con người.

Giáo lý được đức Phật trình bày hoàn toàn không nhắm vào một lãnh vực đơn thuần nào cả, cũng không riêng cho một hạng người nào trong xã hội. Nói một cách tổng quát là chung cho bảy chúng của đức Phật: tỳ-kheo, tỳ-kheo ni, thức-xoa-ma-na, sa-di, sa-di ni, ưu-bà-tắc, ưu-bà-di.

Dù cho những lời dạy của đức Phật là bức thông điệp tuyên bố về sự thật muôn đời, nhưng nếu không được đúc kết, tác thành văn bản thì lời dạy ấy cũng sẽ bị mai một. Vì vậy, sau khi đức Phật diệt độ khoảng 100 năm thì các vị Thánh đệ tử đa văn đã lần lượt mở những đại hội kiết tập kinh điển trải qua nhiều triều đại.

Trong khi kiết tập những giáo nghĩa này, với quan điểm không thống nhất nên đã là nguyên nhân, mầm mống cho các bộ phái xuất hiện. Thật ra, giáo pháp của đức Phật chỉ duy nhất có một vị, ấy là vị giải thoát. Thế nhưng, dưới cái nhìn của mỗi người về giáo pháp có khác nhau. Trong khả năng của mỗi người chỉ nắm hiểu được một khía cạnh của giáo pháp, và từ đó họ khai triển giáo pháp theo lập trường không toàn diện của họ. Kết quả đã đưa đến ít nhất là hai lập trường lớn: Thượng Tọa Bộ và Đại Chúng Bộ. Từ dây, giáo pháp cũng được phát huy theo hai lập trường này một cách rõ rệt.

Đại Chúng Bộ là những người nghiêng về mặt Bản thể luận, khai triển kinh điển đến nơi cùng cực và sau này phát triển thành Phật giáo Đại Thừa. Còn Thượng Tọa Bộ là những người nghiêng về Hiện tượng luận, thừa truyền một cách trung thành giáo nghĩa của đức Phật dạy, và đây chính là tiền thân của Phật Giáo Nguyên Thủy.

Hệ thống kinh điển Phật Giáo Nguyên Thủy được đúc kết và tác thành năm bộ, gọi là năm bộ Nikāya, gồm Trường bộ kinh, Trung bộ kinh, Tương ưng bộ kinh, Tăng chi bộ kinh và Tiểu bộ kinh. Như vậy, nội dung năm bộ Nikāya là kho tàng lưu trữ những lời dạy của đức Phật suốt trong bốn mươi lăm năm Ngài còn tại thế. Và như vậy, theo tinh thần của tiểu luận này, người viết cũng chỉ dựa vào một phần nhỏ tư tưởng xã hội được chứa đựng trong năm bộ Nikāya đã trình bày qua các tiểu mục của đề tài.

Danh từ xã hội nơi đây được hiểu như là cộng đồng xã hội, mang ý nghĩa tổng quát về sự sinh hoạt của đời sống con người, chứ không mang ý nghĩa theo tổ chức các ngành như xã hội học, kinh tế học, nhân chủng học... Trong tinh thần tổng quát về cộng đồng xã hội đó xuyên qua các tiểu mục:

- Vấn đề một quốc gia hưng thịnh, gồm có những điều kiện: bảy yếu tố làm nền tảng và cũng là chất liệu xây dựng quốc gia phú cường, một hội đồng nội các phải hội đủ 10 pháp để cai trị người dân. Mười pháp này hoàn toàn phục vụ tốt bởi dân, cho dân và vì dân, phải có các biện pháp hữu hiệu chống nghèo đói và mầm mống gây chiến tranh.

- Vấn đề tương hệ gia đình và xã hội, vấn đề kinh tế gia đình (sản xuất chi thu, tích lũy, đầu tư). Đây là sợi dây liên hệ mật thiết giữa cá nhân con người và cộng đồng xã hội. Từ vai trò cha mẹ đối với con cái cho đến trách nhiệm của thầy đối với trò, vợ đối với chồng, bạn bè và bà con láng giềng, người chủ đối với nhân công và vị trí của tu sĩ đối với cư sĩ.

- Vấn đề đời sống hiện thực hạnh phúc. Đời sống hạnh phúc này được vạch ra cho cả hai: Đời sống hạnh phúc của một cư sĩ tại gia và đời sống hạnh phúc của một tu sĩ không nhà, ngay nơi hiện tại và tương lai.

- Vấn đề lứa đôi rất nhân bản và rất cấp tiến về hôn nhân và hạnh phúc, nói lên vai trò của một cô dâu khi về nhà chồng, những phẩm chất khác nhau của người vợ ở đời cũng như vị trí của người vợ vừa là bạn, vừa là người tình và vừa là người vợ. Đối với người chồng cũng vậy.

- Vấn đề tín ngưỡng cũng như thái độ khác nhau của ngoại đạo đối với Phật giáo: phỉ báng, mắng nhiếc, vu khống, tán thán...

- Vấn đề dân chủ, bình đẳng trong giai cấp, màu da, chủng tộc và phái tính. Giá trị đích thực của con người là ở thái độ sống, lấy hạnh đức, tuệ đức làm tiêu chuẩn giá trị. Giữa nam nữ được bình đẳng trong ý nghĩa cùng là con người. Thể hiện tinh thần bình đẳng không kỳ thị qua cách thức tổ chức giáo hội. Thể hiện tinh thần dân chủ qua tổ chức Giới luật cũng như qua sự thể hiện trong sinh hoạt của đoàn thể Tăng, Ni.

- Vấn đề hòa bình, tiếng nói trung thực của Phật giáo. Đức Phật đã thân hành can thiệp ngăn chặn những cuộc chiến sắp xảy ra của các vương quốc. Tinh thần khoan dung, vì lòng vị tha, từ bi của Phật giáo - lấy tình thương xóa bỏ hận thù (qua tinh thần giáo lý, qua nền tảng xây dựng Giới luật, tiêu biểu qua sự thể hiện thành công của vua A-dục). Tinh thần xây dựng an lạc, hạnh phúc, không giết hại, tôn trọng tuyệt đối sự sống của mọi loài. Xây dựng hòa bình cho xã hội, hòa bình cho mỗi cá nhân.

- Vấn đề cơ bản để giải quyết những phiền não rối loạn nơi đời sống cá nhân cũng như tập thể. Thể hiện qua tinh thần giáo lý Tứ Diệu Đế, Bát Chánh Đạo.

- Vấn đề Phật giáo chỉ đạo một đường lối giáo dục con người toàn diện, thực sự dân chủ, nhân bản và sáng tạo. Thái độ giáo dục của đức Phật đối với mọi tầng lớp trong tinh thần thực tiễn, thực tại. Tinh thần giáo lý đã tạo nên ý thức trách nhiệm cá nhân trong tinh thần tự tri, tự chủ, độc lập không nô lệ. Tinh thần giáo dục con người xã hội kiến thức chuyên môn, giáo dục nghề nghiệp và tự thân con người. Tinh thần giáo dục thiền định là con đường giáo dục tâm lý tốt, con đường đoạn trừ phiền não, và là con đường đi đến sáng tạo. Tinh thần giới luật, giáo lý nhân quả là căn bản xây dựng đạo đức con người.

- Vấn đề chỉ đạo tốt toàn bộ sinh hoạt của con người qua giáo lý Duyên khởi. Chỉ đạo nhận thức đúng thế giới hiện tượng về mọi mặt: xã hội, vật lý, tâm lý, sinh lý... cũng như chỉ đạo một sự điều hợp hợp lý trong các ngành sinh hoạt xã hội.
- Vấn đề nhận thức để xây dựng các lý thuyết căn bản nhằm chống lại những chủ thuyết kỳ thị - Giáo pháp Vô ngã. Một tinh thần giáo lý trực tiếp đề xuất một siêu chủ thuyết, phá ngã triệt để, siêu khuôn mẫu...

Tất cả tư tưởng giáo lý được chứa đựng trong các tiểu mục trên, thật rạt rào tình thương chân thật và vô cùng thiết thực cho một quan niệm sống của xã hội con người. Vì vậy, những nội dung xuyên qua các tiểu mục sẽ chứng minh cho tất cả mọi người thấy rằng ngoài vấn đề tu tập giải thoát, Đạo Phật còn hiện hữu trong từng cá nhân để xây dựng một nếp sống lành mạnh, an vui và hạnh phúc. Đạo Phật không từ chối một cá nhân nào gọi là hư hỏng mà không sách tấn, hay tạo phương tiện để tiến trên lộ trình giải thoát. Đạo Phật không từ nan bất cứ một môi trường nào hoặc hoàn cảnh nào gọi là khó khăn để lùi bước và quên đi vai trò phục vụ nhân sinh của chính mình. Đạo Phật mang tinh thần chịu đựng thật kiên cố, đó là chiếc áo giáp nhẫn nhục để đối đầu với hàng chúng sanh kiên cường, như trong kinh Giáo giới Phú-lâu-na đã thể hiện.[1]

Đạo Phật mang một tinh thần chủ hòa và luôn lúc nào cũng đem lại sự thanh bình trong sáng cho cộng đồng xã hội con người. Đạo Phật cũng tôn trọng tình yêu và hôn nhân, vì đây là hạnh phúc gia đình của hàng nam nữ cư sĩ mà chúng ta không thể phủ nhận. Đạo Phật còn đề cao sinh hoạt văn hóa và giáo dục toàn diện cho con người và vì con người, để có một nhân sinh quan tốt ngay trong cuộc

[1] Kinh Giáo giới Phú-lâu-na, MN 145 (Trung bộ kinh).

sống hiện tại. Đây chính là những tư tưởng linh hoạt và sống động đã đi vào cuộc đời và cũng đã chứng minh sự nhầm lẫn của quan điểm cho rằng Đạo Phật là đạo tiêu cực, bi quan, là đạo chủ trương con người xa lánh cuộc đời để đi tìm những cái gì phù phiếm bên ngoài thế gian này, là đạo vứt bỏ chiếc áo vương giả nơi cung cấm chỉ để đổi lấy chiếc áo phong sương chốn rừng sâu núi thẳm của những bậc đạo sỹ lang thang không gia đình, vô bổ cho xã hội.

Tất cả những vấn đề được trình bày trong phần dẫn nhập là nhằm mục đích giúp chúng ta có một cái nhìn tổng quát trước khi đi vào nội dung của tiểu luận này. Và nơi đây người viết cũng chỉ trình bày một cách đại cương qua các tiểu mục ấy.

CHƯƠNG II.
NỘI DUNG

TIẾT I.
QUAN NIỆM VỀ SỰ HƯNG VONG CỦA MỘT QUỐC GIA

Phật giáo không xem một quốc gia hưng thịnh hay suy vong chỉ do trách nhiệm riêng của người lãnh đạo mà có quan hệ chung với mọi người trong nước. Điều kiện tiên quyết để xây dựng một quốc gia hưng thịnh, phú cường là tất cả mọi người dân cùng chung sức xây dựng, đóng góp và tự ý thức trách nhiệm của chính bản thân mình đối với quốc gia.

Tinh thần đoàn kết là một sức mạnh thiết thực và kiên cố. Chính tinh thần này nói lên tâm tư tình cảm người dân của một quốc gia hưng thịnh. Ý chí xây dựng của mỗi người dân là một viên gạch trong nền tảng xây dựng quốc gia. Nếu ý chí đó vì chung cho mọi người trên tinh thần phát triển đi lên thì vận mạng quốc gia ấy cũng theo đó mang một sức mạnh vươn lên. Đây chính là sức mạnh của tập thể, của một dân tộc tự ý thức được vai trò làm dân của một nước. Chữ "dân" ở đây phải được hiểu là tập thể những con người cùng sống chung trong một quốc gia, có quyền và nghĩa vụ đóng góp khả năng mình về mọi phương diện cho quốc gia đó. Giữa hội đồng nội các chính phủ với người dân bên ngoài nội các không thể tách rời, chia làm hai lãnh vực riêng biệt, vì những người trong nội các chính phủ cũng xuất thân từ người dân nhưng vai trò của họ là đại diện cho dân để hệ thống hóa một guồng máy cai trị chung. Vì vậy, đời sống người dân gắn liền với guồng máy chính phủ này, cũng như guồng máy chính phủ không thể tách rời xã hội dân chúng mà tồn tại. Nếu hai thành phần này biệt lập hay không quan hệ mật thiết với nhau thì đời sống người dân cũng như vận mạng quốc gia sẽ bị hủy diệt.

Sức mạnh đoàn kết của người dân là sức mạnh nhất thể, nói lên ý chí tự tồn tuyệt đối của một dân tộc, là một tiềm lực xây dựng đất nước và giữ nước hữu hiệu.

a. 7 điều kiện để một quốc gia hưng thịnh

1. Dân chúng hòa hợp

Phẩm Bạt-kỳ (Vajji) trong Tăng chi bộ kinh, chương Bảy pháp,[1] ghi lại lời Phật: *"Này Ananda, ông có nghe dân Vajji thường hay tụ họp và tụ họp đông đảo với nhau không?"*

"Bạch Thế Tôn, con có nghe dân Vajji thường tụ họp và tụ họp đông đảo với nhau."

"Này Ananda, khi nào dân Vajji thường hay tụ họp và tụ họp đông đảo với nhau, thì này Ananda, dân Vajji sẽ được lớn mạnh, không bị suy giảm."

Thường tụ họp và tụ họp đông đảo với nhau, đó chính là biểu hiện của sự hòa hợp trong dân chúng.

2. Dân chúng đoàn kết

Cũng trong phẩm kinh này, đức Phật dạy: *"Này Ananda, ông có biết là dân Vajji tụ họp trong ý niệm đoàn kết, giải tán trong ý niệm đoàn kết và làm việc trong ý niệm đoàn kết hay không?"*

"Bạch Thế Tôn, con có nghe rằng dân chúng Vajji tụ họp trong ý niệm đoàn kết, giải tán trong ý niệm đoàn kết và làm việc trong ý niệm đoàn kết."

---

[1] Tham khảo kinh tương đương trong Hán tạng thuộc Tăng nhất A-hàm, Đại Chánh Tạng, Tập 2, kinh số 125.

"Này Ananda, khi nào dân Vajji tụ họp trong ý niệm đoàn kết, giải tán trong ý niệm đoàn kết và làm việc trong ý niệm đoàn kết, thì này Ananda, dân Vajji sẽ được lớn mạnh, không bị suy giảm."

3. Pháp luật công minh và giữ theo truyền thống dân tộc

Và đức Phật hỏi tiếp: *"Này Ananda, ông có nghe dân Vajji không ban hành những luật lệ không đáng ban hành, không hủy bỏ những luật lệ đã được ban hành, sống đúng với truyền thống dân Vajji như đã ban hành từ thời xưa hay không?"*

"Bạch Thế Tôn, con có nghe dân Vajji không ban hành những luật lệ không đáng ban hành, không hủy bỏ những luật lệ đã được ban hành, sống đúng với truyền thống của dân Vajji thuở xưa."

"Này Ananda, khi nào dân Vajji không ban hành những luật lệ không đáng ban hành, không hủy bỏ những luật lệ đã được ban hành, sống đúng với truyền thống của dân Vajji như đã ban hành từ thời xưa, thì này Ananda, dân Vajji sẽ được cường thịnh, không bị suy giảm."

4. Dân chúng sống đạo đức, biết kính trọng bề trên

"Này Ananda, ông có nghe dân Vajji tôn sùng, kính trọng, đảnh lễ, cúng dường các bậc Trưởng lão Vajji và nghe theo lời dạy của những vị này hay không?"

"Bạch Thế Tôn, con có nghe dân Vajji tôn sùng, kính trọng, đảnh lễ, cúng dường các bậc Trưởng lão Vajji và nghe theo lời dạy của những vị này."

"Này Ananda, khi nào dân Vajji tôn sùng và kính trọng, đảnh lễ, cúng dường các bậc Trưởng lão Vajji và nghe theo lời dạy của những vị này, thì dân Vajji sẽ được cường thịnh, không bị suy giảm."

5. Xã hội an ninh

"Này Ananda, ông có nghe dân Vajji không có bắt cóc và cũng không cưỡng ép những phụ nữ và thiếu nữ Vajji phải sống với mình hay không?"

"Bạch Thế Tôn, con có nghe dân Vajji không bắt cóc và cưỡng ép những phụ nữ và thiếu nữ Vajji phải sống với mình."

"Này Ananda, khi nào dân Vajji không có bắt cóc và cưỡng ép những phụ nữ và thiếu nữ Vajji phải sống với mình, thì này Ananda, dân Vajji sẽ được lớn mạnh, không bị suy giảm."

6. Có tín ngưỡng và tôn trọng truyền thống tín ngưỡng

"Này Ananda, ông có nghe dân Vajji tôn sùng, kính trọng, đảnh lễ, cúng dường các tự miếu của Vajji ở tỉnh thành và ngoài tỉnh thành, không bỏ phế các cúng lễ đã có từ trước, đã làm từ trước đúng với quy pháp hay không?"

"Bạch Thế Tôn, con có nghe dân Vajji tôn sùng, kính trọng, đảnh lễ, cúng dường các tự miếu của Vajji ở tỉnh thành và ngoài tỉnh thành, không bỏ phế các cúng lễ đã có từ trước, đã làm từ trước đúng với quy pháp."

"Này Ananda, khi nào dân Vajji tôn sùng, kính trọng, đảnh lễ, cúng dường các tự miếu của Vajji ở tỉnh thành và ngoài tỉnh thành, không bỏ phế các cúng lễ đã có từ trước, đã làm từ trước đúng với quy pháp, thì này Ananda, dân Vajji sẽ được lớn mạnh, không bị suy giảm."

7. Kính trọng và ủng hộ các Thánh tăng

"Này Ananda, ông có nghe dân Vajji bảo hộ, che chở, ủng hộ đúng pháp các vị A-la-hán ở tại Vajji, khiến các vị A-la-hán chưa đến sẽ đến trong xứ, và những vị A-la-hán đã đến sống được an lạc hay không?"

"Bạch Thế Tôn, con có nghe dân Vajji bảo hộ, che chở, ủng hộ đúng pháp các vị A-la-hán ở tại Vajji, khiến các vị A-la-hán đã đến sống an lạc."

"Này Ananda, khi nào dân Vajji bảo hộ, che chở, ủng hộ đúng pháp các vị A-la-hán ở tại Vajji, khiến các vị A-la-hán chưa đến sẽ đến trong xứ, và những vị A-la-hán đã đến được sống an lạc, thì này Ānanda, dân Vajji sẽ được lớn mạnh, không bị suy giảm."[1]

Bảy điều kiện để hưng thịnh cho một quốc gia này, không có tinh thần nào nằm ngoài cộng đồng xã hội con người, hay nhằm bảo vệ tư trào chủ nghĩa cá nhân, mà tất cả đều cho dân, vì dân, từ thượng tầng cơ sở đến hạ tầng cơ sở. Những yếu tố này là những yếu tố được phát xuất tận đáy lòng người dân một cách chân thành và mãnh liệt. Những yếu tố này vô điều kiện và hoàn toàn mang tinh thần tự nguyện, trong vai trò ý thức bổn phận. Người ta thường nói "ý dân là ý trời", đây là chủ đích và nền tảng then chốt của một quốc gia. Dân có bình ổn thì đất nước mới an vui và thịnh trị. Vì vậy, điều kiện hòa hợp trong dân chúng là điều kiện hòa thuận trên bình diện tâm lý, mà cũng là yếu tố đặc sắc trong tư cách một con người. Tinh thần hòa hợp là tinh thần không tranh cãi, kiện tụng, không tranh giành trong điều kiện tư lợi và bất phân chia trong ý niệm tự tồn. Và chính sự hòa hợp này là nguyên tắc tự trọng ý kiến cá nhân để đưa đến lợi ích chung cho xã hội.

[1] Tăng chi bộ kinh, Chương Bảy pháp, phẩm Vajji số 3, kinh Vassakāra số 20.

Nơi đây, dân Vajji đã hăng say, tự ý thức hội họp và hội họp một cách thật đông đảo. Chính điều này đã cho thấy người dân Vajji ý thức được trách nhiệm của mình đối với quốc gia, xã hội. Vì tinh thần hội họp là tinh thần dân chủ tích cực. Ý nghĩa hội họp là ý nghĩa thảo luận và tôn trọng ý kiến của mọi người. Và chính trong những cuộc hội họp này là nơi phát sinh ra những tư tưởng lành mạnh, ý kiến trong sáng. Cái nhìn của một người làm sao bằng cái nhìn của nhiều người, và ý kiến cá nhân thường không chính xác bằng ý kiến đa số. Vì vậy, sự hội họp và hội họp đông đảo là điều kiện của một sức mạnh chung mà ai cũng tự ý thức vai trò bản thân mình không khác vai trò của quảng đại quần chúng, trong ý niệm hòa hợp. Và chính ý niệm hòa hợp này là sợi dây thắt chặt tình người trở về một mối và cùng một mục đích,

Đoàn kết là một sức mạnh có tổ chức và trật tự. Chính sự đoàn kết này là hình ảnh kiêu hùng của một dân tộc mà nơi đây, tự thân dân tộc Vajji đã không thiếu. Như vậy chứng tỏ một quốc gia đã có truyền thông dân tộc bất khuất. Sự hội họp trong ý niệm đoàn kết, làm việc trong ý niệm đoàn kết, và giải tán cũng trong ý niệm đoàn kết, chứng tỏ người dân Vajji hoàn toàn tin tưởng lẫn nhau trong ý thức dân chủ quốc gia. Giữa guồng máy nội các và thực tế đời sống người dân có sự tương quan mật thiết và cảm thông trong ý nghĩa sinh tồn. Như vậy, phải chăng vì vận mạng của dân tộc và sự hưng vong của quốc gia mà dân Vajji không rời tình đoàn kết để giữ vững giềng mối truyền thống cha ông. Họ có niềm tin vững chắc vào bản thân và chính niềm tin này đã đúc kết nên niềm tin vào tất cả. Và chính điều kiện này là bức tường thành kiên cố, thách thức những ai có mộng xâm lăng phải chùn bước.

Pháp luật là giềng mối, là kỷ cương của một dân tộc. Pháp luật công minh là nói lên tự tính người dân quốc gia đó thanh liêm và trung trực. Chính từ sự công minh này mà pháp luật dân Vajji tôn trọng tinh thần truyền thống. Họ chỉ ban hành những điều cần thiết và thiết thực cho đời sống người dân. Họ không ban hành những luật lệ đi ngược lại lợi ích chung và không phù hợp với truyền thống xa xưa. Người dân Vajji đã nhận định được tầm quan trọng của pháp luật là nền tảng một quốc gia. Đời sống người dân trong tình trạng phi pháp luật tức là hình thái của một xã hội hỗn loạn. Vì pháp luật là thể chế của một nước mà thể chế ấy nếu bị xem nhẹ, có thể tùy tiện ban hành và thu hồi sẽ chứng tỏ tinh thần quốc gia đó không có một hướng đi đích thực nhân bản. Vai trò của pháp luật là giữ vững an ninh và xây dựng một nếp sống trật tự cho mọi thành phần trong xã hội.

Điều kiện thứ tư cho một quốc gia hưng thịnh được trình bày ở trên chính là nền tảng cho một lối sống lành mạnh. Đạo đức là môi trường xây dựng con người theo chiều hướng đi lên và cuối cùng hoàn thành nhân cách thực tiễn trong cuộc đời. Con người có đạo đức là con người có nhân vị. Vì đạo đức là yếu tố đánh giá trình độ sống của một cộng đồng xã hội. Một quốc gia phi đạo đức tức quốc gia hỗn loạn và là mầm mống diệt vong. Bởi vậy, người lãnh đạo quốc gia cần phải có yếu tố đạo đức để làm nguyên tắc giữ vững vận mạng dân tộc. Tinh thần đạo đức là tinh thần hòa bình xoa dịu tâm lý con người không thù hận. Chính tự thân đạo đức nói lên vai trò trách nhiệm của con người trong mối tương quan sống giữa người và người. Trách nhiệm ấy là sự tôn trọng, giá trị nhân phẩm và biết kính nhường chung trong thân phận con người. Tinh thần đạo đức và ý niệm kính nhường này đã đưa dân tộc Vajji đến chỗ hưng thịnh trên tiến trình của sự sống là một quá trình kinh nghiệm, người dân Vajji tôn trọng, vâng lời bậc trưởng thượng, kỳ lão, đó chính là họ đã tôn trọng một quá trình kinh nghiệm sống. Hình ảnh của những bậc bô lão là hình ảnh của một xã hội thanh bình và có một sức sống lâu dài. Vì vậy, lời khuyên của họ là lời khuyên của những con người từng trải, thái độ của họ nhìn cuộc đời là thái độ kinh nghiệm và cẩn trọng. Họ là tầng lớp người đại diện nói lên một sức sống rạt rào cho con người, là biểu tượng hùng hậu cho một thời phấn đấu.

Xã hội an ninh là xã hội công bằng trên ý nghĩa luật pháp. Mọi người dân đều tôn trọng lẫn nhau, không hà hiếp, bắt bớ hay cướp đoạt giữa người và người. Điểm đặc biệt trong điều kiện hưng thịnh này là phái yếu, tức những thiếu nữ, đời sống của họ được tôn trọng hữu hiệu. Họ tự do trong chính thân phận của họ. Chứng tỏ tinh thần dân tộc Vajji đối với thái độ sống và cách thức cư xử có cương lĩnh. Họ không vì lợi ích cá nhân trong niềm vui tư dục mà xóa mờ nền tảng luân lý.

Ngoài 5 điều kiện trên, để duy trì một quốc gia hưng thịnh, người dân Vajji còn có một nếp sống tín ngưỡng tôn giáo truyền thống lâu đời. Đó là yếu tố chủ động cho lãnh vực tâm linh. Trong thân phận con người đối diện với thiên nhiên, họ cảm thấy khiếp sợ và lạc lõng trước vẻ uy nghiêm của đất trời. Vì vậy, tôn giáo là tiềm lực giữ vững tâm hồn, là nếp sống tinh thần trong sáng. Tôn giáo là nơi họ gởi gắm niềm tin, là địa hạt để gieo trồng phước đức, mà nơi đây dân Vajji đã có một niềm tin kính cẩn, lâu xa. Chính niềm tin này đã rèn luyện họ trở thành những con người đạo đức, biết kính lễ. Họ ý thức được bổn phận của một tín đồ, cúng dường, đảnh lễ các tự miếu. Nếp sống thờ phượng tôn giáo này là điều kiện tạo dựng sự an lành cho tâm hồn. Họ có chỗ nương dựa và tự tồn. Nếu chỉ dựa vào đời sống vật chất, họ sẽ không cảm thấy an vui, bình thản khi đối diện với lý tưởng của chính mình.

Cuối cùng, một điều kiện thánh thiện được xây dựng, đó là các bậc chân tu, các vị A-la-hán được che chở, ủng hộ. Đây là điều kiện cuối cùng để hình thành một quốc gia hưng thịnh. Các bậc hiền đức là những bông hoa của đất nước, tất cả tinh hoa của dân tộc được hàm tàng trong các vị hiền đức này. Vì vậy, dân tộc nào có nhiều bậc hiền tài kỳ đức, dân tộc đó sẽ giàu phước báu và tuổi thọ sẽ lâu dài. Chứng tỏ điều kiện này, quốc gia Vajji là một dãy địa linh nên đã sản sanh ra nhiều nhân kiệt. Trong điều kiện này, tinh thần tôn giáo đã ăn sâu vào lòng dân tộc Vajji và sự đảnh lễ cúng dường là việc làm đương nhiên của họ. Họ biết tôn thờ những bậc Thánh tăng, họ biết tôn trọng những bậc chân tu khả kính. Đây chính là thái độ về mặt tôn giáo đã hiện hữu trong xã hội Vajji thời bấy giờ.

Tóm lại, 7 điều kiện để một quốc gia hưng thịnh được đức Phật chỉ dạy trong kinh Tăng Chi Bộ là những điều kiện vô cùng thiết thực và hữu ích cho dân, vì dân và của dân. Qua 7 điều kiện trên, chúng ta thấy không có một điều kiện nào nằm ngoài sự sinh hoạt của cộng đồng dân chúng. Mỗi điều kiện là một bức tường thành kiên cố để dựng nước và giữ nước.

Một quốc gia cách đây hơn 25 thế kỷ mà đã hội đủ 7 điều kiện vững chắc này, tưởng chừng cũng rất hiếm thấy trong thế hệ hôm nay, khắp trên thế giới có quốc gia nào hội đủ? Và như vậy, tư tưởng xã hội thời bấy giờ được ghi nhận trong kinh điển Phật giáo, chúng ta thấy là một hệ thống tư tưởng cấp tiến, khoa học. Người dân trong một nước biết tạo những điều kiện để tự giữ gìn bờ cõi và xây dựng trình độ dân trí cao. Họ có nguyên tắc, hệ thống hóa từ bản thân đến gia đình và thể nhập vào xã hội. Sự đoàn kết của bản thân tức là sức mạnh của xã hội. Sự đoàn kết của gia đình tức là sự đoàn kết của quảng đại quần chúng. Một tâm hồn có bình an thì tâm hồn ấy mới tạo dựng được hạnh phúc cho gia đình, mà gia đình có hạnh phúc thì xã hội mới thanh bình. Vì trên nguyên tắc sống, tự bản thân con người không thể tách rời xã hội. Nói đến con người là nói đến xã hội mà lãnh vực xã hội là một phạm vi rộng lớn bao hàm mọi sinh hoạt con người. Vì vậy, sự đánh giá cá nhân tức là sự đánh giá tập thể. Điều kiện an lành của cá nhân chính là điều kiện hưng thịnh cho toàn xã hội, quốc gia.

Ngoài ra, đức Phật còn có những kế hoạch nhuần nhuyễn để bảo tồn và trang bị cho những chiến lũy thành trì nơi biên địa, vì đây chính là cơ sở để giữ vững an ninh cho một quốc gia. Đức Phật thiết định những yếu tố để trang bị mà dù cho thế lực của quân địch bên ngoài có tấn công mạnh đi nữa vẫn không thể làm lay chuyển bên trong thành. Đây là những điều kiện mà trong tư cách một vị tướng thủ thành không thể thiếu sót. Và chính chiến thuật thành trì nơi biên giới là bước truy cản đầu tiên đối với quân địch. Những kế hoạch trang bị ấy gồm những điểm như sau:

b. Bảy phương pháp trang bị và bốn loại lương thực cho một thành trì nơi biên địa được kiên cố

- Trang bị thành trì

1. Trung tâm điểm của thành

"Ở đây này các tỳ-kheo, trong thành trì biên địa của vua có một cột trụ (esikā) đâm sâu vào đất (gambhiranemā), khéo đào sâu, không bị dao động, không bị lay chuyển. Với trang bị thành trì thứ nhất này là thành trì biên địa của vua được khéo trang bị, để bảo vệ những người ở trong thành và để chống cự những người bên ngoài."[1]

[1] Tăng chi bộ kinh, Phẩm Bảy Pháp, tiểu mục Thành trì số 63.

2. Có thông hào bao bọc

"Lại nữa, này các tỳ-kheo, trong thành trì biên địa của vua có đường thông hào (parikhā) sâu và rộng. Với trang bị thành trì thứ hai này là thành trì biên địa của vua được khéo trang bị để bảo vệ những người ở trong thành và để chống cự những người bên ngoài."

3. Con đường liên lạc

"Lại nữa, này các tỳ-kheo, trong thành trì biên địa của vua, có một con đường chạy vòng quanh (ampariyāyapatho) vừa cao vừa rộng. Với trang bị thành trì thứ ba này của một thành trì... chống cự những người bên ngoài."

4. Vũ khí chống quân địch

"Lại nữa, này các tỳ-kheo, trong thành trì biên địa của vua, có nhiều vũ khí được cất chứa như salāmam (cung tên?) và jevaniyam (cây lao?). Với trang bị thành trì thứ tư này là thành trì biên địa của vua... chống cự những người bên ngoài."

5. Các loại binh chủng

"Lại nữa, này các tỳ-kheo, trong thành trì biên địa của vua, có nhiều quân đội đồn trú, ví như những người cưỡi voi, những người cưỡi ngựa, những người cưỡi xe, những người cầm cung, những người cầm cờ (celakā) các sỹ quan lo chỗ ở (calakā), các quân lính lo vận chuyển lương thực, những người con vua dõng mãnh (uggā rājaputtā), những quân xung kích (pakkhandino), đội voi lớn (mahānāgā), các dũng sỹ (surā), các binh sỹ mặc áo giáp (cammayodhimo), những người con của các nô tì. Với trang bị thành trì thứ năm này là thành trì biên địa của vua... chống cự những người ở bên ngoài."

6. Người thủ thành dõng kiện trí tuệ

"Lại nữa, này các tỳ-kheo, trong thành trì biên địa của vua có người giữ cửa thành là người hiền trí (pandito), thông minh (vyatta), có trí (medhāvi), ngăn chận những người lạ mặt, cho vào những người quen biết. Với sự trang bị thành trì thứ sáu này... chống cự những người bên ngoài."

7. Bức thành kiên cố

"Lại nữa, này các tỳ-kheo, trong thành trì biên địa của vua, có bức thành vừa cao, vừa rộng, ngoài mặt có trát vôi hồ. Với sự trang bị thứ bảy này... chống cự những người bên ngoài.

"Với bảy loại trang bị thành trì này, được xem là khéo trang bị.

"Thế nào là bốn loại đồ ăn có được không khó khăn, có được không mệt nhọc, có được không phí sức?"

- 4 loại lương thực

1. Tích trữ nhiên liệu

"Ở đây, này các tỳ-kheo, trong thành trì biên địa của vua có nhiều cỏ, củi, nước được tích trữ, để những người ở trong thành được an vui, khỏi sự lo ngại (apritassāy), được lạc thú và để chống cự những người bên ngoài."

2. Tích trữ lương thực

"Lại nữa, này các tỳ-kheo, trong thành trì biên địa của vua có cất chứa nhiều lúa và lúa mì (sāliyavakam) để những người ở trong thành được an vui, khỏi sự lo nghĩ, được lạc thú và để chống cự những người bên ngoài."

3. Tích trữ đậu, ngũ cốc

"Lại nữa, này các tỳ-kheo, trong thành trì biên địa của vua có cất chứa nhiều mè, đậu, các loại giả đậu và ngũ cốc (tilamugga māsā parannam), để những người ở trong thành được an vui, khỏi sự lo ngại, được lạc thú và để chống cự những người bên ngoài."

4. Tích trữ thuốc men

"Lại nữa, này các tỳ-kheo, trong thành trì biên địa của vua, có cất chứa nhiều dược phẩm, ví như thục tô, sanh tô, dầu, mật, đường, bánh, muối (sappi, navaniatam, telàm, medhu, phānitam, lonam), để những người trong thành được sống an vui, khỏi sự lo ngại được lạc thú và để chống cự những người bên ngoài."

Trong thời đức Phật còn tại thế, cũng như xã hội hôm nay, có những vị lãnh đạo quốc gia đã áp dụng chính sách hà khắc, bóc lột, bất công, đàn áp đã đưa con người đến cảnh tù đày, dã man. Trong cái nhìn của một vị Giác ngộ, đức Phật không thể chấp nhận những hình ảnh đau khổ của con người đối xử với con người như vậy. Đức Phật đã trình bày quan điểm của Ngài trong kinh Dhammapadattha kathā về một chế độ có phương pháp cai trị đạo đức nhân bản.

Đức Phật dẫn chứng cụ thể, trong tư cách một quốc gia có thể đưa đến cảnh suy đồi, thối nát và diệt vong, nếu người lãnh đạo quốc gia ấy tham nhũng, vô nhân đạo, hà khắc và bất công.

Bởi vậy, muốn hình thành một quốc gia lương thiện, đời sống người dân được an lành, no cơm ấm áo, điều tiên quyết là phải xây dựng một nền cai trị tốt, một thể chế dân chủ lành mạnh, một hội đồng nội các trong sáng, do dân, vì dân và của dân. Để xây dựng những yếu tố này, đức Phật đã thuyết giảng về mười trách nhiệm của một vị vua (thập vương pháp). Mười trách nhiệm ấy như sau:

c. Mười pháp của một nội các (chính phủ) tốt của dân, do dân và vì dân

1. Vua độ lượng, bác ái, bố thí

Tinh thần bao dung là điều phải có nơi một lãnh tụ quốc gia. Vua phải biết thương yêu đùm bọc người dân và xem người dân như con đẻ của chính mình. Có như vậy, tình vua tôi mới thắm thiết và chính điều này là sợi dây thắt chặt tình đoàn kết trong tinh thần quốc gia. Vì rằng, vua được làm vua tức là làm vua với dân chúng, nếu giữa vua và dân chúng không quan hệ với nhau thì không thể gọi là một quốc gia. Vì vậy, trong tư cách một vị lãnh đạo hội đồng nội các cần phải biết hy sinh tư hữu cá nhân, không khát ái và tham lam tiền của cho riêng mình, không xây dựng sự nghiệp cá nhân mà phải có lòng bố thí, phân phát của cải cho dân chúng.

2. Giữ giới: có đạo đức cao, không sát sanh, trộm cắp, tà dâm, nối dối, uống rượu

Những nguyên tắc trên là yếu tố xây dựng hệ thống lãnh đạo của một quốc gia được toàn vẹn. Đây cũng là cương lĩnh của một vị lãnh đạo cần phải có, để làm gương cho dân chúng và tự thánh thiện hóa ngay bản thân mình.

3. Hy sinh tất cả vì lợi ích của toàn dân

Trong tinh thần phục vụ chung, vì sự tồn vong của một dân tộc, nhà vua phải biết hy sinh, từ bỏ mọi tiện nghi cá nhân, tên tuổi và danh tiếng, kể cả sự sống của chính mình, vì mưu cầu lợi ích cho quảng đại quần chúng.

4. Đức tính thẳng thắn, thành thật và liêm khiết

Thái độ thành thật và liêm khiết là hình ảnh trong sạch của cấp lãnh đạo quốc gia. Có liêm khiết mới nói lên tinh thần vô tư và thẳng thắn của vai trò người phục vụ cho dân và vì dân.

5. Lòng hiền từ, hòa ái

Đây chính là hình thái của tình thương, lòng bác ái nhân vị là chất liệu nuôi sống và bảo trì tình đoàn kết giữa vua và dân. Có thương yêu tôn kính mới nói lên tinh thần xây dựng và duy trì mạch sống giữa những quan hệ trong lãnh vực vua tôi.

6. Khổ hạnh trong nếp sống

Phải có tinh thần biết đủ và hy sinh tình cảm của chính mình, không riêng tư trong nếp sống vương giả. Nếu không khép mình vào nếp sống khuôn khổ, thì đó chính là điều kiện sa đọa của vua chúa. Vì trong môi trường này, phương tiện vật chất thừa thãi sẽ dẫn đến hậu quả phóng túng thân tâm. Vì vậy, khổ hạnh là phương pháp khắc kỷ để bảo vệ nhân cách của chính mình.

7. Không sân hận thù hiềm

Đây là thái độ của những người mang tâm hồn biết suy tư và tha thứ. Tự tạo hạnh phúc, bình an cho chính mình và cho mọi người. Một tâm hồn sân hận và thù hiềm là một tâm hồn tối tăm, tàn tật, không phải tâm hồn của bậc vua chúa hay người thay thế toàn dân, phục vụ cho dân. Vì vậy, vua phải có một tâm hồn trong sáng để nhận định vấn đề quốc gia chuẩn xác.

8. Bất hại: không giết người, phải tạo lập hòa bình, chối bỏ chiến tranh và tinh thần bạo động

Tôn trọng sự sống là đức hiếu sinh và bình đẳng trên ý nghĩa sống. Thể hiện tinh thần bất bạo động và đề cao hòa bình là trách nhiệm của vua và triều đình nội các. Một nội các không có tinh thần hiếu hòa mà thích gây chiến, thì chính tự thân của quốc gia này sẽ đưa dân đen vào vòng lửa đỏ. Vì vậy, tạo lập một đời sống an lành hạnh phúc trong cương thổ quốc gia chính là bổn phận của người có trách nhiệm trực tiếp đối với đời sống của người dân.

9. Nhẫn nhục mọi khó khăn, bị chỉ trích vẫn bình tĩnh

Nhẫn nhục là điều kiện để đưa đến sự thành công. Trong tư cách người lãnh đạo không thể nóng nảy và nông nổi, phải bình tĩnh trước những sự chỉ trích, vì đây là chất liệu tôi luyện trên bước đường kinh nghiệm để đưa đến một kết quả tốt trong chí hướng lãnh đạo dân chúng.

10. Không chống lại ý muốn của dân, thuận theo ý dân

Dân là nội dung của một quốc gia, như vậy ý muốn của dân tức là ý muốn của quốc gia, mà thực tế tự bản thân của cấp lãnh đạo cũng chỉ là mang ý nghĩa của một người dân không khác. Họ không thể tách rời cộng đồng dân tộc, để gọi là kẻ đóng vai trò lãnh đạo. Vì vậy, thuận theo ý của dân là thuận theo ý của mình.

Đa số con người quan niệm rằng, đạo Phật chỉ nghiêng về những lãnh vực triết lý cao siêu mà không đi vào thực tế cuộc đời, không quan tâm đến kinh tế, xã hội và sự sống của người dân toàn diện. Đây có phải là cái nhìn chính xác về đạo Phật? Thật ra, Đức Phật rất quan tâm lo lắng đến đời sống hạnh phúc cá nhân cũng như tập thể con người. Ngài suy tư về đời sống con người không thể tìm đâu ra một hạnh phúc chân chánh nếu đời sống đó không lành mạnh và trong sáng, được xây dựng trên nền tảng chỉ đạo tinh thần đạo đức. Dẫu biết rằng một đời sống như vậy rất khó tìm thấy trong những điều kiện sống của xã hội vật chất.

Đạo Phật không phục vụ về phương diện vật chất và cho vật chất là mục đích chính, mà chỉ xem nó là một phương tiện để tiến đến mục đích tối hậu. Vì vậy, trong cuộc sống hằng ngày của con người, đạo Phật đã chấp nhận trên phương diện tương đối một số yếu tố vật chất cần thiết để phục vụ và duy trì trên lãnh vực tu hành và chứng đắc. Đức Phật không cho rằng đời sống con người là một đời sống tách rời khỏi lãnh vực xã hội, kinh tế, mà Ngài có cái nhìn tổng quát về sự liên hệ chặt chẽ với nhau. Về mọi mặt, văn hóa, chính trị, xã hội, kinh tế... Những lời thuyết giảng của đức Phật đã đi sâu vào vấn đề an ninh của một xã hội, vấn đề cải thiện một đời sống lành mạnh của người dân, vấn đề đào tạo cho con người có một nghề nghiệp sống lương thiện để khỏi sinh trộm cắp, giết chóc, chiến tranh thảm hại. Về mặt xã hội này, trong kinh đức Phật đã cho rằng, sự nghèo đói là đầu mối để phát sinh sự tàn ác, chém giết và trộm cắp, bạo hành thù nghịch và dã man. Có những vương quốc được ghi lại trong kinh, nhà vua đã dùng biện pháp hình phạt để cai trị, nhưng cuối cùng hình phạt chém giết, tra khảo đã không hiệu quả mà còn khiến người dân trở thành chống đối, thù hiềm hơn nữa. Điều này đức Phật đã thuyết giảng như sau:

(...) "Này các tỳ-kheo, rồi vua Quán đảnh sát-đế-lợi cho mời họp các vị đại thần, cận thần, tài chánh quan, các cận vệ, các thủ môn quan... hỏi về thánh vương chánh pháp. Và những vị này được hỏi, đã trả lời về thánh vương chánh pháp. Khi nghe nói xong, vị vua có sắp đặt sự hộ trì, ngăn

chặn, che chở, nhưng không cho người nghèo tiền của. Và vì vậy nghèo đói lan rộng. Vì nghèo đói lan rộng, một người đã lấy vật không cho của những người khác và hành động ấy được gọi là ăn trộm. Các người bắt nó và dẫn đến trước vua Quán đảnh sát-đế-lợi và tâu vua: "Tâu Đại vương, người này lấy vật không cho của những người khác, hành động này gọi là ăn trộm..."

"Này ngươi, có phải ngươi lấy vật không cho của những người khác? Hành động này được gọi là ăn trộm?"

"Tâu Đại vương, sự thật có vậy."

"Sao lại làm vậy?"

"Tâu Đại vương, con không có gì để sống."

"Này các tỳ-kheo, vua Quán đảnh sát-đế-lợi cho người ấy tiền của và nói: 'Này ngươi, với tiền của này ngươi hãy tự nuôi dưỡng, nuôi dưỡng cha mẹ, nuôi dưỡng vợ con, tiến hành các công việc, thực hiện sự cúng dường, với công đức tối thượng cho các vị sa-môn mà kết quả là hưởng thọ hiện tại và thiên giới trong tương lai..."

Một người ăn trộm, một người được vua cho tiền, hai người ăn trộm và hai người được vua cho tiền, người dân thấy vậy, họ tự nghĩ mình nên đi ăn trộm để được vua cho tiền, và như vậy nạn ăn trộm lan tràn trong xã hội. Nhưng một sự kiện chỉ được giới hạn trong một phạm vi nào đó. Nếu thái quá, biện pháp sẽ được đặt ra, và kết quả, nhà vua đã suy nghĩ:

"Nếu ai lấy vật không cho của người khác tức là ăn trộm mà ta cho nó tiền của, thời lấy vật không cho như vậy tăng trưởng. Nay ta phải ngăn chặn triệt để người ấy, có hình phạt thích đáng và chặt đầu nó." Sau khi suy nghĩ, nhà vua áp dụng biện pháp và hạ lệnh ban hành.

"Này các khanh, hãy lấy dây thiệt chặt, cột tay ra đàng

sau với gút thật chặt, cạo đầu nó, dắt nó đi với tiếng trống khe khắt, từ đường này đến đường khác, từ ngã tư này đến ngã tư khác, dắt nó ra khỏi cửa phía nam, ngăn chặn triệt để người ấy, hình phạt thích đáng và chặt đầu nó."

Sau khi biện pháp được ban hành, những người ăn trộm bị tra tấn, cột trói và cuối cùng giết chết. Biện pháp này chính là hình thức của bạo lực, được cai trị đối với người dân, nhưng biện pháp bạo lực này sẽ đưa đến kết quả trong quảng đại quần chúng như thế nào. Họ sẽ có thái độ chống đối vì tự tồn. Họ không thể bó gối ngồi nhìn khi bản thân họ đói rách, gia đình họ thiếu thốn, và những người chung quanh khốn cùng. Họ tự nghĩ: "Chúng ta hãy rèn kiếm cho thật bén, với những kiếm bén này, chúng ta sẽ lấy vật không cho của chúng tức là ăn trộm, sẽ ngăn chặn triệt để chúng, hình phạt thích đáng chúng và chém đầu chúng." Sau khi suy nghĩ, họ đã thực hiện theo sự suy nghĩ của họ: "Chúng rèn kiếm bén, sau khi rèn kiếm bén xong, chúng đi cướp làng, chúng đi cướp thôn xóm, chúng đi cướp thành, chúng đi cướp đường, chúng lấy vật không cho tức là ăn trộm, chúng ngăn chặn triệt để những người chúng ăn trộm, hình phạt thích đáng và chém đầu chúng."

Chiến tranh đã bạo hành và tệ trạng xã hội hiện hữu. Lý do, chỉ vì con người sống không đạo đức, thù nghịch và chiếm đoạt. Hệ thống cai trị thiếu sáng suốt và chính bản thân người lãnh đạo không ý thức vai trò trách nhiệm của chính mình, và vì vậy mà: *"Này các tỳ-kheo, như vậy vì không cho người nghèo tiền của, nghèo đói phát triển mạnh. Vì nghèo đói phát triển mạnh nên trộm cắp phát triển mạnh. Vì trộm cắp phát triển mạnh nên đao kiếm được phát triển. Vì đao kiếm được phát triển nên sát sanh phát triển. Vì sát sinh phát triển nên nói láo phát triển. Vì nói láo phát triển nên tuổi thọ của loài hữu tình giảm thiểu, sắc đẹp giảm thiểu. Vì tuổi thọ giảm thiểu và sắc đẹp giảm thiểu nên loài người tuổi thọ đến tám chục ngàn năm và con của họ chỉ thọ bốn chục ngàn năm.”*

Từ đây, do tâm địa con người ác độc mà tuổi thọ càng ngày càng giảm thiểu đến giai đoạn 10 tuổi là cùng tận. Trên đà đi xuống này, con người tranh chấp, hận thù và đấu tranh với nhau. Họ đã nói xấu người khác, họ đã tước đoạt vợ người, họ không còn phân biệt đâu là cha mẹ, đâu là anh em hay chồng vợ. Nơi đây, đức Phật diễn tả trạng huống ấy: ... *“một số chúng sanh có sắc đẹp, một số không có sắc đẹp. Những chúng sanh không có sắc đẹp tham đắm những chúng sinh có sắc đẹp và có tà hạnh với vợ những người khác.”*

“Khi tuổi thọ loài người chỉ có 10 tuổi, không có phân biệt mẹ hay bá mẫu hay thúc mẫu, vợ con của sư trưởng, chị dâu, của cha... Các loài hữu tình đối với nhau, hại tâm rất mãnh liệt, sân tâm rất mãnh liệt, ác ý rất mãnh liệt, sát tâm rất mãnh liệt, mẹ đối với con, con đối với mẹ, cha đối với con, con đối với cha, anh đối với em, em đối với anh, em đối với chị, chị đối với em, hại tâm rất mãnh liệt!...” Vào thời này có người không còn nhân tính, họ chỉ biết chấp thủ và sát hại, vì vậy...” đao trượng kiếp khởi lên trong 7 ngày, trong thời gian ấy con người xem nhau như loài thú, dao kiếm sắc bén hiện ra trong tay họ. Với dao kiếm sắc bén họ tàn hại mạng nhau, xem nhau như loài thú.”

Hiện tượng trong xã hội đến thời kỳ hoại diệt, nghiệp lực con người đã đưa con người đến hành động phi nhân, dã man rừng rú. Nhưng đến một cấp độ đau thương nào đó, con người lại tự ý thức và bẩm tính đạo đức lại phát sinh. Đức Phật đã dạy: *“Này các tỳ-kheo, giữa các loài hữu tình ấy, một số suy nghĩ: ‘Chúng ta chớ giết ai. Chớ có ai giết chúng ta. Chúng ta hãy đi vào rừng cỏ, rừng sâu, hang cây, sông ngòi hiểm hóc hay kẽ núi mà sống với rễ và trái cây...' Sau thời gian 7 ngày, họ từ rừng cỏ, rừng sâu, hang cây, sông ngòi hiểm hóc hay kẽ núi để ra ôm lấy nhau, cùng nhau an ủi, khoan khoái nói với nhau: "Sung sướng thay được thấy bạn còn sống! Sung sướng thay được thấy bạn còn sống." Này các tỳ-kheo, rồi các loài hữu tình ấy suy nghĩ: "Vì chúng ta tạo nhân bất thiện pháp nên bà con chúng ta bị giết hại nhiều như vậy. Vậy chúng ta hãy làm điều thiện. Chúng ta làm điều thiện như thế nào? Chúng ta chớ có sát sanh. Đó là điều thiện chúng ta có thể làm. Họ sẽ không sát sanh, đó là điều thiện họ làm."*

Nguyên nhân bộc phát sự nghèo đói và chiến tranh là trạng thái cùng quẫn kinh tế của từng cá nhân, mà trách nhiệm trực tiếp là người lãnh đạo quốc gia. Muốn dập tắt sự loạn lạc tội lỗi này, nhà vua không thể dùng hình phạt để đàn áp. Hình phạt được ban hành, chỉ là đầu mối gây lòng căm phẫn, bạo hành và như vậy tự thân hình phạt sẽ là điều vô ích đối với người dân, phương pháp này sẽ không đưa đến sự thành công thực tế trong điều kiện an ninh. Và như vậy, thay vì áp dụng hình phạt chém đầu những kẻ nào trộm cướp như được nói trên, thì nơi đây, đức Phật đã trình bày:

"Con người muốn nhổ sạch gốc rễ khổ đau của tội lỗi để xây dựng một đời sống lành mạnh hạnh phúc từ bản thân đến gia đình và xã hội, thì điều tất yếu là vấn đề kinh tế phải được quan tâm và cải thiện." Đây chính là phương pháp giải quyết sự nghèo đói hữu hiệu. Người lãnh đạo phải:

a. Tài trợ cấp phát cho những người làm nông những hạt giống, phải tạo điều kiện thuận lợi cho sự làm lụng gieo trồng.

b. Vốn liếng phải đài thọ cho những nhà buôn, thương mại để họ dự trữ kinh doanh làm môi trường phát triển kinh tế.

c. Lương bổng phải được trả một cách sòng phẳng cho những người lao động tay chân.

d. Đại bố thí cho nhân dân được lợi ích thay cho các lễ tế đàn.

Như vậy, khi mà tất cả mọi người đều được cung cấp phương tiện, để tự mình tạo kế hoạch, có mối lợi đầy đủ thì tự nhiên người dân sẽ vừa lòng, họ không còn phải bâng khuâng, lo lắng, về đời sống thiếu hụt nữa. Và như vậy, tâm hồn con người thanh bình, quốc gia thanh bình, không còn các tội lỗi, hay sự chém giết, tù đày trong xã hội.

TIẾT 2.
CÁC MỐI TƯƠNG QUAN TỐT CỦA GIA ĐÌNH, XÃ HỘI

Tự bản chất của đạo Phật là cao siêu và giải thoát thế gian, nhưng sự cao siêu và giải thoát thế gian này không có nghĩa là ly khai thế gian để tự tồn. Theo quan điểm của một số người thì đạo Phật là xuất thế gian, nằm ngoài tầm tay của con người trong xã hội, và chẳng thể có một mối tương quan thiết thực đối với con người, đạo Phật không tham dự vào cuộc đời để nhận diện khổ đau và đoạn diệt khổ đau. Hoặc họ còn cho rằng giáo lý đức Phật dạy không thể áp dụng cho những nam nữ cư sĩ tại gia, sống đời bình thường có vợ con gia đình, mà nếu ai muốn giải thoát đời mình là phải xa lánh cuộc đời, tìm nơi xa vắng tĩnh mịch để tu thân. Theo quan niệm này thật nông cạn và sai lầm. Đó là quan điểm của những người thiếu suy tư và hiểu biết về nội dung giáo pháp của đức Phật.

Sự xuất hiện của đạo Phật không chỉ dành riêng cho các hàng tu sĩ, cũng như giáo lý của đức Phật không phải chỉ dạy cho những người vứt bỏ chiếc áo thế gian, khoác áo nâu sồng sống đời khổ hạnh nơi núi rừng, mà tinh thần giáo nghĩa của Ngài phổ cập quần chúng không phân biệt giai cấp, màu da hay chủng tộc. Vì vậy, thực chất giáo lý đạo Phật đã đem lại cho đời sống con người một nếp sống lành mạnh và linh hoạt. Nội dung của một đời sống thanh bình hợp pháp và tiến bộ. Giáo pháp này không phân biệt cho tu sĩ hay cư sĩ mà là chung cho tất cả con người, nếu ai ý thức và lãnh hội được thì chính bản thân họ có thể hành trì trên bước đường tu đắc.

Có một số người đã phiến diện nhận định rằng đời sống yên tịnh phải là một đời sống xa hẳn xóm làng, dấn thân vào thâm sơn cùng cốc để tĩnh tọa tư duy, còn những người sống đời tục gia cư sĩ thì sẽ không thu hoạch ích lợi gì cho bản thân qua việc hành trì giáo lý Phật dạy. Thật ra không phải như vậy, vì rằng người có một đời sống tĩnh mịch, trầm lặng trong núi rừng nhưng nếu tâm họ không thanh tịnh, bị dao động và nhiễm ô thì đối với đời sống này không đem lại lợi ích cho sự tu hành. Còn ngược lại, một người vẫn sống đời bình thường trong xã hội nhưng nếu tâm họ được thanh tịnh, trong sáng. Họ biết áp dụng giáo lý Phật dạy cho bản thân đời sống họ một cách hữu hiệu thì điều chắc chắn là họ vẫn không thua kém người sống đời núi rừng u tịch.

Đạo Phật là đạo cho con người và của con người, cho nên đã là con người là có khả năng lãnh hội, mà không nhất thiết phải dành cho hạng người này mà không lợi ích cho hạng người kia. Trong những lời dạy của Phật, chúng ta thấy rất nhiều chỗ đã nói lên tinh thần chứng đắc của hàng tại gia cư sĩ. Chẳng hạn như trong kinh Tăng Chi Bộ đã chứng minh: Một nữ đệ tử Phật, trong khi làm bếp, nhìn những thức ăn đổi màu trong chảo dầu sôi, và ngộ được lý vô thường, sự vật vô ngã. Hay một dịp khác tu sĩ Vacchagalta trong khi du hành và đến chỗ Phật, ông ta đã hỏi Phật có ai sống đời vợ con gia đình, theo giáo pháp Phật, thực hành và chứng đắc bậc Thánh cao ngay trong đời này không? Đức Phật đã giải đáp rằng không phải chỉ có một người, mười người, hai mươi người mà có cả trăm ngàn người khác đã y theo lời dạy của Thế Tôn, hành trì và chứng ngộ ngay trong đời này.

Đời sống núi rừng là đời sống của ý chí, can đảm và chịu đựng, không khiếp sợ những mãnh lực đe dọa của thiên nhiên. Vì rằng sự êm dịu hương vị tịch liêu của núi đồi không có nghĩa là hương vị tịch liêu của tâm hồn, nên *"...Tôn giả Gotama, thật khó kham nhẫn, những trú xứ xa vắng trong rừng núi hoang vu. Thật khó khăn đời sống viễn ly, thật khó thưởng thức đời sống độc cư. Con nghĩ rằng rừng núi làm rối loạn tâm trí vị tỳ-kheo chưa chứng thiền định."*

Đời sống độc cư là một đời sống đầy thử thách. Tâm hồn thanh tịnh và hoàn toàn không khiếp sợ, phải tự quán sát mình thành tựu trí tuệ trong sáng, có tự tin và thích thú, như vậy mới có kết quả, bằng không sẽ chẳng lợi ích.

"Này Bà-la-môn, tùy thuộc vấn đề này, ta suy nghĩ như sau: 'Trong những đêm được biết đến, được xác định, đêm 14, đêm 15, đêm mồng 8 mỗi nửa tháng, trong những đêm như vậy, ta hãy đến ở tại các trú xứ hãi hùng, lông tóc dựng ngược, như tự miếu tại các thảo viên, tự miếu tại các rừng núi, tự miếu tại các cây cối, để ta có thể thấy sự sợ hãi khiếp đảm ấy.' Này Bà-la-môn, sau một thời gian, trong những đêm được biết đến, được xác định, đêm 14, đêm 15, đêm mồng 8, mỗi nửa tháng, trong những đêm như vậy, ta đến ở tại các trú xứ hãi hùng, lông tóc dựng ngược... Này Bà-la-môn, trong khi ta ở tại các chỗ ấy, một con thú có thể đến, hay một con công có thể làm rơi một cành cây, hay gió làm rung động các lá rơi, ta khởi lên ý nghĩ: 'Nay sự sợ hãi khiếp đảm ấy đã đến. Này Bà-la-môn, rồi ta suy nghĩ: Sao ta ở dây, chỉ để mong đợi sự sợ hãi khiếp đảm chớ không gì khác?'"

Giáo pháp của đức Phật được áp dụng vào đời sống con người một cách thiết thực và hữu ích, vì vậy, những ai đã tự thánh thiện hóa bản thân mình mà vẫn sống giữa cộng đồng xã hội và đem sự thánh thiện đó làm lợi ích cho mọi người trong mọi trường hợp, thì đó chính là tinh thần đạo Phật hiện đại hóa, thanh lọc từ bản thân đến gia đình và xã hội. Giáo lý đức Phật đã đi hẳn vào lòng người và đến từng cá nhân, giáo pháp đã vì *"hạnh phúc cho muôn loài, vì an lạc cho muôn loài, vì lòng thương tưởng cho đời, vì lợi ích, vì hạnh phúc, vì an lạc cho loài trời, loài người."* Chính vì yếu điểm này mà giáo lý đức Phật đã thể nhập tất cả mọi giai tầng chúng sanh, trong đó đức Phật đã không xem nhẹ vai trò tu hành của hàng nam nữ cư sĩ có đời sống gia đình. Và do đó đức Phật đã bằng tinh thần khế cơ, bằng mọi phương tiện thiện xảo, đã giáo hóa rất nhiều các nam nữ cư sĩ đủ mọi giai cấp, các thành phần trong xã hội, và đủ mọi lứa tuổi, vì hàng đệ tử tại gia đầy đủ các đức hạnh và khả năng tu tập. Như những yếu tố thiết thực đối với người cư sĩ mà Phật đã dạy, được dẫn ra từ Kinh sau đây: Trường hợp Singāla (Thiện Sanh), một chàng trai trẻ tuổi, cứ mỗi buổi sáng thức dậy, tắm rửa sạch sẽ và thay quần áo mới rồi lễ bái sáu phương: đông, tây, nam, bắc, thượng và hạ, vì chàng đã theo lời di chúc trước giờ trăn trối của người cha và thực hành một cách kính cẩn. Sau khi đức Phật thấy vậy, liền giáo hóa chàng thanh niên, đảnh lễ sáu phương trong thánh pháp luật của bậc Thánh là nói lên mối tương quan của con người. Phương đông là quan hệ cha mẹ đối với con cái, phương nam là quan hệ thầy với trò, phương tây là quan hệ vợ chồng, phương bắc là quan hệ bạn bè quyến thuộc, phương dưới là quan hệ chủ với tôi tớ, phương trên là quan hệ tu sĩ đối với cư sĩ.

Sự đảnh lễ, kính trọng ấy là điều nhân nghĩa của con người, là nếp sống đạo đức trong tinh thần nhân vị. Đối tượng của sự đảnh lễ nơi đây chính là đối tượng thiêng liêng khả kính. Vì vậy, đó là sáu mối quan hệ thiêng liêng có ý nghĩa và cao quý của con người. Đối tượng đảnh lễ này nói lên tinh thần ý thức trách nhiệm cao độ, thiết thực và nhân bản, vì rằng tinh thần thực tiễn của sự đảnh lễ chính là thể hiện những điểm mà trong bổn phận của con người phải làm để xây dựng mối tương giao tốt, ngay trong cuộc sống có sự điều hòa giữa người với người hầu đem lại sự an lạc và hạnh phúc cho mình và tất cả.

a. Sự tương giao tốt giữa cha mẹ và con cái

"Này gia chủ tử, có năm trường hợp, người con phải phụng dưỡng cha mẹ như phương đông: 'Được nuôi dưỡng, tôi sẽ nuôi dưỡng lại cha mẹ. Tôi sẽ làm bổn phận đối với cha mẹ, tôi sẽ giữ gìn gia đình và truyền thống, tôi bảo vệ tài sản thừa tự, tôi sẽ làm tang lễ khi cha mẹ qua đời.'

"Này gia chủ tử, được con phụng dưỡng như phương đông, theo năm cách như vậy, cha mẹ có lòng thương tưởng đến con theo năm cách. Ngăn chặn con làm điều ác, khuyến khích con làm điều thiện, dạy con nghề nghiệp, cưới vợ xứng đáng cho con, đúng thời trao thừa tự cho con. ...Như vậy, phương đông được che chở, được trở thành an ổn và khỏi các sự sợ hãi."

Tình thương của cha mẹ đối với con cái là tình yêu thiêng liêng. Chính tình yêu này là sức sống mãnh liệt nuôi lớn con người, trong môi trường sinh hoạt. Đức Phật dạy: *"Cha mẹ chính là Phạm Thiên Thượng Đế."* Ý nghĩa này nói lên ý niệm cao cả và tôn quý trong thân phận con người mà đức Phật đã hệ thống chung giữa cha mẹ và con cái.

Tình yêu thương, bổn phận chăm sóc là điều hẳn nhiên của cha mẹ đối với con cái. Vì chính bổn phận tất yếu đó mà người ta đã ca tụng tình cha mẹ cao như trời, sâu tợ biển, mênh mang như đồng lúa chín ngọt ngào. Tình yêu của mẹ ngọt lịm như buồng cau và đậm đà như xôi nếp quạ. Con người đã thi vị hóa tình mẹ cha qua thơ văn để nói lên một cái tình chân thật, tự nhiên, rạt rào vô tận. Trong ý nghĩa tình tự này mà cha mẹ có bổn phận xây dựng đời sống cho con mình được trưởng thành một cách thiết thực: cha mẹ phải quan tâm đến con cái, dắt dẫn chúng tránh xa sự lỗi lầm bất chánh, tạo điều kiện tốt để chúng tiến thân trong môi trường thuận lợi, phải ý thức trách nhiệm để kiện toàn nhân cách, cũng như sau khi người con lớn khôn, chọn nơi cưới gả hợp pháp và xứng đáng, có điều kiện thiết lập hạnh phúc lứa đôi. Và cuối cùng là phải san sẻ, phân phối gia tài công bằng vì tình thương chân thực. Đây chính là ý nghĩa của tình thương được cụ thể hóa, đi vào nếp sống thực tế của người con mà cha mẹ đã dành cho.

Song song với tình thương yêu của cha mẹ, người con cũng nói lên vai trò của mình đối với song thân. Nghĩa là người con phải chăm nom, săn sóc cha mẹ khi già yếu, phải làm tất cả những việc gì mà thấy rằng việc đó đem lại sự bình an cần thiết cho cha mẹ, giữ gìn danh dự gia phong để kế tục truyền thống gia đình, biết bảo vệ gia sản mà cha mẹ đã để lại cho mình, và cuối cùng làm tang lễ khi cha mẹ qua đời.

Đây chính là những yếu tố xây dựng gia đình có hạnh phúc hữu hiệu, là sợi dây thắt chặt tình thương yêu giữa cha mẹ và con cái, là trách nhiệm qua lại giữa vai trò người con và bổn phận cha mẹ bất khả phân.

b. Sự tương giao tốt giữa thầy và trò

"Này gia chủ tử, có 5 cách, đệ tử phụng dưỡng các bậc sư trưởng như phương nam: đứng dậy (để chào), hầu hạ thầy, hăng hái học tập, tự phục vụ thầy, chú tâm học hỏi nghề nghiệp. Này gia chủ tử, được đệ tử phụng dưỡng như phương nam theo năm cách như vậy, các bậc sư trưởng có lòng thương tưởng đến các đệ tử theo năm cách: Huấn luyện đệ tử những gì mình đã được khéo huấn luyện, dạy

cho bảo trì những gì mình được khéo bảo trì, dạy cho thuần thục mọi loại nghề nghiệp, khen đệ tử với các bạn bè quen thuộc, bảo đảm nghề nghiệp cho đệ tử về mọi mặt. Này gia chủ tử, như vậy là các bậc sư trưởng được đệ tử phụng dưỡng như phương nam theo năm cách và sư trưởng có lòng thương tưởng đến các đệ tử theo năm cách. Như vậy, phương nam được che chở, được trở thành an ổn và khỏi các sự sợ hãi."

Trong tinh thần trách nhiệm, bổn phận của thầy giáo là phải có lương tâm nghề nghiệp và dốc hết khả năng của mình sẵn có để tô bồi, huấn luyện người học trò của mình chóng thành đạt nên người, phải hướng dẫn học trò có quy tắc, phương pháp để chọn bạn và chọn nghề, chỉ dạy nghề nghiệp thiết yếu để sau khi học xong, người học trò có điều kiện giữ vững đời sống. Trong ý nghĩa giáo dục này, chính là trách nhiệm của môi trường giáo dục ngày nay với tinh thần dạy dỗ chuyên môn và dạy nghề nghiệp là tinh thần giáo dục hiện đại và thiết thực trong đời sống cộng đồng xã hội.

c. Sự tương giao tốt giữa vợ và chồng

"Này gia chủ tử, có năm cách, người chồng phải đối xử với vợ như phương tây: kính trọng vợ, không bất kính đối với vợ, trung thành với vợ, giao quyền hành cho vợ, sắm đồ nữ trang cho vợ. Này gia chủ tử, được chồng đối xử như phương tây theo năm cách như vậy, người vợ có lòng thương tưởng theo năm cách: thi hành tốt đẹp bổn phận của mình, khéo tiếp đón bà con, trung thành với chồng, khéo gìn giữ tài sản của chồng, khéo léo và nhanh nhẹn làm mọi công việc. Này gia chủ tử, người vợ được người chồng đối xử như phương tây theo năm cách và người vợ có lòng thương tưởng chồng theo năm cách. Như vậy, phương tây được che chở, được trở thành an ổn và khỏi các sự sợ hãi."

Tình yêu vợ chồng được xem là một tình yêu cao cả. Tự thân của tình yêu này gọi là đời sống gia đình thiêng liêng (sadārabrahma cariya). Trong ý nghĩa này, brahma nói lên mối quan hệ và sự kính trọng bền chắc và lâu dài, vì vợ chồng phải chung thủy nhường nhịn, kính trọng và hiểu nhau, phải có bổn phận đối với nhau thì đời sống gia đình mới có hạnh phúc và thực tế giá trị sống. Chồng lúc nào cũng phải tôn trọng và không bao giờ thiếu sự thành thật và kính nể đối với vợ, phải biết chăm sóc vợ có một đời sống đầy đủ không thiếu tiện nghi, để vợ khỏi vất vả mưu sinh và luôn luôn làm vợ hài lòng bằng cách biếu tặng những đồ trang sức. Cho vợ những điều kiện này chính là nói lên vai trò tương giao thiết thực của chồng đối với vợ. Và để thể hiện bổn phận của mình, người vợ cũng phải chăm nom nhà cửa, phải khéo léo xử sự để làm vui lòng bạn bè, người thân thuộc trong nhà. Phải thành thật và yêu thương chân thành, chung thủy, biết giữ gìn tiền của do chồng giao phó, phải khôn ngoan quán xuyến mọi việc trong gia đình.

Đó chính là ý nghĩa hạnh phúc được thực hiện bằng hành động mà đức Phật đã không quên đề cập đến, ngay cả những điều nhỏ nhặt như yêu mến vợ và trao cho vợ những tặng vật, chứng tỏ đức Phật đã sâu sắc tâm lý và thấm đượm ý nghĩa tình người.

d. Sự tương giao tốt giữa bạn bè và bà con láng giềng

"Này gia chủ tử, có 5 cách vị thiện nam tử đối xử với bạn bè như phương bắc: bố thí, ái ngữ, lợi hành, đồng sự, không lường gạt. Này gia chủ tử, được vị thiện nam tử đối xử như phương bắc theo 5 cách như vậy, bạn bè có lòng thương tưởng theo 5 cách: che chở nếu vị thiện nam tử phóng tử, bảo vệ tài sản của vị thiện nam tử nếu vị này

phóng túng, trở thành chỗ nương tựa khi vị thiện nam tử gặp nguy hiểm, không tránh xa khi vị thiện nam tử gặp khó khăn. Kính trọng gia đình của vị thiện nam tử. Như vậy các bạn bè được vị thiện nam tử đối xử như phương bắc theo 5 cách và bạn bè có lòng thương tưởng theo 5 cách. Như vậy phương bắc được che chở, được trở thành an ổn và khỏi các sự sợ hãi."

Sự liên hệ thứ tư này, chính là tình bạn bè, bà con hàng xóm. Mọi người phải đối xử hòa ái nhân từ với nhau. Phải nói lời nhỏ nhẹ êm tai, cùng làm lợi ích chung cho nhau, ôn hòa, thương yêu, đùm bọc lẫn nhau mà không tranh chấp, giúp đỡ trong mọi hoàn cảnh và không từ bỏ nhau khi hoạn nạn.

e. Sự tương giao tốt giữa chủ và nhân công

"Này gia chủ tử, có 5 cách một vị thánh chủ nhân đối với hàng nô bộc như phương dưới: giao việc đúng theo sức của chúng, lo cho chúng ăn uống và tiền lương, điều trị cho chúng khi bịnh hoạn, chia sẻ các mỹ vị đặc biệt cho chúng, thỉnh thoảng cho chúng nghỉ phép. Này gia chủ tử, các hàng nô bộc được thánh chủ nhân đối xử như phương dưới với 5 cách kia, có lòng thương đối với chủ nhân theo 5 cách như sau: dậy trước khi chủ dậy, đi ngủ sau chủ, tự bằng lòng với các vật đã cho, khéo làm các công việc, đem danh tiếng tốt đẹp cho chủ... Như vậy phương dưới được che chở, được trở thành an ổn và khỏi các sự sợ hãi."

Vai trò của người chủ phải ý thức bổn phận của mình đối với tôi tớ hay người giúp việc, giao công việc phải lượng sức và tùy khả năng trả lương bổng đầy đủ và xứng đáng, phải cấp phát thuốc men biếu tặng đồ vật. Ngược lại, trong thân phận của người giúp việc cũng phải siêng năng cần mẫn, không được biếng nhác, có lương tâm trong sạch, biết nghe lời và không hề dối gạt chủ, ý thức trách nhiệm của mình trong mọi công việc gia đình.

g. Sự tương giao tốt giữa cư sĩ và tu sĩ

"Này gia chủ tử, có 5 cách vị thiện nam tử đối xử với các vị sa-môn, bà-la-môn như phương trên: có lòng từ trong hành động về thân, có lòng từ trong hành động về khẩu, có lòng từ trong hành động về ý, mở rộng cửa để đón các vị ấy, cúng dường các vị ấy các vật dụng cần thiết. Này gia chủ tử, các vị bà-la-môn, sa-môn được vị thiện nam tử đối xử như phương trên theo 5 cách như vậy, có lòng thương vị thiện nam tử ấy theo 5 cách sau đây: ngăn không làm điều ác, khuyến khích làm điều thiện, thương xót với tâm từ bi, dạy bảo những điều chưa nghe, chỉ bày con đường đưa đến cõi trời. Như vậy, phương trên được che chở, được trở thành an ổn và khỏi các sự sợ hãi."

Mối tương quan này chính là nói lên tấm lòng cung kính, phụng sự của người thế tục về những nhu cầu vật chất cho các tu sĩ, sa-môn, thật lòng thương yêu, kính trọng. Và cũng vậy, các vị tu sĩ cũng phải trải khắp lòng từ mẫn và trao truyền kinh nghiệm, hiểu biết cho các nam nữ cư sĩ, phải chỉ bày con đường được vạch ra trong giáo pháp để họ có chánh kiến mà không bị lầm lạc vào tà đạo.

Như vậy, chúng ta thấy rằng vai trò người thế tục sống đời bình thường gia đình con cái cũng được đề cập một cách thiết thực trong giáo pháp. Đức Phật đã nâng cao và tôn trọng giá trị khả năng hành trì tu tập của người tại gia cư sĩ trong Thánh pháp luật của Ngài.

Nói đến hàng nam nữ cư sĩ, trong giáo pháp cũng đã trình bày. Như có Trưởng giả Cấp Cô Độc khi đến viếng thăm đức Phật và đã chứng kiến nỗi thất vọng của các hàng Phật tử tại gia, khi thấy không có Phật nơi tinh xá để hầu thăm, về sau Trưởng giả đã thưa thỉnh tôn giả A-nan bạch Phật xin tạo điều kiện để các Phật tử có phương tiện học hỏi giáo lý. Ngoài ra vợ của Trưởng giả là Punnalakkhana là người thuần hậu đạo đức và ba người con gái của ông là Mahā Subhaddā, Cula Subhaddā và Sumana, tất cả đều học hỏi và hành trì giáo pháp, đã chứng đắc quả vị Tu-đà-hoàn, Tư-đà-hàm. Đây là đại diện một số người sống đời bình thường cũng có khả năng tiếp nhận giáo pháp và thể chứng Thánh quả.

Một hôm, Trưởng giả Cấp Cô Độc đau nặng, nghĩ rằng sẽ không sống được bao lâu nữa, vì vậy ông cho người đến bạch Phật và xin đảnh lễ Phật cũng như mời tôn giả Xá-lợi-phất đến viếng để ông được chiêm ngưỡng trước khi từ trần. Về sau ông còn thưa thỉnh Tôn giả hãy thuyết pháp cho hàng bạch y cư sĩ:

"Vậy thưa tôn giả Sāriputta, hãy thuyết pháp như vầy cho hàng cư sĩ mặc áo trắng. Thưa tôn giả Sāriputta, có những thiện gia nam tử sanh ra đời với cấu uế không nhiều, nếu không được nghe pháp sẽ bị đọa lạc, nhưng chúng có thể biết được (chánh) pháp." Và sau khi tôn giả Xá-lợi-phất thuyết giảng, Trưởng giả Cấp Cô Độc từ trần và sinh lên cung trời Tusita, trở thành vị thiên tử. Về sau, vị thiên tử này đã nói lên bài kệ với Thế Tôn:

"Rừng Jetavana
Tốt đẹp phước lành này,
Được chư Thiên Chúng Tăng,
Thường lui tới an trú,
Được Pháp Vương trú trì,
Ban hoan hỷ cho ta.
Nghiệp minh và chánh pháp,
Giới tối thượng sanh mạng,
Chính nhờ các pháp trên,
Khiến chúng sanh thanh tịnh.

Không phải do giai cấp,
Không phải do tài sản,
Do vậy bậc hiền giả,
Thấy rõ mục đích mình.
Suy tư pháp chân chánh,
Được thanh tịnh ở đây,
Như Sāriputta,
Về tuệ giới tịch tịnh.
Bất luận tỳ-kheo nào,
Đã tới bờ bên kia,
Hãy đạt được tối thắng,
Trong những pháp kể trên.”

Đại diện một số người tại gia, cấp Cô Độc đã nói lên tinh thần thể nhập giáo pháp Phật một cách sâu xa kỳ diệu và dành cho tất cả, nên suốt 45 năm thuyết giáo, đức Phật đã không phân chia hàng thính giả hoặc bất cứ một giai cấp hay hạng người nào, từ những vị xuất gia cho đến hàng cư sĩ. Đức Phật đã mang hương vị giải thoát đến cho từng người, từng nhà và từng quốc gia một. Đức Phật đã niềm nở, ân cần, khuyến khích mỗi cá nhân hãy tinh tấn tu tập theo con đường của Ngài đã vạch ra. Giáo pháp của Phật là giáo pháp công truyền, giáo pháp của vị Giáo chủ mở nắm tay cho tất cả chúng sanh đều thấy rõ mà noi theo. Giáo pháp của Phật đã thể hiện tinh thần tu chứng tuyệt đối đến cho mọi người, dù đó là một người tôi tớ hay chủ nhân, một gái giang hồ hay tướng cướp. Giáo pháp ấy đã đi sâu vào đời sống người dân và là chất liệu để xây dựng, gắn bó mối tương quan tốt giữa người và người: mẹ biết thương yêu con, chồng biết kính nhường vợ, tôi tớ trung thành, thầy trò có nghĩa. Đây chính là thực chất tinh thần đạo Phật hiện đại hóa, và một thái độ sống hữu ích, nhân bản.

TIẾT 3. QUAN NIỆM MỘT ĐỜI SỐNG HIỆN THỰC HẠNH PHÚC

A. Đời sống cư sĩ hạnh phúc trong hiện tại và tương lai

Con người được sinh ra đời rồi lớn khôn và trưởng thành, tất cả ai cũng muốn tự bản thân mình có một sự sống ý nghĩa và hạnh phúc. Nhưng nơi đây, vấn đề quan niệm về một đời sống hiện thực có hạnh phúc phải là như thế nào, chứ không thể nói suông rồi hạnh phúc sẽ tự đến trong tầm tay của mình. Vì vậy, dù có lý luận hay quan niệm như thế nào về vấn đề hạnh phúc đi nữa thì chúng ta cũng phải nhìn nhận một vấn đề hiển nhiên và không thể phủ nhận là *"con người sinh ra để hạnh phúc mà không phải để làm việc hay để khổ đau."* Giả như nếu có một lý tưởng hay việc làm nào thì chính bản thân của lý tưởng đó cũng đứng trên danh nghĩa của sự hạnh phúc, bình an cho con người. Như vậy, có thể hiểu rằng con người ta đã mặc nhiên thỏa thuận với nhau rằng hạnh phúc luôn có mặt trong lẽ sống của con người khi con người biết tìm kiếm lẽ sống.

Thế nhưng, điều phức tạp nơi đây là có rất nhiều nhận định sai khác về hạnh phúc, về phương tiện đưa đến hạnh phúc và về cách đón nhận hạnh phúc. Ngay khi con người chấp nhận hạnh phúc hiện hữu trong cuộc đời thì cũng vẫn còn có những câu hỏi được đặt ra là bóng dáng hạnh phúc có thể hiện diện một cách lâu dài và chắc chắn trong tự mỗi bản thân sự vật đang ngầm chứa từng sát-na sanh diệt này không? Hạnh phúc hiện hữu trong mỗi lứa tuổi nào? Khi còn nhỏ? Lúc trưởng thành? Giai đoạn tóc bạc da nhăn hay là tất cả trong mọi lứa tuổi? Và hạnh phúc đến trong điều kiện nào có thể?

Chúng ta hãy dừng lại, vì cảm thấy đến lúc con người đang bí lối trong vấn đề đặt câu hỏi và trả lời về hạnh phúc. Tự thân của hạnh phúc không phải là vấn đề để con người suy tư về nó, cũng không phải rong ruổi tìm kiếm, tưởng niệm hoặc van xin. Sự tìm kiếm hạnh phúc của con người chỉ là sự xua đuổi hạnh phúc càng bay cao, càng mất dạng, mà nói đến hạnh phúc là phải nói đến sự sống thiết thực, sự "sống với". Ví như người tình là phải sống với người mình yêu mà chẳng thể là tôi "nói về", "tưởng về" hay chờ đợi người yêu.

Thái độ tìm cầu hạnh phúc là thái độ của kẻ lạc quan và chối bỏ thực tại. Vì vậy, điều tiên quyết ở đây là con người có nhìn nhận sự sống hay không? Nhìn nhận sự sống tức là con người chấp nhận sự hiện hữu chính mình trong cuộc đời bằng thái độ tích cực và hiểu biết. Thái độ sống là nói lên sự phản kháng, bất mãn, hay thỏa thuận về bản thân của con người và xã hội để đưa đến kết quả hạnh phúc hay khổ đau. Nên hiểu rằng, sự chấp thuận cuộc sống ở đây không có nghĩa là hoàn toàn dừng lại mọi sự tiến hóa, phát minh, cũng không mang ý nghĩa thụ động, tiêu cực hay đầu hàng, mà chính sự chấp nhận là đòi hỏi sự nhận thức trong sáng, ý chí kiên cường và mang một nghệ thuật sống. Nó cũng là một nỗ lực để cắt đứt nguyên nhân gây rối loạn tình tự sống của con người. Vì rằng, một con người mà không thỏa mãn với "khuôn mặt, màu da, chiều cao, âm thanh, tri thức... của mình" thì chắc hẳn rằng người đó sẽ mãi mãi bất đồng với chính mình và sẽ phát sinh tâm lý dằn vặt, khổ đau.

Bởi vậy, người muốn có hạnh phúc, điều quan trọng là phải biết chấp nhận và yêu thương chính bản thân mình trước khi yêu thương và chấp nhận cuộc đời. Con người phải hiểu rằng ý nghĩa hạnh phúc như khí trời để thở, như ánh nắng chiếu soi, tự thân nó đến với mọi người không phân biệt và giới hạn lứa tuổi nào. Hạnh phúc đòi hỏi một sự khôn ngoan để đón nhận như là sáng kiến và phát minh của sự sáng tạo và tri thức. Vì vậy, con người có thể có hạnh phúc vào bất cứ khi nào trong môi trường mình "đang có và đang là".

Sự chấp nhận nơi đây còn là ý nghĩa tạo thành và kiến lập để thể hiện một cuộc sống hòa điệu giữa bản thân và xã hội. Vì vậy, nếu con người thiếu thái độ chấp nhận, thì sẽ không bao giờ có thể có một tinh thần hòa điệu hiện hữu tự bản thân.

Tinh thần hòa điệu chính là luật tắc của sự tồn tại mà một người mong cầu hạnh phúc không thể không biết đến. Vì rằng, có những luật tắc sai khác được thể hiện dưới mọi khía cạnh tâm lý, sinh lý... mà phải tự ý thức và thể hiện đúng, nếu đi sai nguyên tắc ấy tức là tạo sự rối loạn, bất hạnh và khổ đau, còn chấp nhận tức là khổ đau được chấm dứt và hạnh phúc được khơi sáng.

Hơn nữa, vấn đề đón nhận hạnh phúc cũng là một vấn đề có phần phức tạp và chủ quan của từng quan điểm cá nhân. Với niềm vui và hạnh phúc của tuổi trẻ là những viên kẹo, nắm xôi, thế nhưng đối với người lớn lại là tiền tài, danh vọng, yêu thương và sùng kính. Dưới mọi hình thức sai khác như vậy, nên con người không thể thiết định hạnh phúc theo một khuôn khổ, tiêu điểm nhất định nào. Có những loại hạnh phúc là phải nắm giữ, nhưng cũng có loại hạnh phúc phải buông xả, có những trạng thái hạnh phúc phải dứt áo ra đi, nhưng cũng có loại hạnh phúc phải dừng chân đứng lại. Vậy, hạnh phúc dường như hiện hữu khắp nơi và được trình bày dưới nhiều sắc thái thật phong phú.

Sở dĩ con người khổ đau vì con người ham muốn quá nhiều, ham muốn những điều mà khả năng, hoàn cảnh bản thân mình không cho phép. Và cũng chính sự kinh nghiệm khổ đau này vạch cho con người một nếp sống ít ham muốn, biết đủ. Và chính tinh thần "thiểu dục tri túc" này là một khía cạnh khác của sự chấp nhận và mặt khác của hạnh phúc.

Tóm lại, vấn đề sau cùng đề cập đến hạnh phúc là lạc thú hay khổ đau, hệ thuộc vào cảm thọ, mà tự thân của cảm thọ là vô thường, chuyển dịch nên đã tạo ra những nỗi bất an và phiền não. Vì vậy, sự khao khát của con người về hạnh phúc là một sự khao khát thường hằng và vĩnh viễn không tiêu diệt. Tự thân của hạnh phúc này chính là hạnh phúc của thường, lạc, ngã, tịnh. Là một thứ hạnh phúc được xây dựng trên chất liệu của Thánh giáo pháp và con đường mở ra chân trời hạnh phúc đó chính là giáo nghĩa Đạo đế.

Trong tiểu mục quan niệm một đời sống hiện thực hạnh phúc này, người viết sẽ giới thiệu một số vấn đề liên quan đến hạnh phúc và thế nào là một đời sống có hạnh phúc mà đức Phật đã trình bày qua các kinh:

(...) "Rồi Koliya tử Dighajanu (đầu gối dài) đi đến Thế Tôn, sau khi đến đảnh lễ Thế Tôn rồi ngồi xuống một bên. Ngồi xuống một bên Koliya tử Dighajanu bạch Thế Tôn: "Bạch Thế Tôn, chúng con là những người gia chủ, hưởng thọ các dục vọng, sống hệ phược với vợ con (Puttasam bādhasayanam) dùng các hương chiên đàn ở Kāsi, đeo và dùng các vòng hoa, hương liệu, phấn sáp, thọ lãnh vàng và bạc, bạch Thế Tôn, hãy thuyết pháp cho những người như chúng con, thuyết như thế nào để những pháp ấy đem đến cho chúng con hạnh phúc an lạc ngay trong hiện tại và hạnh phúc trong tương lai..."

Sau khi gia chủ Koliya Dighajanu thưa thỉnh Thế Tôn thuyết giảng về vấn đề hạnh phúc cho một cư sĩ đệ tử. Đức Thế Tôn dạy có 4 điều đem lại hạnh phúc ngay trong hiện tại và 4 điều đem lại hạnh phúc trong tương lai.

1. Bốn điều đem lại hạnh phúc trong hiện tại

a. Đầy đủ sự tháo vát

"Ở đây này Byagghapajja, thiện nam tử, phàm làm nghề gì để sinh sống, hoặc nghề nông, hoặc đi buôn, hoặc nuôi bò, hoặc làm nghề bắn cung, hoặc làm nghề cho vua, hoặc bất cứ nghề gì, trong nghề ấy người ấy thiện xảo, không biết mệt (analaso), biết suy tư, hiểu phương tiện vừa đủ để tự làm và điều khiển người khác làm."

Điều kiện tháo vát là điều kiện đầu tiên để làm ra của cải. Nếu một người không siêng năng, cần mẫn thì dù cho giàu có rồi cũng sẽ tiêu tan. Vì vậy, trong đời sống của một cư sĩ dù có làm công việc gì cũng phải khéo léo, chuyên cần và tinh xảo, chính những yếu tố này bảo đảm cho việc làm có kết quả tốt, vì tự bản thân họ không biết mỏi mệt, biết suy tư, hiểu phương tiện để vận dụng công việc và khôn ngoan điều khiển người khác làm.

b. Đầy đủ phòng hộ

"Ở đây, này Byagghapajja, những tài sản của Thiện nam tử, do tháo vát tinh tấn thâu hoạch được, do sức mạnh đôi bàn tay cất chứa được, do mồ hôi đổ ra đúng pháp, thâu hoạch được đúng pháp. Vị ấy gìn giữ chúng, phòng hộ và bảo vệ: "Làm thế nào các tài sản này của ta không bị vua mang đi, không bị trộm cướp mang đi, không bị lửa đốt, không bị nước cuốn trôi, không bị các người con thừa tự không khả ái cướp đoạt."

Với phương pháp bảo tồn tài sản một cách hữu hiệu đó chính là sự phòng hộ có hiệu quả. Những tài sản đã do tháo vát, siêng năng mà thu hoạch được do mồ hôi của mình đổ ra, đúng pháp kiếm được do đôi bàn tay cần mẫn và khéo léo giữ gìn phòng hộ để khỏi bị vua chúa lấy mất, khỏi bị ăn trộm cướp đi, khỏi bị lửa đốt cháy, khỏi bị nước cuốn trôi và con cái hư hỏng phá tán, như đã trình bày ở trên. Đây là những lời dạy thích đáng và thiết thực. Vì đời sống của hàng tại gia không giống như đời sống của người xuất gia chỉ đi khất thực để sống, mà còn bao nhiêu việc phải làm, phải có bổn phận, trách nhiệm với cha mẹ, vợ con, bạn bè, quyến thuộc. Vì vậy, đối với họ phải có nghề nghiệp chính đáng để tạo dựng đời sống cho chính mình.

Nhưng nếu muốn vậy, điều cần thiết là phải siêng năng, tinh xảo trong nghề nghiệp. Nếu không sống đời chính đáng siêng năng, cần mẫn thì sẽ dễ bị cuốn trôi vào những hành vi bất thiện để kiếm tiền. Một khi đời sống thiếu đúng đắn mà kiếm được tiền bạc thì sẽ bị vua chúa tước đoạt. Như vậy, phương pháp hữu hiệu gìn giữ tiền tài là tự mình phải có nghề nghiệp hợp pháp, lương thiện. Tài sản có ra do đôi bàn tay mình tạo dựng, do mồ hôi mình đổ xuống, ấy mà còn phải phòng hộ các tai nạn nước, lửa, trộm cướp và con cái hư hỏng phá tán. Vì nhiều nhà giàu có, tiền bạc dư dả và quá thương yêu, nuông chiều con cái nên để chúng tự do phung phí mà không tiếc rẻ trong những cuộc cờ canh bạc, hay la cà đình đám rượu chè. Đây chính là thái độ dung dưỡng những đứa con hư hỏng phá sản gia đình rồi đến quốc gia xã hội. Vì rằng khi đã phá tan sự nghiệp của mẹ cha, tuần tự sẽ phá làng xóm chung quanh, hư hại của mọi người. Vì vậy, nhận chân được đời sống hạnh phúc về vật chất, đức Phật dạy người có tiền bạc là phải gia tâm phòng hộ, đây là lời dạy rất thực tiễn và tâm lý.

c. Làm bạn với thiện

"Ở đây này Byagghapajja, thiện nam tử sống tại làng hay tại thị trấn, tại đây có những con người gia chủ hay gia chủ, những trẻ được nuôi lớn trong giới đức, đầy đủ lòng tin, đầy đủ giới đức, đầy đủ bố thí, đầy đủ trí tuệ, vị ấy làm quen, nói chuyện thảo luận với những người đầy đủ lòng tin, vị ấy học tập đầy đủ giới đức, với những người đầy đủ bố thí, học tập đầy đủ bố thí với những người đầy đủ trí tuệ, học tập đầy đủ trí tuệ."

Làm bạn với thiện là nói lên ý nghĩa chân chánh, cao thượng, là một nếp sống lành mạnh của bản thân và của những người chung quanh. Như đức Phật đã thuyết giảng, tại trú xứ mình sinh sống, hay làng mạc thị thành có những người cư sĩ hay con cư sĩ mà thành tựu được giới đức, đầy đủ lòng tin, có bố thí, có trí tuệ, thì những điều kiện này là đáng thân cận và hỏi han thảo luận. Và, từ những người đầy đủ giới đức thì nên học tập giới đức, từ những người đầy đủ bố thí, thì nên học tập bố thí, từ những người đầy đủ trí tuệ thì nên học lập trí tuệ. Đây là những người bạn chân thật hiền thiện nên thân cận giao dịch.

Như vậy, hai pháp đầu mà đức Phật đã dạy là phương pháp làm ra của cải tiền bạc và bảo vệ gìn giữ. Nhưng đến pháp thứ ba này đức Phật dạy về tài sản thuộc lãnh vực tinh thần để cho con người tự ý thức rằng, đời sống không chỉ riêng có vật chất và cũng để nói lên giá trị đạo đức trong sự sinh hoạt hằng ngày. Bởi vậy, người cư sĩ Phật tử phải học hỏi giáo pháp để có một thái độ sống cao thượng, một ngôn ngữ và hành động phù hợp với giáo nghĩa, và để hoàn thành một nhân cách thánh thiện.

d. Sống thăng bằng điều hòa

"Ở đây, này Byaggahapajja, thiện nam tử sau khi biết tài sản nhập và sau khi biết tài sản xuất, sinh sống một

cách điều hòa, không quá phung phí (na accogatham) không quá bỏn xẻn (atihinam). Người ấy suy nghĩ: "Đây là tiền nhập của ta, sau khi trừ đi tiền xuất, còn lại như sau...; đây là tiền xuất của ta, sau khi trừ đi tiền nhập, còn lại như sau..."

"Ví như, này Byaggahapajja, người cầm cân hay đệ tử người cầm cân, sau khi cầm cân biết rằng: "Với chừng ấy, cân nặng xuống, hay với chừng ấy, cân bổng lên..." Thiện nam tử, sau khi biết tài sản nhập, sau khi biết tài sản xuất, sinh sống một cách điều hòa, không quá phung phí, không quá bỏn xẻn (nghĩ rằng:) "Đây là tiền của ta... Sau khi trừ đi tiền nhập còn lại như sau..." Nếu thiện nam tử này, tiền nhập vào ít (appāyo) nhưng nếu sống nếp sống rộng rãi (hoang phí) thì người ta nói về người ấy như sau: "Người thiện nam tử này ăn tài sản của ông ấy, như người ăn trái cây sung (udumbara)"... Nếu người thiện nam tử này có tiền nhập lớn, nhưng nếu sống nếp sống cơ cực (kasiram) thì người ta sẽ nói về người ấy như sau: "Người Thiện nam tử này sẽ chết như người chết đói (ajaddhumarikam)..." Thiện nam tử này, sau khi biết tài sản nhập... Đây gọi là nếp sống thăng bằng điều hòa."

Của cải sau khi được làm ra, phải được tiêu dùng thích hợp, mà không quá phung phí, cũng không quá bỏn xẻn. Nếu tiền xuất nhiều hơn tiền nhập, ấy là kẻ ăn tiêu phí phạm, kết quả sẽ bị phá sản, mà còn đánh mất sự độ lượng của tâm hồn. Còn nếu ăn tiêu hẹp hòi, bỏn xẻn thì sẽ trở thành kẻ nô lệ cho tiền bạc, cứ bo bo cất giữ mà không dám tiêu dùng. Con người làm chủ được vật chất tiền bạc thì sẽ có một đời sống hạnh phúc an lạc, bằng ngược lại để tiền bạc làm chủ mình thì đó là kẻ tôi tớ cho tiền bạc và sẽ làm khổ chính bản thân. Người làm chủ tiền bạc là khi cần dùng thì phải tiêu dùng, còn không cần thì thôi. Người bị tiền bạc làm chủ là suốt đời khóa kỹ cất giấu tài sản mà không dám tiêu xài cho chính mình, huống nữa là bà con quyến thuộc hay đem cho những người ngoài. Như vậy, một đời sống thăng bằng là một đời sống không quá phung phí và không quá hà tiện.

Sau đây, đức Phật dạy về bốn nguyên tắc để thiết lập một đời sống điều hòa, không tiêu phí vô ích:

"Như vậy, này Byaggahapajja, có bốn cửa vào để tài sản được hưng khởi: không đắm say đàn bà, không đắm say rượu, không đắm say cờ bạc, bạn bè với thiện, thân hữu với thiện, giao du với thiện. Ví như, này Byagghapajja, một hồ nước lớn có bốn cửa nước chảy vào, có bốn cửa nước chảy ra, có người mở ra các cửa nước chảy vào, có người đóng lại các cửa nước chảy ra và trời lại mưa đúng lúc. Như vậy, này Byaggahapajja, chờ đợi là hồ nước ấy được tăng trưởng không có giảm thiểu."

Như vậy, đóng được bốn cửa phung phí tiền bạc ở trên thì tài sản sẽ không bị thất thoát vô ích, người cư sĩ sẽ có đời sống hạnh phúc an lạc.

Bốn pháp đức Phật đã dạy trên chính là bốn pháp đưa đến hạnh phúc hiện tại, an lạc hiện tại cho một con người sống đời gia đình có vợ con.

2. Bốn điều đem lại hạnh phúc trong tương lai

a. Đầy đủ lòng tin (saddhā)

"Ở đây, này Byaggahapajja, Thiện nam tử có lòng tin, tin tưởng ở sự giác ngộ của Như Lai: "Đây là Thế Tôn... Bậc đạo sư của chư thiên và loài người, Phật Thế Tôn."... Đây gọi là đầy đủ lòng tin."

Lòng tin là gốc của muôn hạnh lành, của công đức, có tin tưởng mới có sự thực hành chơn chánh và lâu dài.

Người cư sĩ Phật tử có lòng tin Tam bảo nên mới quy y Tam bảo và thực hiện lòng tin của mình đối với Phật, Pháp và Tăng. Tin tưởng sự giác ngộ của Như Lai là tối thượng, Giáo pháp của Như Lai thuyết giảng là Giáo pháp đưa đến giải thoát và chư Tăng là đoàn thể hòa hiệp và thanh tịnh. Như vậy, đây là điều kiện đầu tiên giữ vững lý tưởng và nói lên giá trị đạo đức tinh thần và tâm linh.

b. Đầy đủ giới đức (sila)

"Ở đây, này Byaggahapajja, thiện nam tử từ bỏ sát sanh... từ bỏ không say đắm rượu men, rượu nấu. Này Byaggahapajja, đây gọi là đầy đủ giới đức."

Người đã từ bỏ sát sanh, trộm cắp, tà hạnh, nói dối và uống rượu, tức người đã giữ giới thanh tịnh. Bản thân của giới là điều kiện xây dựng một đời sống có cương lĩnh đạo đức và thể hiện sự thanh bình trong tất cả mọi người.

Phật tử giữ gìn giới đức là nói lên vai trò người con Phật chân chánh thanh cao. Giới cũng là điều kiện cơ bản làm nguyên nhân đưa người đến cảnh giới an lạc hạnh phúc.

c. Đầy đủ bố thí

"Ở đây, này Byaggahapajja, Thiện nam tử sống ở gia đình, với tâm không bị cấu uế, xan tham chi phối, bố thí rộng rãi, với bàn tay rộng mở, vui thích từ bỏ, sẵn sàng để được yêu cầu, vui thích chia sẻ vật bố thí. Này Byaggahapajja, đây gọi là đầy đủ bố thí."

Hạnh lành đầu tiên mà đức Phật dạy cho mọi người là bố thí. Vì con người lòng tham vô đáy mà cũng chính lòng tham đó làm điều kiện tạo tội ác, cho nên đức Phật đã dạy, phương pháp điều phục tội lỗi của tham lam là sự bố thí, là san sẻ tài sản vật chất, năng lực, hiểu biết, sự không sợ hãi, tình cảm, giáo pháp... Nghĩa là tất cả những gì mình có mà người khác không có. Cho một sự không sợ hãi đến người đang sợ hãi bằng một lời nói bình tĩnh, một nụ cười thành thật, thì đó chính là sự bố thí hữu hiệu, có tác dụng. Ý nghĩa bố thí cao nhất đó là người biết "mở rộng lòng từ". Người chỉ biết thu nhận và gìn giữ mà không biết chi dùng đem cho, ấy là người vị kỷ keo kiết. Nếu trong cộng đồng xã hội đa phần là những hạng người này thì đây là dấu hiệu bất hạnh cho con người trong xã hội đó. Trong gia đình mà cha con, anh em ai cũng chỉ nghĩ đến riêng bản thân mình thì chắc chắn gia đình ấy không hạnh phúc. Vì chính ý nghĩa tạo lập sự an lành và hạnh phúc cho nên bố thí trước hết là đoạn tận lòng tham, tính bỏn xẻn và tâm lý tị hiềm với con người. Ý nghĩa bố thí thật rộng rãi chứ không chỉ đóng khung trong một giới hạn nào. Người có của cải, có danh vọng, có địa vị, có danh dự... tất cả đều bố thí được. Một người lớn hơn mình, có lòng thương yêu quí trọng mình, mà mình đáp lại bằng tấm lòng khiêm cung, từ tốn, thì đó chính là mình đã bố thí danh dự của mình. Như vậy, không những tự bản thân mình được an lạc mà còn tạo được sự hòa nhã hạnh phúc cho người trên nữa. Bởi vậy, sự bố thí không nhất thiết luôn đòi hỏi tiền tài, phẩm vật mà hễ có thân, có tâm là có thể bố thí.

d. Đầy đủ trí tuệ

"Ở đây, này Byaggahapajja, thiện nam tử có trí tuệ, thành tựu trí tuệ về sanh diệt, với thánh thể nhập (quyết trạch) chơn chánh chấm dứt khổ đau. Này Byaggahapajja, đây gọi là đầy đủ trí tuệ."

Trí tuệ là yếu tố chỉ đạo tâm linh, người có trí tuệ mỗi khi hành động đều phù hợp với luật nghi. Nói những điều Phật nói, làm những điều Phật làm và những việc này đều thích hợp với chiều hướng đi lên của các bậc thượng trí. Trí tuệ là tấm gương sáng để tự soi cho chính mình mỗi khi hành động, đi, đứng, nằm, ngồi, đều cảm thấy yên lòng, vì chẳng tạo các điều tội lỗi nên tâm hồn chẳng bao giờ sanh ra sự hối hận, tiếc nuối. Hành động, ngôn ngữ và ý nghĩ đều hợp nhất. Bởi vậy, đối với người có trí tuệ chẳng sanh sợ hãi lo âu, sầu muộn. Có trí tuệ là có nhận thức chân chánh trong mọi sinh hoạt thường nhật. Bản thân trí tuệ là một ngọn đuốc sáng được thắp lên trong tâm trí của tự mỗi con người, nhờ ánh sáng trí tuệ này mà chư Phật, chư Bồ tát đã nhận diện ngay tự thể chân lý và kiện toàn trí tự giác, hay còn gọi là vô sư trí, vô sư tự ngộ hay tự giác thánh trí.

Bởi vậy, nếu người Phật tử không có cái nhìn đúng đắn, không nhận thức như lý tác ý thì không phải là người có trí tuệ, dễ rơi vào tà kiến. Do đó, đức Phật dạy pháp thứ tư này cho các hàng Phật tử tại gia là phải siêng năng trau dồi trí tuệ để được hạnh phúc và bình an trong tương lai.

Tất cả những tiểu mục vừa được trình bày, Tiết 3 tóm tắt theo biểu đồ sau:

Bốn điều kiện đem lại hạnh phúc ngay trong hiện tại

1. Đầy đủ sự tháo vát (sĩ, nông, công, thương)

- Làm việc không biết mỏi mệt.
- Rành việc và rành điều khiển người làm việc cho mình.

2. Đầy đủ sự phòng hộ

a. Biết giữ gìn cẩn trọng của cải đã làm ra một cách hợp pháp bằng sức lao động hợp lý của chính mình.

b. Thu nhập được chia làm 4 phần:

- Một phần để sinh sống hằng ngày.

- Một phần để chi tiêu việc bất thường.
- Một phần để sung vào quỹ gia đình.
- Một phần để đầu tư tích lũy.

3. Làm bạn với thiện

- Bạn bè có giới đức.
- Có đầy đủ lòng tin Tam bảo.
- Có bố thí cúng dường.
- Có trí tuệ, biết rõ giáo pháp thể chứng Niết-bàn.

4. Sống thăng bằng điều hòa

- Quân bình xuất nhập trong gia đình: thu nhiều hơn chi.
- Quân bình sức khỏe: không tham dự chuyện gái trai, cờ bạc, rượu chè.
- Quân bình tâm lý: không bất mãn cũng không thỏa mãn.

b. Bốn điều kiện đem lại hạnh phúc trong tương lai

1. Đầy đủ lòng tin: Tin sự giác ngộ của Như Lai, Giáo pháp đưa đến giải thoát và đoàn thể Tăng già hòa hiệp thanh tịnh.
2. Đầy đủ giới đức: Giữ năm giới cấm (không sát sanh, không trộm cắp, không tà hạnh, không nói dối, không say sưa).
3. Đầy đủ bố thí: Rộng lòng bố thí và cúng dường.
4. Đầy đủ trí tuệ: Tu tập Tứ Thánh Đế, nhận thức rõ pháp sinh diệt, vô thường, khổ, vô ngã, phát tâm cần cầu giải thoát.

Trong Tiết 2, chúng tôi đã trình bày về các vấn đề quan

hệ giữa cha mẹ, con cái, vợ chồng... trong phạm vi tương giao tốt giữa gia đình và xã hội cũng chính là nền tảng của sự an lạc và hạnh phúc cho con người, nên trong tiết này, chúng tôi hệ thống sáu mối tương giao trên một cách đại lược để quí vị có nét đại cương hơn, theo biểu đồ:

1. Phương đông: Quan hệ cha mẹ, con cái

a. Bổn phận cha mẹ giáo dục tốt con cái:

- Xây dựng gia đình giàu có.
- Phân chia tài sản đồng đều.

b. Cha mẹ là đấng thiêng liêng của con cái:

- Bổn phận con cái phải lo hầu hạ cha mẹ hằng ngày.
- Phụng dưỡng chăm nom khi cha mẹ tuổi già sức yếu.

2. Phương nam: Quan hệ thầy trò

a. Thầy: dạy có kết quả, huấn luyện tốt, đào tạo nên người thiết thực. Giới thiệu học trò với các bạn bè. Chuẩn bị nghề nghiệp cho học trò khi học xong.

b. Trò: học có kết quả, kính trọng và vâng lời thầy dạy. Chăm chỉ và hoàn tất bổn phận đối với thầy.

3. Phương tây: Quan hệ vợ chồng

a. Chồng: thương yêu, kính trọng và chung thủy với vợ. Bảo đảm đời sống và mọi tiện nghi cho vợ. Thường tặng quà trang sức, áo vải.

b. Vợ: thương yêu, kính trọng và chung thủy với chồng. Chăm nom công việc gia đình tốt. Siêng năng, khôn khéo trong mọi công việc nhà. Đối xử độ lượng với người làm công. Giao tiếp lịch sự với khách khứa và thân thuộc của chồng.

4. Phương bắc: Quan hệ bạn bè, bà con

Láng giềng:

- Yêu thương và tôn trọng lẫn nhau.
- Vui vẻ và ôn hòa.
- Thành thật với nhau, chung lo hạnh phúc cho nhau.
- Giúp đỡ khi gặp hoạn nạn, không bỏ nhau khi gặp khó khăn.

5. Phương dưới: Quan hệ chủ nhân với người giúp việc

a. Chủ: Lượng công việc giao vừa khả năng. Trả tiền công thích đáng. Trợ cấp thuốc men. Thường cho quà thưởng.

b. Người giúp việc: Hoàn tất công việc, cần mẫn tốt. Thật lòng không lừa gạt. Biết vâng lời.

6. Phương trên: Quan hệ tu sĩ và cư sĩ

a. Tu sĩ: Trao truyền sự hiểu biết cho cư sĩ. Truyền năm giới và giới thiệu các thiện pháp tu hành đưa đến giải thoát.

b. Cư sĩ: Phụng sự nhu cầu vật chất và cung kính tôn trọng.

*

Trong một bài pháp, đức Phật đã thuyết giảng cho Trưởng giả Cấp Cô Độc, người đệ tử tại gia giàu lòng hộ pháp, Ngài đã dạy rằng: có 4 loại hạnh phúc về vật chất mà người sống đời gia đình được thọ hưởng:

1. Hạnh phúc có vật sở hữu

"Là hạnh phúc của người kia đã tạo nên tài sản do nhờ

sự nỗ lực cố gắng, nhờ sức lực của chăn tay và mồ hôi trán mà thâu nhập được và thọ lãnh một cách hợp pháp. Khi nghĩ rằng tài sản này ta đã tạo nên do nhờ sự nỗ lực cố gắng, thâu nhập và thọ lãnh hợp pháp, người kia cảm thấy thỏa thích và mãn nguyện."

2. Hạnh phúc có tài sản

"Là hạnh phúc của người kia đã tạo tài sản do nhờ sự nỗ lực cố gắng. Bây giờ chính mình thọ hưởng tài sản ấy hoặc dùng của ấy để gieo phước, khi nghĩ rằng do nhờ tài sản đã tạo nên hay chính ta thọ hưởng và gieo phước, người kia cảm thấy thỏa thích và mãn nguyện."

3. Hạnh phúc về sự không mang nợ

"Là hạnh phúc của người kia không thiếu ai món nợ lớn nhỏ nào, người kia cảm thấy thỏa thích và mãn nguyện."

4. Hạnh phúc không có sự khiển trách

"Là hạnh phúc của bậc thánh nhân, không có sự khiển trách về tư tưởng. Khi nghĩ rằng mình được hưởng thọ hạnh phúc không có sự khiển trách về hành động, không có sự khiển trách về lời nói, không có sự khiển trách về tư tưởng, bậc thánh nhân cảm thấy hoan hỷ."

Ở đây, chúng ta thấy rằng tất cả 4 điều trên, 3 điều hoàn toàn thuộc về lãnh vực kinh tế. Để cuối cùng, đức Phật dạy Trưởng giả cấp Cô Độc biết rằng hạnh phúc về kinh tế, tài sản thì không "đáng 1 phần 16" của hạnh phúc thuộc về tâm hồn được sinh khởi từ một đời sống không lỗi lầm, thánh thiện.

Qua những điều kiện được trình bày trên, chúng ta thấy rằng đức Phật đã quan tâm đặt vấn đề kinh tế là điều cần thiết cho hạnh phúc của một con người. Nhưng, ngài hoàn toàn không chấp nhận tất cả sự phát triển thuần nhất về vật chất, mà không có một nền tảng đạo đức chỉ đạo tâm linh. Vì vậy, trong khi đức Phật thuyết giảng về mặt phát triển tài sản vật chất thì cũng song song đức Phật đã nhấn mạnh đến vấn đề vun bồi, phát triển một đời sống đạo đức tâm linh để tạo lập một xã hội thanh bình, hạnh phúc.

Trong phẩm thứ II, Không Phóng Dật, một hôm vua Pasenadi nước Kosala đến yết kiến đức Phật và bạch Thế Tôn là có một pháp nào mà pháp đó có thể đưa đến sự chứng đắc và tồn tại cả hai hạnh phúc: hạnh phúc đời này, và hạnh phúc đời sau không?

Đức Thế Tôn đã trả lời là có một pháp có khả năng đưa đến sự chứng đắc và tồn tại cho cả hai loại hạnh phúc đời này và đời sau. Đó chính là pháp bất phóng dật. Thế Tôn dạy:

"Ai ước nguyện tuổi thọ,
Không bịnh có diện sắc,
Được sanh lên Thiên giới,
Sanh các nhà quý tộc,
Phải liên tục tăng thượng,
Tinh tấn không dừng nghỉ.
Người hiền triết tán thán,
Hạnh lành không phóng dật,
Đối với những người lành,
Làm các hạnh công đức.
Người hiền không phóng dật,
Được cả hai lợi ích,
Lợi ích trong đời này,
Lợi ích cả đời sau.
Kẻ anh hùng được gọi,
Là bậc chân hiền trí.
Nếu biết nắm chụp lấy,
Hạnh phúc cho chính mình."

Trong phần Cây lau, đức Phật cũng đã dạy ý nghĩa của một đời sống hạnh phúc trong hiện tại:

Không tiếc nuối quá khứ,
Không mơ ước tương lai,
Chỉ sống với hiện tại,
Người tiếc nuối quá khứ,
Người mơ ước tương lai,
Hạnh phúc đời khô héo,
Như bông lau lìa cành."

Dưới một hình thức khác, phẩm kinh A-nan Nhất Dạ Hiền Giả, Phật dạy:

"Quá khứ không trông tìm,
Tương lai không ước vọng.
Quá khứ đã đoạn tận,
Tương lai lại chưa đến,
Chỉ có pháp hiện tại,
Tuệ quán chính ở đây,
Không động không rung chuyển,
Biết vậy nên tu tập.
Hôm nay nhiệt tâm làm,
Ai biết chết ngày mai?
Không ai điều đình được,
Với đại quân thần chết.
Trú như vậy nhiệt tâm,
Đêm ngày không mỏi mệt,
Xứng gọi Nhất Dạ Hiền,
Bậc an tịnh trầm lặng."

Hiện tại là chỗ thực tướng đối với con người mà sống tức có nghĩa là sống với cái hiện tại, sống cho hiện tại. Hay nói khác đi, chỉ có giờ phút hiện tại mới đích thực là sống. Sống với thời điểm hiện tại mới là tinh thần sống trung thực. Điều mà con người than thở, luyến tiếc những việc đã qua (quá khứ) và trông tìm những điều chưa đến (tương lai) thì đây chẳng phải là đánh mất cái thực tại, chạy theo cái phi thực, ảo huyền, tạo cho mình những nỗi khổ đau phiền loạn, đánh mất cái hiện tại tức là đánh mất cái giờ phút linh hoạt và sống động. Vì cái hiện tại là cái "đang là", đầy ý nghĩa sáng tạo, là mạch nguồn sống động. Nếu con người ý thức được giá trị của cái giờ phút hiện tại "đang là" ấy, thì chính là thời điểm vĩnh cửu của đời mình.

Trong ý nghĩa của cuộc sống, nếu con người không phấn đấu, tích cực để nhận chân thời điểm hiện tại như nó "đang là" áp dụng một cách hữu hiệu bằng khả năng và trí tuệ chứng minh để tạo lập an lạc, hạnh phúc và giải thoát. Kinh Nhất Dạ Hiền Giả, đức Phật đã dạy, nhan sắc của chính mình sẽ bị héo khổ mau lẹ như cành lau xanh lìa cành, và cũng vậy, hạnh phúc của đời mình cũng héo khô không kém, nếu mình mãi lãng quên cái "bây giờ".

Như vậy, giờ phút hiện tại, và tại đây chính như là hòn đảo an toàn mà đức Phật chỉ cho con người hãy quay về và nương tựa đời mình để khỏi phải rong ruổi và đắm chìm trong kiếp sống mênh mông của ảo tưởng. Từ đây, con người tạo lập, xây dựng tòa lâu đài hạnh phúc trong ý nghĩa sống thiết thực, mà con người muôn đời mãi tìm kiếm.

B. Đời sống một tu sĩ hạnh phúc trong hiện tại và tương lai

Thiện nam tử lìa bỏ gia đình, sống không gia đình, xuất gia học đạo, mục đích là tạo lập chí hướng để xây dựng một đời sống thoát ly phiền não và nhận diện hiện tại lạc thú bằng trí tuệ siêu việt.

Một đời sống tịch tịnh và thanh đạm của người xuất gia là một đời sống hòa hiệp, xóa tan bản ngã cá nhân để sống vào đại thể như sữa được hòa tan trong nước. Chính đời sống đó tạo thành một năng lực đưa người xuất gia trên bước đường giáo hóa lợi tha. Một đời sống không gia đình, nói lên ý nghĩa tự tại vô điều kiện, đây chính là hạnh phúc ngay bản thân của người xây dựng chí hướng giải thoát. Như đã có lần đức Phật giảng dạy, đời sống của một vị tỳ-kheo, là đời sống của một kẻ không nhà, một tấm áo ca-sa, một bình bát, lang thang trong rừng sâu để hưởng thọ sự tịch tịnh của núi rừng, để nếm hương vị tịch liêu độc cư thiền định. Duy trì mạng sống, người xuất gia ôm bình bát khất thực, ngày chỉ ăn một bữa, đêm thì ngủ dưới gốc cây một lần, đời sống không tài sản của những người buông xả tất cả.

Một đời sống thanh tịnh, cao thượng, chính đời sống này là một đời sống vượt lên trên mọi đời sống. Và vì vượt lên trên tất cả cho nên mới hóa độ cho tất cả. Cũng giống như ánh sáng của trăng sao, ở tít tận trên cao mới có thể tỏa ánh sáng bao trùm vạn vật. Vì vậy, trong tinh thần giáo hóa để kiện toàn một đời sống chân thật hạnh phúc cho bản thân và con người, người xuất gia không thiên vị, phân chia hay biệt lập. Đời sống của họ được hòa tan trong đại thể, cho nên dưới mắt của người xuất gia chẳng có gì là cố định cả. Vì rằng tất cả đều biến chuyển theo dòng sóng của tâm tư và di dịch theo hành động. Người xuất gia nhận định cuộc sống là một sự tương quan sinh tồn, tương duyên hòa hiệp với nhau. Bởi vậy, với mục đích thiết thực là phục vụ cho con người đem lại lợi ích chung, cho cộng đồng xã hội. Vì chính lợi ích này là yếu tố kiện toàn sự an lành và hạnh phúc cho người xuất gia, cho nên tự bản thân của họ là bản thân của người *"hoằng pháp thị gia vụ, lợi sanh vi sự nghiệp"*.

Người xuất gia nhận chân cuộc đời theo tinh thần giáo pháp là một biển khổ mênh mông, vì vậy trách nhiệm hiện tại và thiết thực nhất của họ là phải nhận diện khổ đau và tận diệt khổ đau, phải vận dụng trí năng đoạn trừ vô minh, lậu hoặc thay bằng ánh sáng trí tuệ giải thoát. Vì giải thoát là khung trời hạnh phúc an lạc tối hậu.

Người xuất gia sống đời giải thoát, mang tinh thần "thượng cầu hạ hóa" với một sức lực vô biên và sở hành vô úy. Bởi vậy, họ đã xứng danh là "hủy hình thủ chí tiết, cát ái từ sở thân, xuất gia hoằng Phật đạo, thệ độ nhất thiết nhân" - hủy bỏ hình tướng giữ lấy khí tiết, cắt đứt ân ái từ giã người thân, xuất gia hoằng dương Phật đạo, thề hóa độ tất cả mọi người. Và hiện thân của người xuất gia là hiện thân của sự an lạc hòa hiệp, là một đời sống hạnh phúc không tranh chấp và náo loạn. Họ an lành từ lời nói, họ hạnh phúc từng hành động và họ giải thoát từ ý nghĩ. Môi trường sống của họ là môi trường sống hòa hiệp và thanh tịnh. Trong môi trường này, đức Phật đã xây dựng 6 thái độ bình an hòa hợp chúng. Sự hòa hợp như nước hòa với sữa, như ánh sáng hòa trong không gian. Sáu điều hòa hợp ấy là:

1. Thân hòa đồng trụ
2. Khẩu hòa vô tránh
3. Ý hòa đồng duyệt
4. Lợi hòa đồng quân
5. Giới hòa đồng tu
6. Kiến hòa đồng giải

Trong tinh thần lục hòa này, nơi đây chúng tôi chỉ nêu lên mà không lý giải, trong Tiết 7: Nguyên tắc sinh hoạt tốt tạo nên tình đoàn kết hết sức mạnh của tập thể. Nguyên tắc nhiếp chúng. Sau đây, chúng tôi sẽ đi vào từng chi tiết.

Đời sống của người xuất gia là đời sống theo một nguyên tắc được chỉ đạo trên tinh thần giáo lý giải thoát. Như trong kinh Tương Ưng Bộ, đức Phật đã dạy:

"Với những ai, này các tỳ-kheo, Bốn Niệm Xứ này được thực hành, đối với những người ấy, cũng được thực hành

là thánh đạo đưa đến chân chánh đoạn diệt khổ đau. Thế nào là bốn?

"Ở đây, này các tỳ-kheo, tỳ-kheo quán thân trên thân, nhiệt tâm tỉnh giác, chánh niệm, nhiếp phục tham ưu ở đời. Trú quán thọ trên các cảm thọ... Trú quán tâm trên tâm... Trú quán pháp trên pháp, nhiệt tâm, tỉnh giác, chánh niệm, nhiếp phục tham ưu ở đời.

"Đối với những ai, này các tỳ-kheo, Bốn Niệm Xứ này bị thối thất, thì cũng thối thất là thánh đạo đưa đến chân chánh đoạn diệt khổ đau.

"Đối với những ai, này các tỳ-kheo, Bốn Niệm Xứ này được thực hành, thời cũng được thực hành là thánh đạo đưa đến chân chánh đoạn diệt khổ đau."

Đời sống của tỳ-kheo là một đời sống tỉnh thức, ý niệm luôn luôn được đánh thức một cách trong sáng. Vì vậy, trong ý thức sống không tạp loạn để tâm tư được tịch tịnh, Đức Phật dạy:

"Này các tỳ-kheo, tỳ-kheo hãy trú chánh niệm, tỉnh giác. Đây là lời giáo giới của Ta cho các ngươi."

"Và này các tỳ-kheo, thế nào là tỳ-kheo chánh niệm? Ở đây, này các tỳ-kheo, tỳ-kheo trú quán thân trên thân, nhiệt tâm, tỉnh giác, chánh niệm, nhiếp phục tham ưu ở đời... Như vậy, này các tỳ-kheo, là tỳ-kheo chánh niệm."

"Và này các tỳ-kheo, như thế nào là tỳ-kheo tỉnh giác? Ở đây, này các tỳ-kheo, biết rõ ràng các cảm thọ khởi lên, biết rõ ràng các cảm thọ an trú, biết rõ ràng các cảm thọ đi đến tiêu mất; biết rõ ràng các tâm khởi lên, biết rõ ràng các tâm an trú, biết rõ ràng các tâm đi đến tiêu mất; biết rõ ràng các tưởng khởi lên, biết rõ ràng các tưởng an trú, biết rõ ràng các tưởng đi đến tiêu mất. Như vậy, này các tỳ-kheo, là tỳ-kheo tỉnh giác."

"Ở đây, này các tỳ-kheo, tỳ-kheo trú quán tánh tập khởi trên thân, trú quán tánh đoạn diệt trên thân, trú quán tánh tập khởi và đoạn diệt trên thân, nhiệt tâm, tỉnh giác, chánh niệm, nhiếp phục tham ưu ở đời. Vị ấy trú quán tánh tập khởi trên các cảm thọ, trú quán tánh đoạn diệt trên các cảm thọ, trú quán tánh tập khởi và tánh đoạn diệt trên các cảm thọ... Trú quán tánh tập khởi trên tâm... Trú quán tánh tập khởi trên các pháp, trú quán tánh đoạn diệt trên các pháp, nhiệt tâm, tỉnh giác, chánh niệm, nhiếp phục tham ưu ở đời. Như vậy, này các tỳ-kheo, là sự tu tập Niệm Xứ.

"Và này các tỳ-kheo, thế nào là đạo lộ đưa đến sự tu tập Niệm Xứ? Đây là con đường thánh đạo 8 ngành tức là chánh tri kiến... chánh định. Này các tỳ-kheo, đây gọi là đạo lộ đưa đến sự tu tập Niệm Xứ."(18)

Bát thánh đạo là đạo lộ chân chánh tám ngành, là con đường duy nhất, độc đạo, đưa người đến quả vị giải thoát tối thượng. Bát thánh đạo được hiểu như là những điều kiện thuần nhất tuyệt đối thánh thiện để kiện toàn một đời sống tâm linh thuần khiết mà vai trò người xuất gia vì lý tưởng siêu thoát không thể thiếu. Tám điều kiện này là yếu tố xây dựng sự bình an và hạnh phúc tuyệt đối cho đời sống hiện tại và tương lai. Tám điều kiện ấy là: Chánh kiến (sammā-diṭṭhi), Chánh tư duy (sammā-saṅkappa), Chánh ngữ (sammā-vācā), Chánh nghiệp (sammā-kammanta), Chánh tinh tấn (sammā-vāyāma), Chánh niệm (sammā-sati), Chánh định (sammā-samādhi), Chánh mạng (sammā-ājīva). (Giáo lý Bát thánh đạo sẽ được trình bày trong Tiết 8.)

Tỳ-kheo sống đời núi rừng, đức Phật dạy có 5 pháp làm động cơ thúc đẩy càng thêm dũng mãnh và tinh tấn để chứng đắc ngay trong đời hiện tại, pháp lạc hiện trú:

Năm sự quán sát sợ hãi trong tương lai:

1. *Ở đây, này các tỳ-kheo, tỳ-kheo sống ở rừng quán sát như sau: "Nay ta sống một mình trong rừng, khi ta sống một mình trong rừng, con rắn có thể cắn ta, con bò cạp có thể cắn ta, con rít có thể cắn ta. Do vậy, ta có thể mệnh chung. Như vậy là chướng ngại của ta. Vậy ta hãy cố gắng tinh tấn để chứng đạt những gì chưa chứng đạt, để chứng đắc những gì chưa chứng đắc, để chứng ngộ những gì chưa chứng ngộ."*

2. *Lại nữa, này các tỳ-kheo, tỳ-kheo sống ở trong rừng quán sát như sau: "Nay ta sống một mình trong rừng, khi ta sống một mình trong rừng, ta có thể vấp ngã và té xuống, còn khi ta ăn có thể làm ta mắc bịnh khi ăn, hay mật (nittam) có thể làm ta khuấy động (kuppati) hay niêm dịch (đàm: seham) có thể làm ta khuấy động, do vậy ta có thể mệnh chung... ...để chứng ngộ những gì chưa chứng ngộ."*

3. *... tỳ-kheo sống ở rừng quán sát như sau: "Nay ta sống một mình, sống một mình trong rừng, ta chung sống với các loài thú nguy hiểm (vābhi) như sư tử, như cọp, như báo, như gấu (acchena) như con dã can (taracchena). Chúng nó có thể đoạt mạng sống của ta, có thể làm ta mệnh chung, như vậy là sự chướng ngại cho ta. Vậy ta hãy tinh tấn... để chứng ngộ những gì chưa chứng ngộ."*

4. *... tỳ-kheo sống ở rừng quán sát như sau: "Nay ta sống một mình trong rừng, ta chung sống với các loài ăn trộm, ăn cắp, đã hành nghề hay chưa hành nghề. Chúng có thể đoạt mạng sống của ta, chúng có thể làm cho ta mạng chung và như vậy là chướng ngại cho ta. Vậy ta hãy hăng hái tinh cần... để chứng ngộ những gì chưa chứng ngộ."*

5. *... tỳ-kheo sống ở rừng quán sát như sau: "Nay ta sống một mình ở trong rừng. Ở trong rừng có những loài phi nhân nguy hiểm. Chúng có thể đoạt mạng sống của ta,*

làm ta mệnh chung, như vậy là một chướng ngại cho ta. Vậy ta hãy hăng hái tinh cần để chứng đạt những gì chưa chứng đạt, để chứng đắc những gì chưa chứng đắc, để chứng ngộ những gì chưa chứng ngộ."

Dưới một khía cạnh khác, đức Phật đã trình bày hình thức hạnh phúc như sau:

"Lòng tin đối với đời,
Là tài sản tối thượng,
Chánh pháp khéo hành trì,
Đem lại chơn an lạc.
Chân lý giữa các vị,
Là vị ngọt tối thượng
Phải sống với trí tuệ,
Được gọi sống tối thượng."

Đức Phật bằng mọi cách đã đánh thức tâm tư các hàng tỳ-kheo luôn luôn định tĩnh và nhận chân giá trị đích thực của chính mình. Phương pháp huấn thị của Ngài bằng tinh thần giáo lý thực tiễn và thực tại. Nội dung giáo pháp hoàn toàn đem lại hương vị bình an và hạnh phúc. Một niềm bình an trong sáng, thuần khiết không bị chi phối phiền lụy bởi những ràng buộc cuộc đời. Họ tĩnh tọa tư duy sau những giờ khất thực, họ kinh hành bình thản sau những giờ tham thiền. Trong chốn rừng sâu, nơi ngôi nhà lá hay dưới những ổ rơm, ý nghĩ chân thành trong cuộc sống, hàng tỳ-kheo vẫn không đánh mất. Vì rằng, họ đã thể nhận được tinh thần nơi đây và bây giờ: *"Niết-bàn là thiết thực hiện tại, không có thời gian đến để mà thấy, có khả năng hướng thượng được người trí tự mình giác hiểu."* Đây chính là ý nghĩa tuyệt đối hạnh phúc, vượt lên trên tất cả mọi trạng thái hạnh phúc của cuộc đời. Hạnh phúc được thể hiện trọn vẹn dưới cái nhìn của người tu sĩ: cuộc đời là vô thường, khổ, vô ngã. Vì nhận diện chính bản chất cuộc đời là một dòng thời gian trôi chảy miên viễn không chủ thể, bất thường này, nên họ đã tích cực đoạn tận tham, đoạn tận sân, đoạn tận si, ly ác pháp, bất thiện và thể nhập chơn pháp giới, một niềm hỷ lạc tuyệt vời hiện hữu. Nơi đây, họ đã quăng gánh nặng khổ đau, ưu, sầu, bi não và họ thong dong tự tại thõng tay vào chợ, thành tựu cảnh giới an lạc vô biên. Sự hạnh phúc này chính là kết quả của một đời sống hạnh phúc, phụng hành tất cả thiện và trừ diệt tất cả bất thiện, ly dục, tịch tịnh, vô uế nhiễm tâm. Như đời sống mà đức Phật đã dạy:

"Ở đây, này các tỳ-kheo, khi vị tỳ-kheo đi đến khu rừng, khi đi đến gốc cây, hay đi đến ngôi nhà trống, có nữ nhân đi đến vị ấy, ngồi sát một bên, nằm sát một bên, vuốt ve mơn trớn, vị ấy, khi được nữ nhân ngồi sát một bên, nằm sát một bên, vuốt ve mơn trớn liền gỡ mình ra, gỡ thoát ra, và ra đi chỗ nào mình muốn. Và vị ấy đi đến một chỗ trống trải, khu rừng, gốc cây, ngọn núi, khe đá, hang núi, nghĩa địa, cao nguyên (vanapattham), ngoài trời, đống rơm...

"Rồi vị ấy đi đến khu rừng, đi đến gốc cây hay đi đến ngôi nhà trống, ngồi xuống kiết già, lưng thẳng và để niệm trước mặt. Vị ấy, sau khi đoạn tận tham, an trú với tâm ly tham, gột sạch tâm khởi tham, sau khi đoạn tận sân, an trú với tâm ly sân, có lòng thương tưởng đến tất cả các loài hữu tình và chúng sanh, gột sạch tâm khởi sân hận. Sau khi đoạn tận hôn trầm, thụy miên, an trú với tâm ly thụy miên hôn trầm, với tưởng ánh sáng chánh niệm, tỉnh giác, gột sạch tâm khỏi hôn trầm thụy miên. Sau khi đoạn tận trạo cử hối quá, an trú không trạo cử, nội tâm tịch tịnh, gột sạch tâm khỏi trạo cử hối quá. Sau khi đoạn tận nghi, an trú với tâm vượt khỏi nghi ngờ, không còn nghi hoặc, gột sạch khỏi nghi ngờ đối với các thiện pháp.

"Vị ấy, sau khi đoạn tận 5 triền cái này, những pháp

làm uế nhiễm tâm, làm yếu ớt trí tuệ, ly dục, ly các pháp bất thiện... Chứng đạt và an trú thiền thứ tư.

"Vị ấy với tâm định tĩnh, thanh tịnh, trong sáng, không cấu uế, ly các tùy phiền não. Nhu nhuyến, kham nhẫn, kiên trì, bất động, hướng về trí đoạn tận các lậu hoặc, vị ấy như thật rõ biết: "Đây là khổ", như thật rõ biết: "Đây là tập", như thật rõ biết: "Đây là khổ diệt", như thật rõ biết: "Đây là con đường đưa đến khổ diệt", như thật rõ biết: "Đây là lậu hoặc tập khởi", như thật rõ biết: "Đây là con đường đưa đến lậu hoặc đoạn diệt." Do vị ấy biết như vậy, thấy như vậy, tâm được giải thoát khỏi dục lậu, tâm được giải thoát khỏi hữu lậu, tâm được giải thoát khỏi vô minh lậu. Trong sự giải thoát, trí khởi lên: "Ta đã được giải thoát", vị ấy rõ biết: "Sanh đã tận, phạm hạnh đã thành, các việc nên làm đã làm, nay không còn trở lại trạng thái này nữa."

Đây là chân trời an lạc và hạnh phúc tuyệt đối được mở ra cho con người sống đời không gia đình và vững niềm tin sống theo tinh thần giáo pháp của chư Phật.

Tóm lại, hạnh phúc của người sống đời bình thường cũng như đời sống của người ly gia cát ái, cả hai đều chú trọng sự bình an của tâm hồn. Trong giáo pháp thiền định, đức Phật đã dạy không riêng gì cho các vị tỳ-kheo mà bất cứ ai có thể hành trì đều gặt hái được kết quả. Một trạng thái đặc biệt được nảy sinh trong khi thực hành thiền định. Một cảm thọ của thân khinh an và tâm khinh an sẽ hiện hữu, đó là khía cạnh khác của hạnh phúc kỳ diệu, nhưng rất thiết thực mà trong đời sống con người không thể tìm được.

Cao hơn một bước nữa, nếu hành giả bắt đầu đi vào cảnh giới Sơ thiền cho đến Tứ thiền thì sẽ theo tiến trình cảm thọ, mức rung động tuyệt vời của chân hạnh phúc, cao và lâu dài hơn những cảm thọ hạnh phúc của đời sống thế tục bình thường được sinh khởi bằng tâm lý, vật lý hay sinh lý.

Một khía cạnh khác, nếu tâm lý con người có chánh tư duy làm điều kiện cơ bản, phát sinh trí tuệ và từ đó bản thân con người được hoàn toàn giải phóng mọi ràng buộc nhân tình và nhận rõ sự bình an của cuộc sống. Nếu con người sống tinh thần xả kỷ, đoạn diệt thân kiến thì đây chính là giai đoạn đầu để bước vào dòng thánh thai, tắm mình trong dòng hạnh phúc vô tận. Hay đi vào ý nghĩa sống thiết thực chung trong cộng đồng, nếu con người ý thức sống vì hạnh phúc cho nhiều người, vì lòng thương tưởng quần chúng, thì con người sẽ có kinh nghiệm rằng, hạnh phúc chính là con đường xả kỷ, hay quên mình để vui trong hạnh phúc của tha nhân, vì hạnh phúc của người chính là hạnh phúc của mình được sinh khởi.

Con người đích thực mở đường đi tìm hạnh phúc thì con đường ấy chính là con đường đoạn tham, đoạn sân, đoạn si, và xả trừ kiêu mạn, hay được mệnh danh là con đường xả ly, sẽ đưa người tiến dần đến chân trời hạnh phúc kỳ diệu. Đây là thái độ sống sinh động mà con người thực sự thực hiện sẽ thâu hoạch kết quả. Tự thân, của sự đi tìm hạnh phúc này là một ý nghĩa linh động mà không phải là của ngôn ngữ lý luận hay không tưởng hư vô. Kinh nghiệm thực tại, hạnh phúc của thái độ chấp thủ là hạnh phúc của một cái gì mong manh dễ vỡ, và chứa đựng vị đắng bên trong, còn hương vị của ý nghĩa xả ly là hương vị chân thật của sự bình an và giải thoát. Vì vậy, cho đến một thời điểm nào đó trong sự sống của con người hay trên bước đường sinh tử, con người phải có thái độ chọn lựa giữa hai lãnh vực hạnh phúc và khổ đau, tự ngã và vô ngã hay ái, thủ và đoạn ái, đoạn thủ, để nhận chân ý nghĩa trên con đường ly tham giải thoát.

TIẾT 4.
QUAN NIỆM NHÂN BẢN, CẤP TIẾN VỀ HÔN NHÂN HẠNH PHÚC

Tình chồng vợ là đạo nghĩa thiêng liêng trong biến tính tự tồn. Đây là bổn phận tự nhiên mà trên quan điểm con người, đức Phật cũng đã không phủ nhận. Trái lại, Ngài còn có những giáo huấn tích cực và hữu hiệu mang đến cho con người để xây dựng một đời sống hạnh phúc lứa đôi trong tinh thần nhân bản và đầy ý nghĩa tình người.

Trong ý nghĩa tình yêu và hôn nhân, đức Phật xác định rằng tình yêu là mặt khác của hôn nhân và chính hôn nhân là ý nghĩa của tình yêu. Hôn nhân không thể tách rời khỏi tình yêu mà có, ngược lại cũng vậy. Nếu con người phủ nhận rằng, tình yêu chỉ là hương vị tình cảm của đôi nam nữ mà chưa phải là tình hôn nhân chồng vợ thì sẽ đánh mất ý nghĩa tình người và thiếu nhân bản đạo đức. Con người có thể lừa gạt và không kính trọng nhau nếu tình yêu không là hôn nhân, và hôn nhân không được tác thành nếu vắng mặt tình yêu. Vì vậy, hôn nhân là kết quả của một quá trình tình yêu mà không thể ly khai hai lãnh vực biệt lập.

Nếu con người lập luận và đặt tình yêu ngoài hôn nhân và hôn nhân không liên hệ với tình yêu thì trên nguyên tắc này thiếu tinh thần nhân bản, vụ lợi mà chẳng phải ý nghĩa tình yêu đích thực, được trình bày theo quan điểm của giáo pháp.

a. Vai trò của một cô dâu về nhà chồng

Nàng Visākha là người con gái của triệu phú Dhananjaya, người con gái giàu tình thương, khoan dung và đạo tâm kiên cố. Nàng hết lòng kính trọng và phụng sự mẹ của nàng là Sumanā Devi và ông ngoại là Mandaka.

Một hôm, lúc này nàng mới 7 tuổi, đức Phật trên bước đường du hóa, Ngài ghé Bhaddiya, quê hương của Visākha, tức quốc vương Anga. Khi hiểu được đức Phật đến vương quốc mình, ông ngoại Visākha bảo: *"Này cháu thân mến, hôm nay là một ngày vui của cháu và ông ngoại. Vậy cháu hãy tập trung 500 cô gái, những nô tỳ của cháu, bắt về 500 cỗ xe và cùng với 500 thị nữ, cháu hãy đi đón tiếp đức Phật."*

Khi nghe ông ngoại nói như vậy, cô bé Visākha hân hoan liền đi đảnh lễ đức Phật, cung kính ngồi một bên. Đức Phật thấy cô còn nhỏ mà có tư cách lễ độ, kính trọng. Đức Phật thuyết pháp và sau khi nghe, cô bé Visākha chứng đắc sơ quả.

Đến tuổi trưởng thành, vào một ngày lễ, nàng cùng đi với các tỳ nữ khác ra tắm nơi sông, nhưng bất ngờ một cơn mưa to lại trút xuống. Những người cùng đi tắm đều vội vàng bỏ chạy nhanh vào một căn nhà trống gần đó để đụt mưa, nhưng trước cảnh trạng như vậy, Visākha vẫn khoan thai trong cung cách của một thiếu nữ, đi về hướng nhà trốn mưa. Trong nhóm người đông có một nhóm bà-la-môn đi chọn người con gái có đủ năm vẻ đẹp để đem về làm vợ Thầy của họ. Thấy vậy, bọn họ ngạc nhiên và hỏi nàng Visākha tại sao không nhanh chân vào nhà để khỏi bị ướt xiêm y.

Visākha điềm đạm trả lời: *"Tôi có khả năng còn chạy nhanh hơn những người khác nhưng không thích vậy, vì rằng giả như có vị vua đang mặc sắc phục triều đình uy nghi bỗng nhiên xắn quần áo lên một cách xốc xếch đâm đầu chạy bương vào cung điện thì xem có còn sự đường bệ của một vị quốc vương nữa không? Một tượng vương được trang sức lộng lẫy mà không chậm rãi từng bước dõng dạc, lại ngông nghênh chạy loạn ngoài đường thì cũng chẳng thích hợp. Và một vị tu sĩ oai nghi tế hạnh, y bát trang nghiêm lại bôn ba vội vã thì cũng là điều thất cách. Cho nên, tư cách của người nữ mà chạy ngoài đường như đàn ông thì chẳng còn gì là thục nữ nết na, đoan chánh."*

Những người bà-la-môn khi nghe như vậy vui mừng vô cùng vì mục đích đã nắm được trong tay. Về sau Visàkha là người vợ chung thủy và đoan chánh của người thầy bà-la-môn Punnavaddhana, con nhà triệu phú Nigāra.

Sau đó lễ rước dâu được diễn ra trong khung cảnh trang trọng. Trước khi về nhà chồng, người cha còn căn dặn dạy con, bổn phận làm vợ, làm dâu phải cẩn trọng những điều sau đây:

1. Không đem lửa ra ngoài ngõ.
2. Không thu lửa ở ngoài vào nhà.
3. Chỉ cho đến những người biết cho.
4. Không cho đến những người không biết cho.
5. Cho đến cả hai, những người biết cho và những người không biết cho.
6. Ngồi một cách an vui.
7. Ăn một cách an vui.
8. Ngủ một cách an vui.
9. Coi chừng lửa.
10. Tôn trọng các vị trời trong nhà.

Mười điều trên đây có nghĩa là:

1. Không được nói xấu về người chồng cũng như cha mẹ chồng với người ngoài và cũng không được đem những chuyện trong nhà chồng đi nói cho những người khác biết.

2. Không được ngồi nghe những chuyện được kể lại hay công việc của người khác.

3. Đồ đạc ở trong nhà được cho những người nào đáng cho mượn, dùng rồi trả lại.

4. Đồ đạc không được cho những người mượn dùng mà không trả lại.

5. Phải sẵn sàng giúp đỡ bà con khốn khổ, dù rằng họ không đủ sức để trả lại.

6. Khi ngồi phải xem chỗ nào thích hợp và khi thấy cha mẹ của chồng đi tới, nên đứng dậy chào hỏi.

7. Đến bữa ăn phải xem đồ ăn đã dọn đầy đủ cho cha mẹ chồng và chồng hay chưa. Và cũng nên lưu ý những người trong nhà có được đầy đủ tử tế không.

8. Trước giờ đi ngủ nên lưu tâm kiểm soát nếu cửa chưa đóng thì cẩn thận đóng lại. Nhắc nhở những người làm công trong nhà hoàn tất công việc sớm và xem cha mẹ chồng đi ngủ chưa.

9. Hãy xem cha mẹ chồng và chồng như xem lửa. Mỗi khi có công việc quan hệ với cha mẹ chồng và chồng thì hết sức lưu ý và cẩn trọng như khi sử dụng lửa.

10. Kính trọng cha mẹ chồng và chồng giống như Phạm thiên trong nhà.

Một hôm, cha chồng của Visākha đang ăn bát cháo nấu với sữa đựng trong chén vàng. Vừa lúc ấy có một tỳ-kheo đi đến khất thực, Visākha liền đứng dậy tránh sang một bên, mục đích để cha chồng trông thấy vị tỳ-kheo, nhưng ông vẫn làm ngơ và ăn uống bình thường. Nàng thấy vậy bèn chấp tay cung kính thưa với vị tỳ-kheo ấy vui lòng khất thực nhà khác, vì cha chồng nàng đang ăn những đồ ăn thiu.

Cha chồng Visākha nghe vậy, thiếu suy nghĩ nên tức giận và bảo gia nhân đuổi Visākha ra ngoài đường. Nhưng vì nàng nết na đoan chánh, dịu hiền nên trong nhà ai cũng mến và không đuổi nàng đi.

Trong tư cách con dâu hiền thục và có kính trọng như trong trường hợp này, Visākha không thể chấp nhận thái độ đối xử của cha chồng như vậy, nên nàng thẳng thắn trình bày quan điểm của mình:

"Thưa cha, thật không có đủ lý do để buộc con phải rời khỏi nhà. Không phải cha đem con về đây như người mua nô lệ. Trong lúc cha mẹ còn sanh tiền, con gái không thể rời bỏ nhà đi như vậy. Vì lẽ ấy, khi con rời nhà để qua đây, cha con có mời tám người trong thân tộc và gởi gắm con cho các vị ấy. Cha con nói: 'Nếu con gái tôi có phạm điều gì lỗi lầm, xin các vị hãy dò xét cặn kẽ.' Vậy xin cha hãy mời các vị ấy đến để xét xử xem con có lỗi hay không!"

Cha chồng Visākha bằng lòng, mời tám vị làm chứng rồi phân trần: *"Nhân một ngày lễ, tôi đang ngồi ăn cháo nấu với sữa trong một cái chén bằng vàng thì con dâu tôi nói rằng tôi ăn đồ không sạch. Xin các vị vạch ra cho nó thấy rõ lỗi và đuổi nó ra khỏi nhà này."*

Khi ấy, Visākha đã trình bày: *"Thật ra tôi không nói đúng hẳn như vậy. Lúc cha chồng tôi đang dùng cháo thì có một vị tỳ-kheo vào nhà khất thực. Cha chồng tôi thấy mà làm ngơ. Nghĩ bụng rằng cha chồng tôi không làm được điều thiện nào trong hiện tại mà chỉ thọ hưởng phước báo đã tạo trong quá khứ nên tôi đã bạch với vị tỳ-kheo: 'Bạch sư, xin thỉnh sư hoan hỷ bước sang nhà khác. Cha chồng tôi đang dùng những món ăn thiu."*

Tất cả những người tham dự đều đồng ý rằng Visākha không có lỗi.

Trong lúc đề cập đến những tánh hạnh và bổn phận của người nữ để có thể được sinh lên các cõi trời, đức Phật dạy: *"Tích cực hoạt động, luôn luôn dịu dàng chiều chuộng chồng, dầu chồng không đem lại tất cả hạnh phúc.*

"Không khi nào dùng lời bất mãn, nghịch ý, thiếu lễ độ làm chồng nổi sân.

"Tôn trọng tất cả những người được chồng kính nể.

"Vì nàng là người sáng suốt khôn ngoan, khéo léo, lanh lẹ, thức khuya dậy sớm.

"Tận tâm săn sóc sức khỏe của chồng trong khi chồng làm việc cực nhọc. Và nhã nhặn điều hòa. Một người vợ như vậy.

"Muốn những điều chồng muốn và cố làm cho được.

"Sẽ tái sanh vào cảnh giới của những vị trời dễ mến."

Trong một dịp khác, đức Phật đã dạy 8 đức tánh mà một người nữ phải có, nếu muốn kiến lập chân hạnh phúc trong cuộc đời hiện tại này và các cảnh giới trong tương lai:

1. Có khả năng làm việc.
2. Giỏi điều khiển người làm.
3. Có cách đối xử tốt khiến chồng quí mến.
4. Giữ gìn tài sản trong nhà.
5. Thành công trong niềm tin.
6. Thành công trong giới luật.
7. Thành công trong lòng quảng đại quần chúng.
8. Thành công trong trí tuệ.

Vai trò của người vợ đối với chồng là một bổn phận dĩ nhiên, là mối tương quan mật thiết không thể thiếu vắng. Người vợ phải ý thức xây dựng sự lợi ích, xây dựng hạnh phúc, vì tấm lòng nhiệt thành thương tưởng, vì tấm lòng từ mẫn lợi tha đối với chồng mà tự ghép mình vào khuôn khổ, nề nếp sinh hoạt hằng ngày. Nghĩa là người vợ đến giờ đi ngủ nên ngủ sau và dậy thì phải dậy trước, xem xét quán xuyến mọi công việc trong gia đình và đối xử tốt với mọi người. Đây chính là nói lên lòng nhiệt thành trong ý thức bổn phận, nói lên lòng thương yêu, tự đặt mình trong vị thế phục vụ và xây dựng.

b. Bảy hạng vợ ở đời - vừa là vợ, vừa là tình nhân, vừa là bạn hữu

Vợ là người đóng vai trò quan trọng trong gia đình. Một đời sống gia đình thuận hòa hạnh phúc hay xào xáo, gây gổ, phần lớn đều do người vợ chịu trách nhiệm. Nếu người vợ khôn ngoan ý thức được hai trách nhiệm thiêng liêng của mình, vừa là vợ vừa là mẹ, thì đây chính là hạnh phúc của một gia đình đầm ấm và cũng nói lên tinh thần trách nhiệm của một người vợ tốt.

Khi đề cập đến gia đình, người ta thường nghĩ đến người vợ hơn là người chồng, vì sự hiện diện của người vợ lúc nào cũng có trong nhà. Hơn nữa, vai trò của họ là vai trò gia đình, vai trò của một người mẹ hiền, chăm sóc, dạy dỗ, nuôi nấng con cái, vai trò một người vợ ngoan, chung thủy và tin yêu chồng mình, lo phụng sự và quán xuyến công việc gia đình. Vì vậy, người ta thường bảo vợ là "nội tướng", người được cắt đặt canh gác, trông nom gia đình. Chính bản thân người vợ là bóng dáng hạnh phúc, là tình thương yêu của chồng và con. Người vợ là hiện thân của một tình yêu êm đềm xoa dịu những nỗi nhọc nhằn, vất vả từ hoàn cảnh xã hội tạo ra, đưa vào môi trường gia đình. Sự hiện diện người vợ trong gia đình là sự hiện diện của an lạc và hạnh phúc, sự hiện diện một khối tình thiêng liêng được sưởi ấm bằng tình người chân thật và tin tưởng.

Bởi vậy, cách đây hơn 25 thế kỷ, đức Phật đã nói lên khối tình đó bằng mối quan tâm thiết thực. Trong không khí của một gia đình mà không có bóng dáng của người vợ, người mẹ, người ta sẽ có cảm giác trống vắng, mất mát đi một cái gì khó diễn tả và cũng có cảm giác rằng "gà trống nuôi con", không khí gia đình sẽ trở nên quạnh hiu và bơ vơ, như nỗi bơ vơ của tâm trạng người con mất mẹ. Hương vị của tình thương nồng ấm thiêng liêng sẽ không còn và hạnh phúc gia đình cũng sẽ mất đi hơn một nửa. Bởi vậy, những lời giáo huấn của đức Phật mang đến cho những người nữ tại gia sống với chồng con phải ý thức bổn phận của chính mình là không ngoài mục đích gầy dựng sự đầm ấm, tạo hòa khí và hạnh phúc cho chính bản thân mình, cho chồng và cho con, mà nguyên tắc của yếu tố đầm ấm và hạnh phúc đó là người vợ phải biết yêu thương chồng, con, nỗ lực cố gắng trong mọi công việc. Vì rằng, bản thân người chồng là nơi nương tựa, là nơi để người vợ gởi gắm niềm tin và hạnh phúc đời mình trong đó. Sự hy sinh của người vợ vì mục đích tốt đẹp để kiện toàn đời sống vật chất cũng như tinh thần cho chồng là sự hy sinh cao cả. Sự hy sinh sẽ đưa người vợ đến nơi an lạc và sinh thiên.

Trong Phẩm Tôn giả Anurudha (Tăng Chi Bộ), đức Phật dạy về kết quả một nữ cư sĩ sống đời trong sạch, vì lòng tôn kính phụng sự chồng, lễ bái cúng dường các sa-môn, bà-la-môn phạm hạnh và có lòng kính tin Tam Bảo, giữ gìn giới đức trang nghiêm sẽ được sinh thiên giới.

"... nữ cư sĩ quy y Phật, quy y Pháp, quy y Tăng, nữ cư sĩ giữ giới, từ bỏ sát sanh, từ bỏ lấy của không cho, từ bỏ tà hạnh trong các dục, từ bỏ nói láo, từ bỏ đắm say rượu men

rượu nấu, nữ cư sĩ bố thí sống ở gia đình với tâm từ bỏ cấu uế của xan tham, bố thí rộng rãi, với bàn tay mở rộng, vui thích từ bỏ, sẵn sàng đáp ứng các yêu cầu, vui thích chia sẻ các vật dụng bố thí. Thành tựu 8 pháp này, nữ nhân sau khi thân hoại mạng chung, được sanh cộng trú với chư thiên có thân khả ái."

Tùy theo phẩm hạnh, các người vợ được chia làm 7 loại như đức Phật có lần đã dạy. Lúc bấy giờ đức Phật đang trú tại Savatthi trong Jatavana, tức là khu vườn của Anathapindika. Vào buổi sáng đức Thế' Tôn mang y cầm bát đi đến chỗ ở của Anathapindika. Thế Tôn ngồi xuống chỗ đã được chuẩn bị sẵn, lúc ấy trong nhà có những tiếng nói lớn, có sự ồn ào cãi vả bên trong.

Sau khi thấy đức Thế Tôn, Anathapindika liền đi đến đảnh lễ và ngồi xuống một bên, đức Phật hỏi:

"Này gia chủ, vì sao trong nhà của ngươi lại có nhiều người nói to tiếng, như những người đánh cá (kevattā) đang giành giật cá (macha vilope)?"

"Bạch Thế Tôn, có nàng dâu Sujāta giàu có đến đây từ một gia đình giàu có. Nàng không vâng lời mẹ chồng (sassum) không vâng lời cha chồng (sasuam) không vâng lời chồng, cũng không cung kính, không tôn trọng, không kính lễ, không cúng dường Thế Tôn."

Sau khi gia chủ Anathapindika trình bày sự việc như vậy, Thế Tôn cho gọi người con dâu Sujāta và Thế Tôn đã dạy nàng như sau:

"Hãy đến đây, này Sujāta."

"Thưa vâng, bạch Thế Tôn."

"Nàng dâu Sujāta vâng đáp Thế Tôn, đi đến chỗ Thế Tôn. Sau khi đến đảnh lễ Thế Tôn, rồi ngồi xuống một bên. Thế Tôn nói với nàng dâu Sujāta đang ngồi một bên:

"Này Sujāta, có 7 loại vợ cho một người đàn ông. Thế nào là 7? Vợ như người sát nhân (vadhakasāmā), vợ như người ăn trộm, vợ như người chủ nhân (ayyasamā), vợ như người mẹ, vợ như người chị, vợ như người bạn, vợ như người nữ tỳ. Này Sujàta có 7 loại vợ cho người đàn ông. Và ngươi thuộc loại vợ nào?"

Với những lời dạy vắn tắt của đức Thế Tôn về 7 hạng vợ cho Sujāta như vậy, nhưng Sujāta không hiểu ý nghĩa của lời dạy, nàng thưa thỉnh Thế Tôn giảng giải rõ hơn để biết mình thuộc loại vợ nào. Đức Thế Tôn dạy tiếp:

"Ai tâm bị uế nhiễm
Không từ mẫn thương người,
Thích thú những người khác,
Khinh rẻ người chồng mình.
Bị mua chuộc bằng tiền,
Hăng say giết hại người,
Hạng người vợ như vậy,
Được gọi vợ sát nhân.
Còn hạng nữ nhân nào,
Tiêu xài tài sản chồng,
Do công nghiệp đem lại
Hay thương nghiệp, nông nghiệp.
Do vậy nếu muốn trộm,
Dầu có ít đi nữa,
Hạng người vợ như vậy
Được gọi vợ ăn trộm.
Không ưa thích làm việc,
Biếng nhác nhưng ăn nhiều,
Ác khẩu và bạo ác,
Phát ngôn lời khó chịu,
Mọi cố gắng của chồng,
Đàn áp và chỉ huy,
Hạng người vợ như vậy,

Được gọi vợ chủ nhân.
Ai luôn luôn từ mẫn,
Có lòng thương xót người,
Săn sóc giúp đỡ chồng,
Như mẹ chăm sóc con,
Tài sản chồng cất chứa,
Biết hộ trì giữ gìn,
Hạng người vợ như vậy,
Được gọi vợ như mẹ.
Ai người như em gái,
Đối xử với chị lớn,
Biết cung kính tôn trọng,
Đối với người chồng mình,
Với tâm biết tàm quý,
Tùy thuận phục vụ chồng,
Hạng người vợ như vậy,
Được gọi vợ như chị.
Ai ở đời thấy chồng,
Tâm hoan hỷ vui vẻ,
Như người bạn tốt lành,
Đã lâu từ xa về,
Sanh gia đình hiền đức (Koleyykā)
Giữ giới dạ trung thành (Patibbatā)
Hạng người vợ như vậy,
Được gọi vợ như bạn.
Không tức giận an tịnh,
Không sợ hình phạt trượng,
Tâm tư không hiềm hận,
Nhẫn nhục đối với chồng,
Không phẫn nộ tức giận,
Tùy thuận lời chồng dạy,
Hạng người vợ như vậy,
Được gọi vợ nữ tỳ.
Ở đời các hạng vợ,

Được gọi vợ sát nhân,
Kể cả vợ ăn trộm,
Và cả vợ chủ nhân,
Vợ ấy không giữ giới
Ác khẩu và vô lễ (Anādara)
Khi thân hoại mạng chung,
Được sanh vào địa ngục,
Ở đời các hạng vợ,
Như mẹ, chị và bạn,
Và người vợ được gọi,
Là vợ như nữ tỳ,
An trú trên giới đức,
Khéo phòng hộ lâu ngày,
Khi thân hoại mạng chung,
Được sanh lên thiên thú."

Đức Phật đã giảng giải rõ về từng hạng vợ và nàng Sujāta đã bạch với Thế Tôn, tự nhận mình là người vợ đối với chồng như người nữ tỳ.

Một quan niệm đích thực nhân bản và cấp tiến, cách đây hơn 2.500 năm, đức Phật đã dạy về hôn nhân và tình yêu của con người thật sâu sắc và hợp lý. Ngày nay gọi là thời đại văn minh, con người vẫn còn cảm thấy lúng túng, lầm lẫn giữa ý nghĩa của hôn nhân và tình yêu. Con người đã cho rằng, vân đề hôn nhân là một địa hạt và tình yêu là một địa hạt, cả hai không liên hệ. Người vợ khác với người yêu, nếu con người biệt lập giữa hôn nhân và tình yêu, tức là con người cắt đứt sợi dây thắt chặt tình yêu chồng vợ, và cũng là quan niệm của kẻ thiếu suy tư, nông cạn tâm lý mình người và làm cho con người càng thêm bối rối trước ngưỡng cửa hôn nhân và tình yêu. Như trên đã trình bày, đức Phật đã dạy về tình cảm con người một cách có phương pháp thiện xảo. Mối liên hệ chồng vợ tức là mối liên hệ tình yêu, vừa là tình cảm của một người bạn, vừa là tình đạo nghĩa vợ chồng mà lắm khi trong cuộc sống con người còn đòi hỏi một thứ tình cảm như tình cảm của một người mẹ, hoặc người cha chăm sóc, nuông chiều con cái. Một thứ tình cảm vuốt ve, trìu mến trong đôi vòng tay thương yêu rất mực. Một thứ tình cảm mà người vợ phải giữ vai trò của một người chị, người mẹ, người em gái, hoặc là người nữ tỳ nâng khăn sửa tráp cho chồng. Và ngược lại, vai trò người chồng cũng phải là một vai trò của một người anh trai, một người em trai, một người cha. Đây là mối tương quan mật thiết chứa đựng trọn vẹn tình người, và hạnh phúc được xây dựng một cách thiết thực.

Đức Phật dạy trong ý nghĩa này là một mục đích giáo hóa lý tưởng về tình cảm, tâm lý, hôn nhân và tình yêu.

Song song với ý nghĩa đời sống chồng vợ bình thường của một gia đình, trong Phẩm Nguồn sanh phước (sống chung) đức Phật đã dạy có 4 loại vợ chồng sống chung với nhau. Bốn loại ấy là: *"Đê tiện nam sống với đê tiện nữ, đê tiện nam sống với thiện nữ, thiện nam sống với đê tiện nữ, thiện nam sống chung với thiện nữ."*

1. Đê tiện nam sống với đê tiện nữ:

"Ở đây, này các gia chủ, người chồng sát sanh, lấy của không cho, sống tà hạnh trong các dục vọng, nói láo, đắm say rượu men, rượu nấu, ác giới, tánh ác, sống ở gia đình với một tâm cấu uế, xan tham chi phối. Người này mắng nhiếc, chửi rủa các sa-môn, bà-la-môn. Còn người vợ cũng sát sanh, lấy của không cho, sống tà hạnh trong các dục vọng, nói láo, đắm say rượu men, rượu nấu, ác giới, tánh ác, sống ở gia đình với một tâm cấu uế, xan tham chi phối."

2. Đê tiện nam sống với thiện nữ:

"Ở đây này các gia chủ, người chồng sát sanh... mắng nhiếc chửi rủa các sa-môn, bà-la-môn. Còn người vợ từ bỏ

sát sanh, từ bỏ lấy của không cho... thiện tánh, sống ở gia đình không với tâm bị cấu uế, xan tham chi phối, không có nhiếc mắng chửi rủa sa-môn, bà-la-môn."

3. Thiện nam sống với đê tiện nữ:

"Ở đây, này các gia chủ, người chồng từ bỏ sát sanh... không có mắng nhiếc chửi rủa các sa-môn, bà-la-môn. Nhưng người vợ là người sát sanh, lấy của không cho... nhiếc mắng, chửi rủa các sa-môn, bà-la-môn."

4. Thiện nam sống với thiện nữ:

"Ở đây, này các gia chủ, người chồng từ bỏ sát sanh... không mắng nhiếc chửi rủa các sa-môn, bà-la-môn. Và người vợ cũng là người không sát sanh... không nhiếc mắng, chửi rủa các sa-môn, bà-la-môn."

Đức Phật đúc kết bằng một bài kệ:

"Cả hai là ác giới,
Xan tham và mắng nhiếc,
Cặp vợ và chồng ấy,
Đê tiện sống đê tiện.
Chồng là người ác giới,
Xan tham và mắng nhiếc,
Vợ là người có giới
Bố thí không xan tham,
Như vậy vợ thiện nữ
Sống với chồng đê tiện.
Chồng là người có giới,
Bố thí không xan tham,
Còn người vợ ác giới,
Xan tham và mắng nhiếc,
Vợ là đê tiện nữ,
Sống chung chồng thiện nam.

Cả hai tin bố thí,
Sống chế ngự, chánh mạng,
Cả hai vợ chồng ấy,
Nói lời thân ái nhau,
Đời sống nhiều hạnh phúc,
Chờ đợi hai người ấy,
Kẻ thù không thích ý,
Cả hai giới hạnh lành,
Ở đây sống theo pháp,
Giữ giới cấm đồng đẳng,
Cả hai giới hạnh lành,
Sống hoan hỷ thiện giới,
Hân hoan được thỏa mãn,
Đúng với điều cầu mong."

TIẾT 5.
THÁI ĐỘ CỦA NGOẠI ĐẠO, BÀ-LA-MÔN ĐỐI VỚI ĐỨC THẾ TÔN

Đức Phật xuất hiện giữa xã hội Ấn Độ đương thời, một xã hội đầy loạn lạc và khổ đau, đầy sự bất công và nô lệ. Con người sống trong chế độ phân biệt giai cấp, người bóc lột người. Chính vì vậy mà giai cấp nào mạnh có thế lực hơn trong xã hội thì giai cấp ấy nắm quyền thống trị. Từ địa hạt kinh tế xã hội đến địa hạt tín ngưỡng tôn giáo, con người hoàn toàn không tự do mà tất cả đều có điều kiện và sức mạnh kèm kẹp. Trong tình trạng của một xã hội như vậy, trí tuệ siêu việt và sự giác ngộ của đức Phật đã làm chấn động con người, ánh sáng giác ngộ của đức Phật như mặt trời rực rỡ xóa tan tất cả sự u tối của con người và làm lu mờ những đóm sáng hắt hiu của hàng ngoại đạo. Sự giác ngộ của đức Phật là một tiếng thét hãi hùng làm đinh tai nhức óc hàng bà-la-môn giáo đương thời. Sự hiện diện của đức Phật trên bước đường hoằng hóa độ sanh là hình ảnh oai hùng, trầm lặng như những bước đi dõng dạc, oai vệ của sư tử chúa. Con người thật của đức Thế Tôn, bậc Chánh biến tri, Nhân Thiên sư phạm là nơi quy ngưỡng của mọi người. Vì vậy trong suốt thời gian Phật tại thế, thế lực của hàng ngoại đạo bị sút giảm khá nhiều, và vòng đai sinh hoạt cũng được thu hẹp lại. Không những các đệ tử của các giáo chủ ngoại đạo bỏ thầy mình về với Phật, quy y Tam Bảo mà ngay cả các hàng Trưởng lão bà-la-môn cũng đều đảnh lễ, xin quy y làm đệ tử Phật. Đây là một nhân tố đã làm cho hàng ngoại đạo phải điên đầu khi thấy giáo đoàn của mình ngày càng giảm sút và uy thế tắt lịm. Vì vậy, một số ngoại đạo đã sanh tâm thù hận, âm mưu trả thù.

Ở đây chúng tôi sẽ trình bày tóm lược thái độ của ngoại đạo và cách đối trị của đức Thế Tôn.

a. Thái độ chống đối của ngoại đạo

Về phương diện này, hàng ngoại đạo đã thiết lập các âm mưu dưới nhiều hình thức: vu khống, tuyên truyền, xuyên tạc, mục đích để làm suy giảm ảnh hưởng quần chúng về uy tín của đức Phật và đoàn thể chúng tỳ-kheo. Họ đã thách đố đức Phật biểu diễn thần thông, tranh luận để vấn nạn hơn thua, họ đặt người nằm vùng trong hội chúng để dò xét, tìm hiểu sự thật về đức Phật... Về những kế hoạch để thực hiện âm mưu vu khống của ngoại đạo, trong các kinh đã ghi lại như sau:

"Một thời Thế Tôn trú ở Sāvatthi, tại Jetavana, khu vườn ông Anathapindika. Lúc bấy giờ, Thế Tôn được cung kính, tôn trọng, đảnh lễ, cúng dường tôn kính (apacito) nhận được các vật dụng như ý, đồ ăn khất thực, sàng tọa, dược phẩm trị bịnh. Chúng tỳ-kheo cũng được cung kính, tôn trọng đảnh lễ, cúng dường tôn kính, cũng nhận được các vật dụng như ý, đồ ăn khất thực, sàng tọa, dược phẩm trị bịnh... Nhưng các tu sĩ ngoại đạo không được cung kính, cũng không được các vật dụng như ý... dược phẩm trị bịnh. Các tu sĩ ngoại đạo ấy không thể chịu nổi sự cung kính đối với Thế Tôn và chúng tỳ-kheo, đi đến nữ du sĩ Sundari, sau khi đến nói với nữ du sĩ Sundari: "Này chị, chị có thể làm lợi ích cho các bà con?"

"Thưa các tôn giả, con có thể làm gì? Việc gì con có thể làm được? Đời sống của con là một vật hy sinh (paraccattam) cho các bà con."

"Vậy chị hãy thường đi đến Jatavana."

"Thưa vâng, các tôn giả."

Nữ du sĩ Sundari, sau khi vâng đáp các du sĩ ngoại đạo ấy, thường xuyên đi đến Jetavana. Khi các du sĩ ngoại đạo ấy được biết rằng nữ du sĩ Sundari được nhiều người thấy thường xuyên đi đến Jetavana, chúng đoạt mạng sống của Sundari tại đây, chôn nàng vào cái hố trong mương của Jetavana, rồi đi đến vua Pasenadi nước Kośala. Sau khi đến, thưa với vua Pasenadi nước Kośala: "Thưa Đại vương, nữ du sĩ Sundari không được thấy nữa."

"Nhưng các ngươi nghi ngờ nàng ấy ở tại đâu?"

"Ở tại Jetavana, thưa Đại vương."

"Vậy hãy đi tìm ở tại Jetavana."

"Các du sĩ ngoại đạo ấy đi tìm ở Jetavana, đào mương tại chỗ quăng nàng xuống, đặt nàng trên giường đi vào Sāvathi từ đường này đến đường khác, từ ngã ba đường này đến ngã ba đường khác, họ làm cho dân chúng tức giận nói rằng: "Các người hãy xem công việc làm của các Thích tử! Vô liêm sỉ là các sa-môn Thích tử này, theo ác giới, theo ác pháp, nói láo, không phạm hạnh, họ tự cho là sống đúng pháp, sống thăng bằng, sống phạm hạnh, nói lời chân thật, giữ giới theo thiện pháp. Không có sa-môn hạnh trong các vị này. Từ đâu họ có sa-môn hạnh? Từ đâu họ có bà-la-môn hạnh? Sa-môn hạnh của họ đã bị mất. Sau khi làm xong phận sự của đàn ông, họ đoạt mạng sống của nữ nhân này."

Tại Sāvathi, trong các làng xóm từ đầu trên tới đầu dưới, mọi người đều thấy và nghe các du sĩ ngoại đạo vừa đi vừa nói những lời độc ác, mắng nhiếc, mạ lỵ, phỉ báng, bực tức như vậy, họ đâm ra hoang mang, đâu là sự thật và đâu là không phải sự thật.

Sau khi sự kiện xảy ra, các tỳ-kheo vào thành khất thực và nghe người ta nói về sự kiện ấy, bèn bạch với đức Phật. Phật dạy phương pháp đối trị:

"'Tiếng đồn này sẽ không còn tồn tại lâu dài, chỉ có một tuần thôi, sau một tuần sẽ biến mất. Này các tỳ-kheo, những ai thấy tỳ-kheo... bức não, các ngươi hãy chỉ trích lại với bài kệ này:

"Ai nói lời không thật,
Phải đi đến địa ngục,
Ai có làm lại nói,
Việc ấy tôi không làm,
Cả hai sau khi chết,
Sẽ đồng đẳng như nhau.
Chúng là những hạng người,
Làm các hạng hạ liệt,
Trong một đời sống khác."

Bài kệ đức Thế Tôn dạy và các tỳ-kheo truyền tụng, mọi người được nghe và họ suy nghĩ: *"Các Thích tử sa-môn không có phạm tội. Sự việc ấy không phải do họ làm. Các sa-môn Thích tử này đã thề như vậy."*

Kết quả âm mưu vu khống của hàng ngoại đạo chấm dứt trong sự lãng quên của mọi người, và đức Phật nói lên lời cảm hứng:

"Người không biết chế ngự
Với lời đâm người khác,
Giống như voi (bị đâm),
Khi tham gia chiến trận.
Nghe những lời thô ác,
Tỳ-kheo hãy chịu đựng,
Giữ gìn không nói lên,
Tâm không có hiềm hận."

Cũng trong Tiểu Bộ kinh, một hôm đức Thế Tôn đang đi giữa những người dân Kosala cùng với chúng tỳ-kheo, lúc ấy có nhóm thanh niên bà-la-môn cũng gần đó, thấy Thế Tôn họ liền mắng nhiếc, chửi rủa thậm tệ. Đức Phật thấy vậy, bèn nói bài kệ:

"Lời nói của kẻ trí,
Khi bối rối luống cuống,
Rơi vào nhiều đề tài,
Nhiều lãnh vực sai khác.
Chúng muốn mở miệng rộng,
Cái gì dắt dẫn chúng,
Chúng đâu có biết rõ."

Một hôm khác, trong Jataka (Bổn Sanh) đã thuật lại câu chuyện của ngoại đạo bày mưu cho một nữ tín đồ thường hay lui tới để nghe Phật thuyết dạy. Sau những giờ giáo huấn của Thế Tôn, nàng ta không chịu về liền mà cứ quanh quẩn lại nơi tịnh thất của Thế Tôn, để mọi người trông thấy. Sau một thời gian, cô ta lấy đồ độn trước bụng, bên trong lớp áo phủ kín, để trá hình là đang có thai. Rồi đi đến đức Thế Tôn bắt Ngài phải chịu trách nhiệm cái thai đó. Đức Thế Tôn vẫn im lặng. Khi ấy, vua trời Đế Thích liền hiện thần thông làm đứt dây, tuột xuống đồ độn trong bụng và bày ra sự thật trá hình trước mắt đám đông quần chúng. Nàng ta xấu hổ, quay lưng bỏ chạy. Nhưng không tránh khỏi việc làm ác nên vừa ra khỏi vòng đai tinh xá thì đất tự nhiên nứt ra và chôn sống nàng tại chỗ.

Tất cả những âm mưu gian manh được thiết lập dưới những kế hoạch lộ liễu của ngoại đạo đối với đức Phật. Họ đã không có kết quả như ý mà còn bị thất bại chua cay và nhục nhã. Vì vậy, với người dân đương thời, kẻ trí thức, hàng vương tôn, vua chúa càng thêm chán ngán mất lòng tin đối với hàng ngoại đạo, vì thực chất của ngoại đạo không thật đức, nên họ lại càng hướng tâm, quy ngưỡng về đức Thế Tôn và chúng tỳ-kheo tăng. Do vậy, hội chúng của đức Thế Tôn ngày càng đông, và sự hoằng truyền ngày càng thịnh đạt.

Lại nữa, một hôm đức Thế Tôn ở Vesali, tại Mahāvana, trong nhà nóc nhọn, khi ấy có số người Liechavi Bhaddhiya đi đến đảnh lễ và bạch Thế Tôn như sau:

"Bạch Thế Tôn, con nghe như sau: Là một nhà huyễn thuật, sa-môn Gotama biết được huyễn thuật lôi cuốn những đệ tử ngoại đạo. Bạch Thế Tôn, những ai nói như sau: 'Sa-môn Gotama là một huyễn thuật sư... Bạch Thế Tôn, chúng con không muốn nghe xuyên tạc Thế Tôn."

Đức Thế Tôn nghe vậy và dạy những người Liechavi Bhaddhiya các giáo lý thật trong sáng và tự do nhận định bằng trí tuệ của chính mình mà không bắt buộc phải nghe theo lời nói của bất cứ một ai, dù đó là lời nói của một vị Thánh hay lời kinh được truyền tụng trải qua nhiều đời.

"Này Bhaddhiya, chớ có tin vì nghe báo cáo, chớ có tin vì theo truyền thông, chớ có tin vì nghe tin đồn, chớ có tin vì được kinh tạng truyền tụng (pitakasampàdanena), chớ có tin vì nhân lý luận (takkahetu), chớ có tin đúng theo một lập trường (nayahelu), chớ có tin vì đánh giá hời hợt những dữ kiện (ākārapari vitakkena), chớ có tin vì phù hợp với định kiến (ditthinijjhanakkhantiya), chớ có tin vì phát xuất từ nơi có uy quyền (bhavya rùpatāya), chớ có tin vị sa-môn là bậc đạo sư của chính mình. Nhưng này, Bhaddiya, khi nào ngươi tự biết rõ như sau: "Các pháp này là bất thiện, các pháp này là có tội. Các pháp này bị người có trí chỉ trích. Các pháp này nếu thực hiện và chấp nhận đưa đến bất hạnh khổ đau. Thời này Bhaddiya, ngươi hãy từ bỏ chúng."

Trong một dịp khác, nữ bà-la-môn Dhannanjani đã nói lên những lời tán thán đức Phật, thì khi ấy bà-la-môn

Bhāradvāja, một học giả của ngoại đạo, nghe vậy liền tức giận, mắng nhiếc bằng những lời ác độc: *"Các mụ ti tiện kia lại buông lời tán thán lão sa-môn trọc đầu ấy, ta sẽ luận phá Đạo sư của ngươi."*

Rồi Bhāradvāja liền đi ngay đến đối diện đức Thế Tôn, thái độ giận dữ, bực tức buông ra những câu hỏi như sau:

"Giết vật gì được lạc?
Giết vật gì không sầu?
Có được một pháp gì,
Ngài tán đồng giết hại,
Tôn giả Gotama?"

Đức Thế Tôn điềm tĩnh và hoan hỷ đáp:

"Giết phẫn nộ được lạc,
Giết phẫn nộ không sầu,
Pháp ấy bậc Hiền thánh,
Tán đồng sự giết hại.
Giết pháp ấy không sân,
Đó bà-la-môn kia."

Khi thấy dung nhan từ tốn trang nghiêm và lời thuyết giáo phù hợp với ý nghĩa chân thật, bà-la-môn Bhāradvāja sinh khởi lòng quy kính và đảnh lễ Thế Tôn xin được xuất gia tu học theo Thánh pháp luật. Đức Phật thọ nhận. Thời gian không bao lâu, Bhāradvāja tinh tấn tu hành nên chứng đắc quả A-la-hán ngay trong đời hiện tại. Bấy giờ, bà-la-môn Akkosaka nghe Bhāradvāja đã quy y theo Phật, sống đời xuất gia của một vị tỳ-kheo, lòng phẫn nộ nổi dậy, ông bươn bả thẳng đến trú xứ Thế Tôn, buông lời mắng nhiếc thậm tệ. Nhưng với thái độ của bậc Đại giác, Thế Tôn điềm nhiên hỏi lại Akkosaka:

- Này Akkosaka, trong nhà của ngươi khách có thường đến thăm viếng không?

- Có.

- Mỗi khi khách đến thăm, ngươi có thiết tiệc đãi đằng không?

- Có.

- Nhưng nếu khách không ăn, đồ tiệc ấy ngươi giải quyết như thế nào?

- Thì ta ăn và chia cho vợ con trong nhà ta ăn.

- Cũng vậy, những lời mắng nhiếc của ngươi vừa rồi đã cho ta, nhưng ta không nhận, vậy những lời mắng nhiếc ấy là của ngươi và ngươi hãy mang về.

Akkosaka nghe đức Phật nói đến đây, tâm liền tỏ ngộ, xin Phật được xuất gia, và sau thời gian chứng đắc A-la-hán.

Vào một nhân duyên khác, đức Thế Tôn ở giữa dân chúng Magadha, tại núi Dakkhināgini, trong một ngôi làng Bà-la-môn tên Ekanāla. Vào ngày hôm ấy Ekanāla sửa soạn sẵn 500 lưỡi cày để ra đồng cày ruộng và đang phân phát thức ăn cho mọi người. Lúc bấy giờ đức Thế Tôn đang trên đường khất thực, Ngài đi đến và đứng một bên. Thấy vậy, bà-la-môn Kasibhāradvāja không mấy vừa lòng, bèn nói:

"Này sa-môn, ta cày và ta gieo, ta ăn. Và sa-môn, hãy cày và gieo, hãy ăn."

"Này bà-la-môn, ta cũng cày và cũng gieo, ta ăn."

"Nhưng chúng tôi không thấy cái ách, cái cày hay lưỡi cày hay gậy thúc (trâu bò) hay các con bò đực của tôn giả Gotama. Vậy mà tôn giả Gotama nói: "Này bà-la-môn ta có cày và ta có gieo, sau khi cày và sau khi gieo ta ăn."

Kasibhāradvāja nói với Thế Tôn bài kệ:

"Người tự nhận giới cày,
Ta không thấy người cày,

Đã hỏi về người cày,
Hãy trả lời chúng ta,
Người cày như thế nào,
Chúng tôi muốn biết rõ."

Nghe hỏi, đức Thế Tôn đáp:

"Lòng tin là hạt giống,
Khổ hạnh là cơn mưa,
Trí tuệ đối với ta,
Là ách và lưỡi cày,
Xấu hổ là cán cày,
Ý là sợi dây buộc,
Và niệm đối với ta,
Là lưỡi cày, gậy thúc.
Với thân khéo phòng hộ,
Với lời khéo phòng hộ,
Với món ăn trong bụng,
Biết tiết độ chế ngự,
Ta tác thành chân thật,
Để cắt dọn (cỏ rác).
Sự giải thoát của ta,
Thật hiền lành nhu thuận,
Với tinh cần tinh tấn,
Ta gánh chịu trách nhiệm.
Ta tự mình đem lại,
An ổn khỏi khổ ách.
Như vậy ta đi tới,
Không trở ngại thối lui.
Chỗ nào ta đi tới,
Chỗ ấy không sầu muộn.
Cày bừa là như vậy,
Được quả là bất tử,
Sau cày bừa như vậy
Mọi khổ được giải thoát."

Sau khi nghe Thế Tôn thuyết giảng, bà-la-môn Kasibhāradvāja sinh thuận tín, lấy bát bằng đồng, đựng cháo sữa, dâng đức Phật và bạch: *"Thưa tôn giả Gotama đi cày quả bất tử."*

Một trường hợp khác, bà-la-môn Pokkharasāti, người nổi tiếng tại Ukattha, đã xúi đệ tử bậc nhất của mình là Ambattha, người đã làu thông 3 tập Vệ-đà, được xem là thông minh xuất chúng. Vị trí của Ambattha ngang hàng với bậc thầy, đi đến ra mắt Thế Tôn để xem cho chính xác về vấn đề danh tiếng của Thế Tôn được đồn đãi khắp nơi có đúng hay không.

Ambattha đến yết kiến Thế Tôn với một thái độ bướng bỉnh, ngạo mạn, bằng những lời hỏi thăm cộc lốc và đi qua đi lại trước mặt Thế Tôn. Khi ấy, đức Thế Tôn nói với thanh niên Ambattha, là đối với các hàng trưởng lão cao niên, tổ sư bà-la-môn cũng có cung cách nói chuyện như vậy hay sao? Ambattha phủ nhận là không phải như vậy, và nói:

"Này Gotama, phải đi và nói chuyện với một vị bà-la-môn, nếu vị ấy đang đi. Phải dứng và nói chuyện với một vị bà-la-môn, này Gotama, nếu vị ấy đang đứng. Phải ngồi mà nói chuyện với một vị bà-la-môn, nếu vị ấy đang ngồi. Phải nằm mà nói chuyên với một vị bà-la-môn, này Gotama, nếu vị ấy đang nằm. Chỉ với những sa-môn hèn hạ, trọc đầu, đê tiện, đen đủi, sanh từ nơi chân của bà con ta thì ta mới nói chuyện như vậy, như với ngươi, Gotama!"

Đức Thế Tôn hỏi Ambattha đến có mục đích gì và tại sao có một thái độ như thái độ của một con người vô giáo dục. Khi nghe đức Thế Tôn nói vậy, Ambattha liền phẫn nộ, tức tối và muốn hạ nhục Thế Tôn, phỉ báng Thế Tôn, công kích đức Thế Tôn, và tự nghĩ rằng: *"Sa-môn Gotama này có ác ý đối với ta."* Rồi Ambattha nói với Thế Tôn rằng: *"Này Gotama thô bạo là giòng họ Thích-ca. Là đê tiện thuộc thành phần đê tiện, giòng họ Thích-ca không kính nhường bà-la-môn, không lễ bái bà-la-môn, không cúng dường bà-la-môn, không tôn trọng bà-la-môn. Này Gotama, như vậy thật không phải lẽ, thật không đúng pháp, khi giòng họ Thích-ca này, những hạng đê tiện... Không tôn trọng bà-la-môn."* Như vậy Ambattha đã buộc tội giòng họ Thích-ca là đê tiện.

Sau khi Ambattha kết án giòng họ Thích-ca là đê tiện như vậy, và Thế Tôn đã hỏi vì lý do gì. Ambattha đã trình bày lý do là một hôm Ambattha đi đến Kapilavatthu và khi ngang qua một hội trường của giòng họ Thích-ca. Lúc ấy có một số đông thanh niên Thích-ca đùa giỡn, thọc cù lét với nhau, và không có ai mời Ambattha ngồi. Vì vậy, Ambattha nghĩ rằng thanh niên giòng họ Thích-ca xem thường và lấy mình làm cớ để đùa giỡn. Và từ đó đi đến kết luận là giòng họ Thích-ca đê tiện.

Không thể chấp nhận trước một lý do nhỏ nhặt như vậy mà Ambattha đã buộc tội cả một giòng họ Thích-ca đê tiện và để giáo hóa chàng thanh niên này, đức Thế Tôn đã giảng thuyết nguồn gốc Tổ tông của Ambattha. Sau khi hiểu rõ nguồn gốc của mình Ambattha đã chấp nhận. Nhưng sự chấp nhận này đã bị nhóm thanh niên cùng bọn phản đối. Vì Tổ tông của Ambattha thuộc giòng họ Thích-ca trong quá khứ, và tự thân Ambattha là con của một nữ tỳ. Các thanh niên đã la hét lên: *"Người ta nói thanh niên Ambattha là tiện sanh, người ta nói thanh niên Ambattha là con của giòng không phải quý phái, người ta nói thanh niên Ambattha là con một nữ tỳ của giòng họ Thích-ca, người ta nói giòng họ Thích-ca là chủ của thanh niên Ambattha."* Trước thái độ phản kháng của đồng bọn Ambattha về Tổ tông của thanh niên Ambattha là giòng Thích-ca và con nhà nữ tỳ. Thế Tôn đã nhân đó trình bày tiền thân của Ambattha cho mọi người cùng nghe. Sau khi đã thỏa mãn trước lời dạy của Thế Tôn, đồng bọn Ambattha đã đảnh lễ Thế Tôn ra về, và thuật lại tất cả những gì xảy ra giữa Thế Tôn và Ambattha cho thầy mình nghe. Bà-la-môn Pokkhara Sādi nghe như vậy, tức giận nói với thanh niên Ambattha:

"Ngươi thật là nhà học giả đốn mạt của chúng ta! Ngươi thật là nhà đa văn đốn mạt của chúng ta. Ngươi thật là nhà tinh thông ba quyển phệ-đà đốn mạt của chúng ta. Người ta đã nói những ai có sự cư xử như vậy, khi thân hoại mạng chung sẽ phải sinh vào cõi ác, đọa xứ địa ngục. Này Ambattha, ngươi càng công kích tôn giả Gotama bao nhiêu, lại càng bị tôn giả Gotama lật tẩy chúng ta bấy nhiêu."

Bà-la-môn Pokkharasāti tức giận, bực bội dùng chân đá thanh niên Ambattha bổ lộn nhào rồi lập tức muốn đi đến gặp Thế Tôn.

Rồi bà-la-môn Pokkharasāti bèn đi đến yết kiến Thế Tôn trong đêm dưới ánh sáng của những ngọn đuốc. Đến nơi, chào hỏi Thế Tôn và bạch:

"Tôn giả Gotama, đệ tử của chúng tôi, thanh niên Ambattha có đến đây không ?"

"Này bà-la-môn, đệ tử của ngươi, thanh niên Ambattha có đến đây.

"... này bà-la-môn Ta có đàm luận với thanh niên Ambaltha."

"Tôn giả Golama, cuộc đàm thoại của Ngài với thanh niên Ambattha như thế nào?"

Sau khi biết nội dung cuộc đàm thoại, bà-la-môn Pokkharasāti xin lỗi Thế Tôn:

"Tôn giả Gotama, thanh niên Ambatlha thật là ngu si. Tôn giả Gotama hãy tha thứ cho thanh niên Ambattha."

Và sau khi đàm luận, bà-la-môn Pokkharasāti đã cung thỉnh Thế Tôn: "Hôm nay xin mời tôn giả Gotama cùng chúng tỳ-kheo đến dùng cơm với chúng con."

Trong Trường Bộ Kinh, một hôm đức Thế Tôn đang đi trên con đường giữa Rajagaha và Nalandā cùng với chúng tỳ-kheo khoảng 500 vị. Lúc ấy có du sĩ Suppiya ngoại đạo cũng cùng đi trên con đường đó với đệ tử của mình là thanh niên Brahmadatta. Trên đường đi, du sĩ ngoại đạo Suppiyo dùng vô số phương tiện hủy báng Phật, hủy báng Pháp, hủy báng Tăng, còn đệ tử của Suppiyo dùng vô số phương tiện để tán thán Phật, tán thán Pháp, tán thán Tăng. Như vậy, hai thầy trò, hai quan điểm trái ngược nhau. Sau khi đức Thế Tôn hiểu được sự việc ấy xảy ra như vậy, Ngài bèn dạy chúng tỳ-kheo như sau:

"Này các tỳ-kheo, nếu có người hủy báng Ta, hủy báng Pháp, hay hủy báng Tăng, các ngươi chớ có vì vậy, sanh lòng căm phẫn, tức tối tâm sanh phiền muộn. Này các tỳ-kheo, nếu có người hủy báng Ta, hủy báng Pháp, hủy báng Tăng và nếu các ngươi sanh lòng căm phẫn, tức tối, tâm sanh phiền muộn, thời như vậy sẽ có hại cho các ngươi. Nếu có người hủy báng Ta, hủy báng Pháp, hủy báng Tăng và nếu các ngươi công phẫn và phiền muộn thời các ngươi có thể biết được lời nói của kẻ ấy là đúng hay sai lạc chăng?"

"Bạch Thế Tôn không thể được."

Sau đó, đức Thế Tôn dạy rằng, nếu có người tán thán Phật, tán thán Pháp, tán thán Tăng, thì cũng nên giữ thái độ bình thản, chứ không phải vì vậy mà hân hoan say đắm. Vì cả hai lãnh vực hân hoan và sầu muộn đều khiến người ta bị chướng ngại.

TIẾT 6.
QUAN NIỆM DÂN CHỦ VÀ BÌNH ĐẲNG

Tinh thần Đạo Phật là tinh thần nhân vị, nhìn theo lăng kính bình đẳng, san bằng giai cấp và xóa tan xiềng xích nô lệ. Sự tu chứng và giải thoát của con người, không phải ở nơi đẳng cấp, màu da, chủng tộc mà chủ yếu là sức mạnh của nội tâm và trí tuệ siêu việt. Đây là yếu tố nói lên giá trị chân chính của con người, mà không phải ở nơi hình thức ngôi vị.

Phật giáo vạch ra con đường Giáo pháp để dạy dỗ và dẫn dắt con người cùng tiến đến gần sự giải thoát, như vậy có nghĩa là mang con người thoát ra mọi sự hệ thuộc, phân chia và nô lệ. Sự nô lệ có tầm vóc là sự nô lệ dục vọng chính bản thân mình mà căn nguyên là động cơ vô minh thúc đẩy. Phương pháp đoạn diệt và tận trừ gốc rễ vô minh này chính là ánh sáng của chính kiến, con đường nhận chân đích thực, đây chính là tự thân Bát thánh đạo, đưa đến vô tham, vô sân, vô si và giải phóng mọi sự khổ đau.

Nếu con người có khả năng thực hiện giáo pháp này tức là thể hiện tinh thần tự ý thức và làm chủ với mình. Đây chính là kết quả của nền giáo lý thiết thực, xây dựng đời sống con người làm chủ bản thân, lợi ích tha nhân và xã hội, là gông cùm nô lệ được phá tan, sự ràng buộc của nội tâm cũng như ngoại cảnh sẽ chấm dứt.

a. Bình đẳng giữa các giai cấp - Giá trị con người là ở thái độ sống - Tiêu chuẩn giá trị là hạnh đức và tuệ đức

Trong những ngày còn tại thế, đức Phật sống chung với chúng đệ tử tỳ-kheo, sự sinh hoạt hằng ngày một cách bình dị. Trên bước đường hoằng hóa, đức Phật đi đôi chân trần, một bình bát và 3 tấm y, như những vị tỳ-kheo đệ tử của Ngài không khác.

Đời sống hằng ngày của Thế Tôn là vào thành khất thực, tọa thiền và thuyết pháp. Vào buổi sáng đức Thế Tôn thường thuyết pháp cho chư Thiên, buổi chiều và tối Ngài thuyết pháp cho hàng đệ tử. Có những trường hợp, đức Phật chỉ đi một mình mà không có chúng tỳ-kheo. Chỗ nghỉ ngơi có thể là một ngôi nhà trống, một đống rơm, hay dưới một gốc cây lớn. Ngài tự đi góp nhặt lá khô, cỏ rũ, bện thành tòa cỏ để ngồi thiền.

Đức Thế Tôn cũng có thể đi thọ trai bất cứ nơi nào có tín thí cúng dường, và sau khi thọ trai xong, đức Phật đều thuyết pháp hồi hướng công đức.

Đức Phật và chúng tỳ-kheo đồng kiết hạ an cư, trong thời gian này, Ngài an nghỉ tại các tinh xá của trưởng giả Anāthapindica, Nữ thí chủ Visākha, và Vua Pasenadi, đã tạo lập dâng cúng Phật và chúng Tỳ-kheo. Suốt mùa mưa này, sự sinh hoạt của đức Phật là tọa thiền và thuyết pháp giảng dạy mà không ra khỏi vòng đai tinh xá.

Giáo pháp của đức Phật là giáo pháp mang hương vị giải thoát, vì vậy mà bất cứ ai muốn nghe đều nghe được và muốn hỏi đều hỏi được. Có hôm, một du sĩ ngoại đạo lững thững đi theo đức Phật vào xóm làng để khất thực và du sĩ ấy đã thưa với đức Phật một số vấn đề đang thắc mắc. Ba lần cầu mong, đức Thế Tôn đã giảng dạy, du sĩ ngoại đạo đã thỏa mãn. Vì vậy, quan điểm thuyết pháp của đức Phật là quan điểm thiết thực, có ý nghĩa và đưa đến giải thoát, mà đối tượng là bất cứ ai, Ngài không phân biệt địa vị đẳng cấp, hay giai tầng nào trong xã hội.

Trong một nhân duyên khác, đức Phật đã bảo các Tỳ-kheo cho phép nàng Patacara vào gặp. Đây là một người đàn bà khổ đau cùng tột, trở thành mất trí, trên thân không một mảnh vải, đến gặp Ngài nên bị chúng tỳ-kheo ngăn chặn lại. Đến nơi vừa nhìn thấy đức Thế Tôn đang tĩnh tọa, Patacara liền được tỉnh táo, và nàng lấy một tấm y các tỳ-kheo quăng tới, phủ lên người và cúi đầu đảnh lễ dưới chân Thế Tôn. Đức Phật thuyết pháp, và nàng được đắc quả Tu-đà-hoàn ngay hiện tại. Về sau, Patacara xin Phật xuất gia và chứng đắc quả A-la-hán.

Lại một lần khác, đức Thế Tôn vào núp mưa nơi chái nhà lá của người thợ gốm tạm qua đêm, thì cũng đồng thời, một thanh niên du sĩ Pukkusati vào tạm trú. Đức Thế Tôn đã đàm đạo thân mật, thuyết giảng giáo lý giải thoát, tâm tư du sĩ Pukkusati vẫn không nhận ra người đối diện với mình là đức Thế Tôn, mà Pukkusati muốn tìm kiếm để được nghe Giáo pháp của Ngài.

Trong Giới Phân Biệt Kinh đã diễn tả:

"...Rồi Thế Tôn nói với tôn giả Pukkusati: "Này tỳ-kheo, ngươi xuất gia, y cứ vào ai? Ai là đạo sư của ngươi? Ngươi chấp nhận pháp của ai?"

"Thưa Tôn giả, có sa-môn Gotama là Thích tử, xuất gia từ giòng họ Thích-ca. Tiếng đồn tốt đẹp sau đây được truyền đi về Thế Tôn Gotama ấy: "Ngài là bậc Thế Tôn, bậc A-la-hán, Chánh đẳng giác... Phật, Thế Tôn." Con đã xuất gia, y cứ bậc Thế Tôn ấy. Người là bậc Đạo sư của con và con chấp thuận pháp của bậc Thế Tôn ấy."

"Này tỳ-kheo, nay Thế Tôn, bậc A-la-hán, Chánh đẳng giác ấy ở đâu?"

"Thưa Hiền giả, có một thành phố tên là Savātthi giữa các quốc độ phía bắc. Tại nơi ấy, Thế Tôn, bậc A-la-hán, Chánh đẳng Chánh giác hiện đang ở."

"Này tỳ-kheo, trước đây ngươi đã thấy bậc Thế Tôn ấy chưa? Và nếu thấy, ngươi có nhận ra được không?"

"Thưa hiền giả, trước đây con chưa từng thấy bậc Thế Tôn ấy. Và nếu thấy, con không nhận ra được."

Trong phương pháp giáo hóa, đức Phật đã đi sâu vào quảng đại quần chúng, từ vua chúa đến các đại thần triều đình, và xuống tới mọi tầng lớp người dân. Đức Phật còn biện luận với các vị vua, như trong kinh Bát Niết-bàn, trước 3 tháng đức Phật nhập diệt.

Tùy theo trường hợp đức Phật thuyết giảng hoặc sử dụng phương pháp để được khế lý, khế cơ. Như có lần đức Thế Tôn lên các cung trời và thuyết pháp cho hội chúng chư thiên, đức Phật đã dùng thần thông hóa hình ở giữa hội chúng. Tiếng nói chư thiên trong trẻo, sắc diện của họ thù diệu thì sắc diện của đức Phật thù diệu hơn. Đức Phật đến thuyết pháp đem lại sự lợi ích, an lạc, khích lệ họ tu tập giải thoát. Sau khi thuyết pháp xong, đức Thế Tôn biến mất mà chư thiên không biết Ngài là trời hay là người, và đã đi về đâu.

Đây là phương tiện vi diệu trong phương pháp giáo hóa mà trong suốt 45 năm độ sinh, đức Phật đã tùy cơ áp dụng, không phân biệt trời, người, ma, phạm mục đích là đem lại sự giải thoát cho các loài chúng sanh đó.

Trong đời sống bình dị và thể hiện tinh thần hạnh đức và tuệ đức, có lần đức Thế Tôn bị bịnh nặng, như mọi xác thân ngũ uẩn khác. Về những ngày cuối đời đức Phật, Ngài thường hay đau lưng và mệt mỏi, vì vậy, lắm khi đức

Phật dạy các vị đại đệ tử thuyết pháp thay Ngài, và vào thiền thất tĩnh tọa.

Trên con đường đi về phía Ba-la-nại, rừng sa la song thọ, đức Thế Tôn đã dừng chân lại gia đình người thợ rèn, Thuần-đà, do sự thỉnh mời, và trai chủ nhà này đã dâng cơm đức Phật, không biết rằng trong thức ăn có một loại nấm kịch độc, đã làm cho đức Phật đau bụng. Ngài phải dùng định lực của Như Lai để nhiếp phục cơn đau.

Giáo pháp được trang trải đến cho tất cả cũng chỉ vì mục đích an lạc, vì sự thương yêu con người mà đức Thế Tôn đã phân loại căn cơ để thuyết giáo. Hạng chúng sanh căn cơ lanh lợi, thì Ngài thuyết kinh giới, đức, tuệ, con đường cứu cánh giải thoát; hạng căn cơ thấp kém thì Ngài dạy nên tu phước, bố thí sanh thiên; hạng căn cơ bình thường, đức Phật dạy hãy hoàn thành trách nhiệm, bổn phận của một người sống trong xã hội.

Ngài chỉ bày giáo pháp tự tu, tự ngộ, mà không cần phải nương tựa vào ai hay cầu xin khẩn khoản sự ban bố phước lành từ một đấng tối cao nào.

Phương pháp độ sanh của đức Thế Tôn thật vô cùng linh diệu và hữu ích. Vậy chúng ta thử nghĩ xem đức Phật là ai mà có được thiện xảo phương tiện như vậy? Trong Tăng Chi Bộ Kinh đã xác định như sau:

Có phải thưa tôn giả,
Ngài sẽ là vị tiên?
Hỡi này bà-la-môn,
Ta sẽ không là tiên.
Có phải thưa Tôn giả,
Ngài sẽ là thát-bà?
Hỡi này bà-la-môn,
Ta không là thát-bà.
Có phải thưa tôn giả,

Ngài sẽ là dạ-xoa?
Hỡi này bà-la-môn,
Ta không là dạ-xoa.
Có phải thưa tôn giả,
Ngài sẽ là loài người?
Hỡi này bà-la-môn,
Ta sẽ không là người.

Và đức Phật xác chứng rằng:

"Đối với những người chưa đoạn tận lậu hoặc, ta có thể là chư thiên với các lậu hoặc đã đoạn tận... Ta có thể là dạ-xoa với các lậu hoặc đã tận... Ta có thể là người với các lậu hoặc dã đoạn tận... Ví như bông sen xanh, bông sen hồng hay bông sen trắng sanh ra trong nước, lớn lên trong nước, vươn ra khỏi nước và đứng thẳng, không bị thấm ướt. Cũng vậy, sanh ra trong đời, lớn lên trong đời, ta sống chinh phục đời, không bị đời thấm ướt. Này bà-la-môn, ta là Phật, hãy như vậy thọ trì."

Đức Phật kết bằng một bài kệ:

"Với lậu hoặc chưa đoạn,
Ta có thể là tiên,
Có thể càn-thát-bà,
Có thể là loài chim,
Hay đi đến dạ-xoa,
Hay vào trong thai người.
Với ta lậu hoặc tận,
Bị phá hủy trừ khử.
Như sen trắng tươi đẹp,
Không bị nước thấm ướt.
Đời không thấm ướt ta,
Do vậy ta được gọi,
Ta là Phật (Chánh giác),
Hỡi này bà-la-môn."

Lại một đêm đặc biệt trong đời đức Phật mà đối với các người gọi là Giáo chủ của ngoại đạo, bà-la-môn không thể có. Suốt quãng đời đức Phật từ khi sanh ra cho đến trưởng thành và nhập diệt, ngài đã *"sanh ra dưới gốc cây, tu tập dưới gốc cây, thành đạo dưới gốc cây, chuyển bánh xe pháp dưới gốc cây, và nhập niết-bàn cũng dưới gốc cây"*.

b. Thể hiện tinh thần bình đẳng không kỳ thị trong kinh điển qua tổ chức của Giáo hội thời Phật - Xét từ thành phần các đại đệ tử, xét từ thành phần các đệ tử được thu nhận vào hàng xuất gia

- Đại đệ tử Xá-lợi-phất

Trước khi vào Tăng đoàn, Xá-lợi-phất là một du sĩ ngoại đạo, nhưng sau khi được đức Thế Tôn giáo hóa và Xá-lợi-phất chứng đắc A-la-hán quả sau một thời gian ngắn, khi cùng chung sống với Thế Tôn (Trưởng lão Tăng kệ). Tôn giả Xá-lợi-phất được đức Thế Tôn minh xác trước Tăng chúng là một vị đệ tử đứng đầu trong hàng Tăng chúng và có trí tuệ bậc nhất.

Một hôm đức Thế Tôn dạy các tỳ-kheo: *"Tỳ-kheo có tín tâm, này các tỳ-kheo, nếu hy cầu một cách chân chánh, sẽ hy cầu như sau:*

"Mong rằng ta sẽ như Sāriputta - Moggallāna. Đây là cán cân, này các tỳ-kheo, đây là đồ đo lường đối với các đệ tử tỳ-kheo của ta, tức là Sāriputta - Moggallāna."

Trong sự thuyết giảng, nhiều khi Xá-lợi-phất thay thế đức Phật để giáo giới. Tôn giả trực tiếp sinh hoạt chung với chúng tỳ-kheo. Và cũng thay Thế Tôn đã hướng dẫn các vị tỳ-kheo mới vào hàng xuất gia tu tập. Bởi vậy, đức Thế Tôn đã tán thán Tôn giả Xá-lợi-phất qua nhân cách và lời nói của Tôn giả Ānanda như sau:

"Rồi Đại đức Ananda đi đến Thế Tôn, sau khi đảnh lễ Thế Tôn rồi ngồi xuống một bên. Thế Tôn nói với Đại đức Ananda đang ngồi một bên: "Này Ananda, ngươi có hoan hỷ đối với Sāriputta không?"

"Bạch Thế Tôn, ai là người không ngu si, không ác tâm, không si ám, không loạn tâm lại có thể không hoan hỷ đối với Tôn giả Sāriputta? Bạch Thế Tôn, hiền trí là Tôn giả Sāriputta. Bạch Thế Tôn, đại tuệ là Tôn giả Sāriputta. Bạch Thế Tôn, hỷ tuệ là Tôn giả Sāriputta. Bạch Thế Tôn, lợi tuệ là Tôn giả Sāriputta. Bạch Thế Tôn, biết đủ là Tôn giả Sāriputta. Bạch Thế Tôn, viễn ly là Tôn giả Sāriputta. Bạch Thế Tôn, bất cộng trú là Tôn giả Sāriputta. Bạch Thế Tôn tinh cần là Tôn giả Sāriputta. Bạch Thế Tôn, biện tài là Tôn giả Sāriputta. Bạch Thế Tôn, nghe lời trung ngôn là Tôn giả Sāriputta. Bạch Thế Tôn, cáo tội trung thực là Tôn giả Sāriputta. Bạch Thế Tôn, chỉ trích ác pháp là Tôn giả Sāriputta."

Có lần Xá-lợi-phất đi đến yết kiến Thế Tôn và hỏi về ý nghĩa của một bậc đại nhân. Phật dạy: *"...Với tâm giải thoát, này Xá-lợi-phất, ta gọi là đại nhân, không có tâm giải thoát, ta không gọi là đại nhân."*

Hoặc trong sự giáo hóa hằng ngày, Xá-lợi-phất thường đi đến với Thế Tôn, xin thỉnh ý Phật. Trước mặt đức Phật, Xá-lợi-phất luôn là một người đệ tử khiêm cung, từ tốn. Một hôm, Xá-lợi-phất đã tán thán đức Thế Tôn bằng trí tuệ siêu việt của mình: *"Như vậy là tịnh tín của con đối với Thế Tôn, không thể đã có, không thể hiện có một sa-môn hay bà-la-môn nào khác có thể vĩ đại hơn, thắng trí hơn Thế Tôn về chánh giác."*

Tôn giả Xá-lợi-phất nhập niết-bàn trước đức Phật. Một hôm, đức Phật quán sát chúng tỳ-kheo trong bầu không khí im lặng, đức Phật đã nói lên lời cảm thán: *"Này các tỳ-kheo, chúng này của ta được xem hình như trống rỗng. Nay Xá-lợi-phất và Mục-kiền-liên đã mệnh chung, này các tỳ-kheo, chúng của ta thành trống rỗng. Phương hướng nào Xá-lợi-phất và Mục-kiền-liên trú, phương hướng đó không còn có ước vọng gì."*

- Đại đệ tử Mục-kiền-liên

Ngài là bạn của Tôn giả Xá-lợi-phất. Sau khi xuất gia tại Magadha, Thế Tôn thuyết pháp và Mục-kiền-liên đã chế ngự được hôn trầm, thụy miên. Và sau đó, đức Phật giảng về các giới, Mục-kiền-liên chứng quả A-la-hán. Tôn giả là đại đệ tử có thần thông đệ nhất. Một hôm Mục-kiền-liên bịnh nặng, nằm liệt giường, Thế Tôn đến thăm và thuyết pháp Thất giác chi, nghe xong thời giảng, Tôn giả hết bịnh.

Vai trò của Tôn giả Mục-kiền-liên trong chúng tăng khá quan trọng. Có lần đức Phật trở về thăm gia đình và muốn đem La-hầu-la đi tu. Nghe vậy, Da-du-đà-la mang con lên tận lầu cao để trốn. Phật sai Tôn giả Mục-kiền-liên đến và vận thần thông bay lên lầu cao dẫn La-hầu-la về. Sự vắng mặt của Tôn giả Mục-kiền-liên cũng là một sự trống vắng lớn trong giáo đoàn tỳ-kheo...

- Đại đệ tử Đại Ca-diếp

Ngài được Thế Tôn giáo hóa trước hai Ngài Xá-lợi-phất và Mục-kiền-liên. Sau một thời gian, Đại Ca-diếp tu hạnh đầu đà và 8 ngày sau chứng đắc quả A-la-hán. Tôn giả Đại Ca-diếp là đệ tử trì hạnh đầu đà bậc nhất.

Có thời gian Đại Ca-diếp bịnh nặng, nằm trong hang Pipphali, Thế Tôn sau khi xuất thiền định, đến thăm và thuyết pháp Thất giác chi. Nghe xong Tôn giả liền hết bịnh.

Trong thời gian về già có lần Tôn giả đến thăm đức Thế Tôn và Ngài dạy: *"Này Kassapa, ngươi đã già rồi, y phấn tảo, vải thô của ngươi đã cũ rách, đáng được quăng bỏ. Vậy này Kassapa hãy mang những y áo do các gia chủ cúng, thọ dụng các thức ăn được mời và hãy ở gần bên ta."* Tôn giả Đại Ca-diếp bạch Thế Tôn, đây là hạnh sống ở núi rừng, hạnh mang ba y, hạnh thiểu dục tri túc, hạnh tinh tấn, viễn ly. Vì lợi ích cho tự thân, vì lòng từ mẫn cho chúng sanh trong tương lai, và Thế Tôn đã bằng lòng.

Tôn giả Đại Ca-diếp là người ít thuyết pháp, giảng dạy chúng Tỳ-kheo, nên đối với giới trẻ không được gần gũi và hiểu Ngài. Có lần Thế Tôn tán thán Tôn giả Đại Ca-diếp giữa chúng Tỳ-kheo *"tùy theo ý muốn, vào ra các cảnh thiền, cứng rắn thần thông và các minh. Cũng thế, tùy theo ý muốn, Tôn giả Kassapa chứng đắc cảnh thiền, thần thông và các minh."*

Trong khi đàm đạo với Tôn giả A-nan, Tôn giả Đại Ca-diếp đã kể lại sự quan hệ giữa mình và Thế Tôn. "Khi Thế Tôn ngồi nghỉ một mình ở gốc cây, Tôn giả dâng cúng Thế Tôn một y tăng-già-lê do tự tay Tôn giả cắt may (bấy giờ là ngày xuất gia thứ 8, liền sau khi Tôn giả đắc A-la-hán) và cầu thỉnh Thế Tôn nạp thọ để cho Tôn giả được hạnh phúc và an lạc lâu dài. Thế Tôn đã từ mẫn đón nhận và trao tấm y cũ bằng vải thô phấn tảo, đáng được quăng bỏ của Thế Tôn cho Tôn giả. Tôn giả tiếp: *"Nếu có ai nói về ta một cách chân chánh, thì ta là con ruột Thế Tôn, sanh ra từ miệng do pháp sanh, do pháp hóa sanh, thừa tự chánh pháp, và đã được nhận tấm y phấn tảo, làm bằng vải gai thô, đáng được quăng bỏ (từ Thế Tôn)."*

- Đại đệ tử Ưu-ba-ly

Ngài trước khi xuất gia là thợ hớt tóc cho các hoàng thân Thích-ca. Sau khi xuất gia Tôn giả Ưu-ba-ly thỉnh ý Thế Tôn cho Ngài được tu trong rừng, nhưng Thế Tôn dạy: *"Nếu ngươi sống trong rừng, ngươi chỉ phát triển được một vấn đề. Nhưng nếu ngươi sống với chúng ta, ngươi sẽ trở thành thuần thục cả kinh học và thiền quán."* Ngài vâng theo lời dạy của Thế Tôn, tu thiền quán, và sau một thời gian ngắn chứng quả A-la-hán.

Tôn giả Ưu-ba-ly được Thế Tôn giảng giải về luật nhiều nhất, vì vậy về sau, Tôn giả là người trì luật bậc nhất.

- Đại đệ tử A-nan

Ngài xuất thân từ hoàng tộc, được xuất gia vào lần đức Thế Tôn trở về thăm gia đình. Từ khi Phật thành đạo cho đến 20 năm sau, Tôn giả mới làm thị giả cho đức Phật. Khi được chúng tỳ-kheo đề cử làm thị giả, Tôn giả đã xin Thế Tôn chấp thuận cho 4 việc: từ chối không cho tôn giả y, đồ ăn, phòng ở riêng và mời ăn. Nếu tôn giả được mời thọ trai, Thế Tôn cho phép đi, nếu có người từ xa đến xin ý kiến Thế Tôn, Thế Tôn bằng lòng cho tôn giả giới thiệu. Thế Tôn cho tôn giả ý kiến khi gặp điều khó xử. Thế Tôn giảng lại những giáo lý ngài dạy trong những khi tôn giả vắng mặt.

Phận sự của ngài A-nan hầu Phật là: *"đem nước, đem cành dương xỉa răng, rửa chân, quét phòng, đi theo Thế Tôn. Ban ngày ở cạnh Thế Tôn để bạch Thế Tôn những điều cần làm, ban đêm cầm gậy và cầm đèn."* Tôn giả đi quanh phòng Thế Tôn, sẵn sàng khi Thế Tôn gọi. Tại Jetavana, Thế Tôn xác nhận: Tôn giả là vị tỳ-kheo đệ nhất về năm phương diện: đa văn, cảnh giác, sức khoẻ đi bộ, lòng kiên trì, hầu hạ chu đáo.

Khi Phật còn tại thế Tôn giả A-nan chưa đắc quả A-la-hán. Cho đến đêm trước ngày kiết tập Kinh điển đầu tiên Ngài mới đắc A-la-hán.

Trong Kinh điển, Tôn giả A-nan được đề cập khá nhiều. Tôn giả là người ăn nói khéo léo, có cử chỉ êm ái nhẹ nhàng trong khi tiếp xúc, là một thị giả có lòng siêng năng và tận tụy. Tôn giả là người đa văn quảng bác, nên trong kinh đã ghi: *"Phật pháp như đại hải, lưu nhập A-nan tâm."* Trong kinh Niết-bàn đã ghi: *"Tôn giả A-nan rất khổ sở, đau buồn mỗi khi thấy đức Thế Tôn mệt mỏi hay đau bịnh. Tôn giả đã khóc lóc thê thảm khi Thế Tôn nhập Niết-bàn."*

Vào những ngày sau cùng, đức Phật đã khen ngợi Tôn giả A-nan, đã khích lệ, tán thán: *"Tôn giả A-nan hơn thị giả của chư Phật quá khứ một điểm là A-nan biết ý Thế Tôn muốn gì để đáp ứng trước khi Thế Tôn dạy việc, còn thị giả của chư Phật quá khứ thì chỉ biết ý khi chư Phật dạy."* v.v...

- Các tỳ-kheo mới gia nhập tăng đoàn

Trên sứ mệnh giáo hóa, đức Phật đã thâu nhận một số đệ tử, cùng các vị đại đệ tử đã tiếp độ. Các vị mới thọ giới pháp và sống chung trong hàng Tăng chúng, được hai Tôn giả Xá-lợi-phất và Mục-kiền-liên có bổn phận giáo huấn, chỉ dạy.

Mặc dầu đã có các vị đại đệ tử trông nom, nhưng đức Phật vẫn quan tâm và thuyết giảng giáo lý cho hàng đệ tử mới xuất gia và Ngài cũng trực tiếp săn sóc, nếu có tỳ-kheo nào bịnh. Trong Tương Ưng Bộ Kinh, có lần đức Phật đến thăm một tỳ-kheo đang bịnh nặng, khi thấy Thế Tôn đến thăm, vị tỳ-kheo ấy chống tay xuống giường muốn ngồi dậy nhưng Thế Tôn đã bảo: *"Thôi, chớ có gượng dậy, Thế Tôn đã có chỗ ngồi ở đây rồi."* Rồi Thế Tôn thăm hỏi, an ủi, thuyết pháp, khích lệ và tỳ-kheo mới xuất gia này chứng đắc quả vị Tu-đà-hoàn ngay trên giường bịnh.

c. Tinh thần dân chủ qua tổ chức giới luật và qua sự thể hiện trong sinh hoạt giáo đoàn tỳ-kheo ni và các cận sự nữ, cận sự nam

- Nữ tôn giả Ma-ha Ba-xà-ba-đề

Nữ Tôn giả là mẹ nuôi của Thế Tôn khi còn là thái tử. Về sau, Ma-ha Ba-xà-ba-đề cùng 500 nữ nhân xin Phật xuất gia làm tỳ-kheo ni. Thế Tôn không chấp thuận, nhưng do sự thưa thỉnh của Tôn giả A-nan, cuối cùng Phật chấp thuận, nhưng với điều kiện là phải phụng hành tám pháp kính trọng. Đức Phật thuyết giảng và sau thời gian tinh tấn tu tập, nữ Tôn giả chứng đắc quả A-la-hán, còn 500 tỳ-kheo ni kia chứng được 6 thắng trí nhờ Tôn giả Nadaka giáo huấn.

Đức Thế Tôn đã dạy: *"Tôn giả là người có kinh nghiệm đệ nhất của ni chúng, sống hưởng được hạnh phúc giải thoát niết-bàn."*

Với sự chứng ngộ của tự thân, nữ tôn giả đã phụng sự, cung kính, tán thán, về sự giác ngộ tối thượng của Thế Tôn.

Ngoài ra còn có một số người nữ xuất gia được Thế Tôn thu nhận, hoặc các vị tôn giả giới thiệu và được hướng dẫn bởi Ma-ha Ba-xà-ba-đề. Có những trường hợp đặc biệt như nàng Vimalā và Ampapali là hai kỹ nữ, nhưng sau khi xuất gia, tinh tấn tu hành đã chứng đắc A-la-hán.

Một lúc khác, có nàng con gái Kisa Gotami nhà nghèo, bị nhà chồng khinh rẻ. Khi đứa con của nàng chết, nàng đau khổ, đem xác đứa con đến chỗ Đức Thế Tôn để xin thuốc cứu sống. Đức Phật thấy được căn cơ của nàng đã thuần thục, nên Ngài dạy: *"Hãy đi đến nhà nào không có người chết (chưa từng có người chết), xin một hột cải. Thế Tôn sẽ cứu sống con nàng."* Nhưng sau khi chạy tìm kiếm, không có nhà nào là chưa từng có người đã chết, nàng thoạt tỉnh ngộ, sau này xin xuất gia. Thế Tôn dạy:

"Tâm còn bị say đắm
Con cái và súc vật,
Tử thần bắt người ấy,
Như lụt trôi làng ngủ."

Nàng chứng đắc sơ quả ngay tại chỗ.

Nữ Tôn giả Khāma xuất thân từ hoàng tộc tại Ma-kiệt-đà. Nàng rất đẹp, là hoàng hậu của vua Tần-bà-sa-la. Nàng cùng với người hầu cận đi đến Thế Tôn. Ngay trong lúc ấy, Thế Tôn dùng thần thông biến hiện ra một tiên nữ đứng cầm quạt hầu. Khi Khāma nhìn người tiên nữ, thì tiên nữ trở nên già nua, lụm khụm rồi ngã xuống đất. Khāma thấy cảnh tượng như vậy liền tỉnh ngộ và tiêu tan mọi sự kiêu hãnh về sắc đẹp tuyệt trần của nàng. Đức Thế Tôn dạy:

"Người đắm say các dục,
Tự lao mình xuống dòng,
Như nhện sa lưới dệt,
Người trí cắt trừ nó,
Bỏ mọi khổ không màng." (Dhp. 347)

Nàng chứng quả A-la-hán ngay tại đó trước khi xuất gia.

Nữ Tôn giả Patā Kārā, con nhà giàu có và lấy chồng là một thanh niên làm công trong nhà, rồi cả hai người cùng trốn đi. Về sau sinh được hai người con, nhưng chẳng may chồng nàng bị rắn cắn chết, con nàng một đứa bị diều tha, một đứa bị nước cuốn trôi, cha mẹ và các người em cũng bị chết trong một đêm giông tố. Trước cảnh thảm khốc này, nàng không thể chịu đựng nổi, nàng chạy điên loạn ngoài đường và gặp Thế Tôn. Thế Tôn thuyết pháp, nàng tỉnh ngộ về sau này dốc chí tu hành và đắc quả A-la-hán rồi thuyết pháp cứu độ cho 500 vị ni khác cũng chứng đắc như nàng.

Tất cả những trường hợp trên, Ni chúng được xuất gia và chứng đắc quả vị, đây là đoàn thể tu sĩ phái nữ đầu tiên được thành lập trong lịch sử. Đức Phật xác nhận về khả năng tu chứng, phái nữ vẫn không thua gì bên nam giới. Họ cũng có trình độ và một trí tuệ để đoạn tận tham dục, chứng đắc ngang bằng như nhau. Đây chính là tiếng nói của bậc Giác ngộ, là tinh thần đồng đẳng nhân bản và dân chủ, đã giải phóng phái nữ thoát khỏi mọi sự ràng buộc tù đày của cuộc sống gia đình chật hẹp đã đè nặng trên người họ xưa nay.

- Các đệ tử cận sự nữ

Hàng đệ tử của Phật, ngoài chúng xuất gia sống đời không gia đình, còn có các hàng nam nữ cư sĩ có gia đình, sống đời sống có vợ con trong xã hội, cũng được đức Phật thuyết pháp giáo hóa. Thế Tôn bằng phương tiện thiện xảo đem lại lợi ích cho nhiều người nam nữ cư sĩ trong mọi tầng lớp, giai cấp xã hội. Các thiện nam, thiện nữ này cũng có khả năng chứng ngộ từ sơ quả đến tam quả, khi được Thế Tôn thuyết pháp giảng dạy.

Với tinh thần bình đẳng và hòa đồng, tôn trọng sự chứng ngộ của con người mà không có sự phân chia phái tính, chủng tộc, nên đối với quan niệm về giai cấp xã hội thì đức Thế Tôn thuyết giảng cho các nam nữ cư sĩ tinh thần bình đẳng giai cấp, còn về đời sống hạnh phúc trong tương lai, thì Thế Tôn thuyết giảng về tín, thí và giới. Còn đối với những vị có khả năng lãnh hội hương vị giáo pháp để lãnh đạo một hội chúng, như Hatthaka, Thế Tôn dạy về bốn nhiếp pháp.

Có hai vị thí chủ hộ pháp đắc lực là Trưởng giả Cấp Cô Độc và Visākha, đức Phật đã dạy giáo pháp, con đường đưa đến giải thoát và ngay trong đời sống hiện tại, hai vị đã chứng đắc pháp nhãn, quả Dự Lưu.

Ngoài những người đệ tử trưởng giả, vọng tộc, hoàng thân, hay cùng đinh hạ cấp, còn có các hàng vua chúa cũng xin quy y làm đệ tử Phật. Vua Tần-bà-sa-la là người yết kiến Thế Tôn trước nhất tại Uruvela, khi ấy mới chỉ có 1.000 đệ tử nghe và biết pháp, Vua đã cúng dường Thế Tôn tinh xá Trúc Lâm và cung thỉnh Thế Tôn và chúng Tỳ-kheo thọ nhận trai phạn.

Vua có hoàng hậu đẹp đã đi xuất gia khi cảm nhận được cuộc đời là vô thường, và đã đắc quả A-la-hán, người là vị trí tuệ bậc nhất của chúng Ni.

Ba-tư-nặc, vua nước Kiều-tát-la, được đức Phật xác chứng là thiện hữu, là thiện giao du.

Có lần vua Ba-tư-nặc đi đến yết kiến Thế Tôn và thưa hỏi một số vấn đề: *"Tôn giả Gotama có tự cho mình đã chứng ngộ Vô thượng chánh đẳng, chánh giác không?"*

"Đại Vương, ta đã chứng ngộ Vô thượng, chánh đẳng, chánh giác."

"Thưa Tôn giả Gotama, có những vị sa-môn, bà-la-môn là các vị hội chủ, giáo trưởng, có danh vọng, khai tổ các giáo phái, được quần chúng tôn sùng, như Ngài Purāna Kassapa, Makkhah Gosāla, Nigantha Nātaputta, Sanjaya Balathiputta, Kukudha Kaccāyana, Ajjta Kesakambale (lục sư ngoại đạo). Khi con hỏi các vị ấy, "có tự xem là chứng ngộ Vô thượng chánh đẳng chánh giác không?" thì họ đều trả lời không. Vậy làm sao Tôn giả Gotama, trẻ

tuổi, sanh sau đẻ muộn và chỉ mới xuất gia, lại tự cho mình như vậy?"

"Đại Vương, có bốn loại không nên khinh thường, hay không nên miệt thị vì chúng là trẻ. Này Đại Vương, Sát-đế-lợi trẻ... con rắn trẻ... ngọn lửa trẻ... và tỳ-kheo trẻ..." Nghe vậy, Vua Ba-tư-nặc tán thán và đảnh lễ Thế Tôn và xin quy y Tam Bảo, trọn đời quy ngưỡng.

Vua A-xà-thế, người đã giết cha để làm vua và cùng âm mưu với Đề-bà-đạt-đa phá hòa hiệp Tăng, chia rẽ giáo đoàn của Thế Tôn, phân chia 500 tỳ-kheo để thành lập giáo hội riêng. Nhưng sau đó Tôn giả Xá-lợi-phất và Đại Mục-kiền-liên đã nhiếp phục trở lại. Về sau nhà vua hối lỗi và cũng xin Thế Tôn quy y làm ưu-bà-tắc. Rồi trong một thời thuyết pháp, Thế Tôn dạy một số chúng tỳ-kheo: *"Nếu không phạm tội giết cha thì ngay tại đây A-xà-thế đã đắc quả Tu-đà-hoàn."*

Về sau, Vua A-xà-thế đã nói lên quan điểm của mình về các giáo hội của ngoại đạo đương thời, và vua đã thực tâm tán thán hội chúng của Thế Tôn, với sự tu tập có kết quả thiết thực ngay trong hiện tại và công hạnh của các vị Sa-môn.

Với tiếng nói trung thực trong ý nghĩa bình đẳng, không phân chia giai cấp và xóa bỏ nô lệ, giáo lý của đức Thế Tôn suốt trong 45 năm thuyết pháp đã đi thẳng vào lòng người, từng hạng người, vua chúa, hoàng thân, hay người dân bình thường, kẻ bần cùng hạ tiện, người gánh phân, dâm nữ, và tướng cướp, tên sát nhân. Một Angulimala (Vô Não) ngoại đạo, giết người không gớm tay, đã từng làm kinh hoàng cả triều đình nhà vua, người sắp sửa giết mẹ mình nhưng được Phật hóa độ và về sau sống trong tinh thần giáo pháp, Angulimala cũng đã chứng đắc quả A-la-hán.

Như vậy đủ biết rằng, hương vị giáo pháp Đức Phật là hương vị giải thoát, cũng như nước biển chỉ có vị duy nhất là vị mặn. Nếu ai nếm được hương vị ấy tức là nói lên giá trị tối thượng của chính mình, nói lên trí tuệ siêu việt của chính mình và nói lên tinh thần thuần thục nỗ lực tu tập của chính mình.

Giá trị ở đây là giá trị tu chứng, giá trị của kẻ đoạn tham, đoạn sân, đoạn si, lìa chấp thủ, diệt si dục ác pháp để nhận chân bản lai diện mục của chính mình. Vì vậy mà không kể là ai, có tâm cầu giải thoát thì đều được Đức Phật hóa độ.

Nền tảng ở đây chính là tôn trọng Phật tánh bình đẳng. Tánh giác ngộ làm Phật không mang tướng trạng Vua chúa, không mang tướng trạng người dâm nữ hay kẻ sát nhân, mà tánh giác ngộ ấy viên dung tròn đầy từ vô thủy cho đến vô chung. Tự tánh ấy, không thêm cũng không bớt, không thiếu cũng không dư, cũng không phải hiện hữu trong người này mà không hiện hữu nơi người khác. Phật tánh luôn có mặt trong mọi chúng sanh và không bao giờ thay đổi. Giống như viên ngọc quý được tàng ẩn trong đá, nếu ai biết khai quật đá ra thì sẽ lấy được viên ngọc quý ấy, còn nếu ai không biết thì đành chịu. Phật tánh cũng vậy, có mặt trong mọi chúng sanh, trong mọi thời mọi lúc, nếu chúng sanh ấy biết đoạn tận vô minh, dứt trừ phiền não, chánh kiến, chứng chơn giải thoát thì chính chúng sanh ấy sẽ phá vỡ tảng đá chấp ngã của chính mình để đạt được viên ngọc Phật tánh ấy.

Giá trị đó chính là nơi đây mà không phải là bà-la-môn, sát-đế-ly hay không là sát-đế-ly, không phải con người sinh ra từ miệng Phạm thiên thì cao quý, còn sinh ra từ bàn chân thì hạ tiện thấp hèn... Giai cấp, màu da, chủng tộc, phái tính chỉ là những giả hiệu vì rằng không có giai cấp nào có thể quyết định sự giác ngộ của con người.

TIẾT 7. PHẬT GIÁO LÀ TIẾNG NÓI TRUNG THỰC CỦA HÒA BÌNH

Xuyên qua các nguyên tắc để tạo điều kiện hưng thịnh cho một quốc gia và thiết lập một xã hội thanh bình, đức Phật cũng có những bài thuyết pháp rất rõ ràng về các lãnh vực chính trị, chiến tranh, hòa bình, điểm này đã được phổ cập hóa trong cộng đồng xã hội. Đức Phật luôn chủ trương bất bạo động, xóa bỏ hận thù, tái lập tình thương và kiến thiết hòa bình chân chánh. Đây là bức thông điệp được truyền đi, và đến từng chúng sanh. Bởi vì theo quan điểm của đức Phật, không có một cuộc chiến tranh nào gọi là chiến tranh chính nghĩa. Tất cả đều chỉ là nhân danh, giả dối và lợi dụng danh nghĩa, bên trong núp lén những hận thù tội ác, chém giết, trả thù bạo hình mà thôi. Ai có thể nhân danh công lý để khẳng định đâu là chính nghĩa và đâu là không chính nghĩa. Người dùng sức mạnh của bạo lực để chiến thắng kẻ yếu, có thế lực gọi là chính nghĩa, và người yếu kém đã chiến bại gọi là mất chính nghĩa? Đây chỉ là một hình thức ngụy tạo trá hình để dung dưỡng những người nuôi mộng xâm lăng chiến tranh mà đối với tinh thần tích cực hòa bình của đức Phật, Ngài hoàn toàn bác bỏ.

Hình thức chiến tranh là hình thức gây xáo trộn, và làm rối loạn đời sống bình an của con người, hình thức binh bị quy mô cướp đoạt nhân mạng và tài sản của con người. Nhưng hình thức này được phát xuất từ mỗi cá nhân rồi mới lan ra giai tầng quốc gia xã hội. Một hình thức quốc gia được xây dựng tức là gồm những thành phần cá nhân hợp lại. Vì vậy, chiến tranh của một quốc gia dân tộc tức là chiến tranh của từng đơn vị cá nhân. Tập đoàn mầm móng và tự thân của chiến tranh chính là sự xung đột giữa cá nhân này và cá nhân nọ.

Thực ra không có một quốc gia nào đáng phải chịu đựng chiến tranh, dân tộc nào đáng phải bị xâm lăng cướp đoạt. Người ta chỉ lợi dụng danh nghĩa, nhân danh quốc gia, tổ quốc, quê hương để tham lam và bành trướng bá quyền thế lực của chính mình, mà không phải là sứ mệnh chân chính. Đánh giá sự bình an và hạnh phúc, người ta thường lầm tưởng phải ở nơi quê hương thanh bình, dân tộc thái hòa và một quốc gia an ninh thịnh trị. Trong thực tế, sự bình an của cộng đồng chính là do nơi sự bình an của từng cá thể góp lại. Một tâm hồn con người bình an và mọi tâm hồn con người bình an thì sẽ có một dân tộc bình an, vì vậy mà nói "tâm bình thế giới bình." Một tâm hồn hoàn thiện và trong sáng tức là ý nghĩa thanh bình của một quốc gia. Yếu tố quan trọng chính là sự kiện toàn an ninh cho một tâm hồn. Trước hết phải: "thành ý chánh tâm, tu thân," rồi sau mới "tề gia, trị quốc, bình thiên hạ". Nếu tâm con người không bình thì chắc chắn thiên hạ không bình, mà lại chính là "đương bình tâm địa, tắc thế giới địa nhất thiết giai bình".

Tâm tư con người là chủ nhân ông sai sử hành động thiện hay bất thiện chứ không phải cái gọi là "quốc gia, dân tộc" sai sử con người gây chiến tranh hay hòa bình. Tự bản thân con người là yếu tố tạo lập tất cả, vì vậy mà "tự thắng mình còn vẻ vang hơn thắng kẻ khác". Muốn thắng mình phải luôn luôn chế ngự lòng tham dục.

Chiến tranh là kết quả lòng tham dục của mỗi con người. Nếu tự thân mỗi con người biết chế ngự lòng tham dục thì điều tốt đẹp sẽ được sinh khởi và điều hẳn nhiên sẽ không xảy ra là một con người lòng không tham dục lại đi xâm lăng những con người cũng không mang lòng tham dục.

Tâm lý chúng sanh là luôn luôn sợ chết và mục đích cao nhất là duy trì sự sống. Điều này nói lên bản năng tự tồn của con người. Chính sự sống là tất cả. Nếu con người không vì sự sống thì chắc chắn họ sẽ không có tham vọng, sẽ không có mưu mô, kế hoạch để thực hiện tham vọng đó. Họ sống trong đau khổ, chịu sự nô lệ, tù đày và nhục nhã cũng chỉ mong cầu mưu kế của mình thành tựu, thực hiện một đời sống riêng tư cho chính mình. Đây chính là tinh thần bạo động của sự chém giết, phá hủy nhưng con người ai cũng sợ trước cảnh máu me chết chóc. Ai cũng muốn bản thân mình bình an, hạnh phúc: *"Ai cũng sợ gươm đao, ai ai cũng sợ sự chết, vậy nên lấy lòng mình suy lòng người, chớ giết chớ bảo giết."*

Tôn trọng sự sống là đức hiếu sinh mà bàng bạc trong Kinh điển đức Phật thường giảng dạy: *"Đây là sự sát sanh, hãy từ bỏ."* Từ bỏ sát sanh thì từ bỏ loài bò bay máy cựa cho đến các loài vi tế côn trùng hay lớn như loài người, tất cả đều không nhẫn tâm giết hại. Trong năm giới của người tại gia cư sĩ, giới không sát sinh là giới đứng đầu. Đây chính là tinh thần bình đẳng tuyệt đối trong sự sống, nếu được tôn trọng thì quốc gia ấy sẽ có hạnh phúc và bình an. Vì một người mang tâm sát hại đến một người khác thì người khác cũng sẽ mang tâm sát hại đáp lại, và như vậy, sự sát hại sẽ không bao giờ chấm dứt.

Nếu con người ý thức, mong cầu và xây dựng hạnh phúc cho chính mình bằng chất liệu tình thương thì hạnh phúc này mới là hạnh phúc chân chính vĩnh cửu, bằng ngược lại, chỉ biết sự bình an của chính mình, của gia đình mình mà không biết đến nỗi đau thương của kẻ khác khi mất sự sống, dùng thế lực để cướp đoạt sự sống của họ, đó chính là thái độ của kẻ bạo động, phi nhân bản. Người xây dựng hạnh phúc của mình trên máu và nước mắt của kẻ khác thì ý nghĩa của loại hạnh phúc này là ngụy tạo, tự bản thân người này cũng sẽ không bình an khi người khác lăm le trả thù và cưỡng đoạt lại những gì đã mất.

"Người nào cầu hạnh phúc cho chính mình mà lấy đao gậy phá hại hạnh phúc của kẻ khác, thì sẽ không được hạnh phúc."

Chiến tranh không chỉ bằng vũ khí đạn dược, không chỉ bằng đao trượng gươm giáo mà ngay cả từng ý nghĩ ác, từng lời nói thô bạo thiếu từ tốn, cũng đủ khiến con người thù hận với nhau. Vì vậy tinh thần giáo lý được xây dựng đến với con người và nơi con người, nơi mỗi bản thân không làm điều ác, không nói lời thô ác và không phát sinh ý nghĩ ác, như lời Phật đã dạy: *"Chư ác mạc tác, chúng thiện phụng hành, tự tịnh kỳ ý, thị chư Phật giáo."* Đây là ý nghĩa hòa bình chân chính được thiết lập nơi từng cá nhân.

Con người xa lạ nhưng có thể thân nhau chỉ vì một lời nói hòa ái, hay ngược lại hai quốc gia đánh nhau chỉ vì có thể một lời nói khiêu khích. Vì vậy, tinh thần hòa bình trung thực của Phật giáo là tinh thần hòa bình được thiết lập trên mỗi cá nhân: bản thân tốt, lời nói tốt và ý nghĩ tốt. Cho nên con người *"chớ nói lời thô ác. Khi ngươi dùng lời thô ác nói với người khác, người khác cũng dùng lời thô ác nói với ngươi, những lời nói nóng giận thô ác chỉ làm cho các ngươi đau đớn khó chịu như đao gậy mà thôi."*

Con người bị vây quanh bởi chính mình bằng sự sinh hoạt của bản thân, gia đình và xã hội. Họ bị tù túng và lo âu trước những điều họ tạo ra và từ đó họ muốn tìm phương pháp để giải thoát đời mình khỏi vòng ràng buộc. Nhưng phương pháp để giải thoát ấy, dù ở môi trường quốc gia, dân tộc nào, cũng không thể nằm ngoài những dữ kiện mà đức Phật đã dạy. Dữ kiện ấy chính là *"thông điệp của Ngài về bất bạo động và hòa bình, về tình thương và từ bi, về khoan hồng và thông cảm, về chân lý và trí tuệ, về sự tôn trọng đối với mọi sự sống, về sự vứt bỏ ích kỷ, hận thù và bạo động.”*

Đức Phật dạy: *“Một người có thể cướp bóc một người khác, cũng như có thể phục vụ người kia. Nhưng khi bị cướp, người kia chiếm đoạt trở lại. Và cướp bóc, chiếm đoạt, trở đi trở lại không ngừng. Ngày nào quả xấu chưa đủ duyên để trổ, người cuồng si còn tưởng tượng, “thì giờ đã đến, đây là một dịp may.” Nhưng khi quả trổ, phải chịu khốn khổ. Người sát nhân gặp kẻ sát nhân, người xâm lăng bị chinh phục, kẻ hỗn hào bị chửi mắng, người ưa quấy rầy bị phiền nhiễu. Vậy, theo tiến trình diễn biến của hành vi, kẻ cướp ắt bị cướp.”*

Sự hữu hiệu của nhân quả đối với con người cũng không thể chối cãi. Con người phải chịu trách nhiệm trước hành vi của chính mình, người gây chiến tranh sẽ bị chiến tranh tàn phá, người gây thù hận sẽ bị thù hận đốt cháy. Đức Phật dạy: *“Hận thù không bao giờ được dập tắt bằng hận thù, mà chỉ dập tắt được với tình thương, đây là một sự thật muôn đời.”*

“Người ta nên lấy từ bi thắng lướt hận thù, lấy lòng tốt đối lại với sự xấu xa, lấy bác ái đối lại sự ích kỷ, và lấy sự chân thật đối lại sự gian tà.”

Con người không thể có hạnh phúc an vui khi họ còn khao khát ham muốn chinh phục và chế ngự đồng loại. Phật dạy: *“Kẻ chiến thắng nuôi hận thù, kẻ chiến bại nằm xuống trong đau khổ. Người nào từ khước cả thắng bại sẽ được hạnh phúc an vui.”*

Chiến thắng duy nhất đem lại hòa bình hạnh phúc là chiến thắng tự tâm: *“Người ta có thể chinh phục hàng triệu người trong trận chiến nhưng chỉ người nào tự chinh phục được mình mới là người chiến thắng vinh quang nhất.”*

Trong tư tưởng xã hội đương thời, đức Phật không những đề cao tinh thần bất bạo động, lòng thương người, để xây dựng hòa bình chân chính và kiến tạo cho đời sống người dân một nếp sống an lành hạnh phúc, mà đích thân Ngài còn đến nơi chiến trường để can thiệp và chặn đứng chiến tranh. Dù trực tiếp hay gián tiếp, đức Phật bằng mọi phương tiện hóa giải sự hận thù, chiến tranh bạo động, và thông qua giáo lý của Ngài, tinh thần hiếu hòa ấy được thể hiện một cách thực tiễn.

a. Đức Phật hơn một lần đích thân can thiệp ngăn chặn cuộc chiến sắp xảy ra giữa hai vương quốc

"Một thời Thế Tôn trú ở Rajagaha (Vương Xá) trên núi Gijjhakūṭa (Linh Thứu). Lúc bấy giờ, Ajātasattu, con bà Videhi, vua nước Magadha, muốn chinh phục dân chúng Vajji. Vua nói như sau: "Ta quyết chinh phạt dân Vajji này, dầu có uy quyền, lành mạnh. Ta quyết làm cỏ dân Vajji. Ta sẽ tiêu diệt dân Vajji. Ta sẽ làm cho dân Vajji bị hoại vong."

Rồi Ajātasattu con bà Videhi, vua nước Magadha nói với Bà-la-môn Vassakāra, đại thần nước Magadha: "Này Bà-la-môn, hãy đi đến Thế Tôn, và nhân danh ta cúi đầu đảnh lễ dưới chân Ngài, vấn an Ngài có ít bịnh, ít não, khinh an khỏe mạnh, lạc trú..." Và khanh hãy thưa tiếp: "Bạch Thế Tôn, Ajātasattu con bà Videhi, Vua nước Magadha muốn chinh phục dân Vajji..."

Sau đó vị đại thần Bà-la-môn Vassakāra đã đi đến Thế Tôn và trình bày ý muốn của Vua Ajātasattu lên Thế Tôn. Ngay khi ấy có Tôn giả A-nan đang cầm quạt hầu Phật, đức Phật đã hỏi ngài A-nan về sự sinh hoạt của người dân Vajji, qua 7 điều kiện làm hưng thịnh một quốc gia (đã trình bày trong Tiết 1). Qua sự vấn đáp của đức Phật và

Tôn giả A-nan, đại thần Bà-la-môn Vassakāra đã chứng kiến rõ ràng và đã bạch Thế Tôn như sau:

"Thưa Tôn giả Gotama, nếu dân Vajji, chỉ hội đủ một pháp không suy giảm này, thì nhất định dân Vajji được lớn mạnh không bị suy giảm, huống nữa là đủ cả 7 pháp không bị suy giảm. Thưa Tôn giả Gotama, Ajātasattu, con bà Videhi, vua nước Magadha không thể đánh bại nước Vajji ở chiến trận, trừ khi dùng ngoại giao hay kế ly gián."

Đã có lần đức Phật phải thân hành đi đến nơi chiến trường để can thiệp và chặn đứng cuộc tranh chấp nước sông Rohini của những người thuộc dòng họ Sākya và Koliya.

Trong một trường hợp khác, Vua Ajātasattu đã triệu tập 4 binh chủng để gây chiến với Vua Pasenadi nước Kosala và đem quân tiến đánh Kāsi. Sau khi Vua Pasenadi biết được như vậy, cũng triệu tập bốn loại binh chủng, dàn trận ở Kāsi chống giữ, nhưng cuối cùng Vua Pasenadi đã chiến bại và rút lui về kinh đô Sāvathi.

Sau khi đức Thế Tôn được biết như vậy, Ngài bảo chúng tỳ-kheo rằng: *"Này các Tỳ-kheo, Vua Ajātasattu, con bà Videhi nước Magadha là ác hữu, là ác bạn lữ, là ác giao du. Và này các tỳ-kheo, Vua Pasanadi nước Kosala là thiện hữu, là thiện bạn lữ, là thiện của giao du. Và này các Tỳ-kheo, hôm nay, trong đêm này, Vua Pasenadi nước Kosala trải một đêm dài đau khổ của người bại trận."*

"Thắng trận sanh thù oán
Bại trận nếm khổ đau
Ai bỏ thắng bỏ bại,
Tịch tịnh hưởng an lạc."

Vẫn nuôi mộng chiến thắng và thù hận, Vua Ajātasattu lại cất quân tiến đánh Vua Pasenadi, nhưng lần này

Ajātasattu lại thất bại, và Vua Pasenadi đã tự nghĩ như sau: *"Tuy Vua Ajātasattu con bà Videhi nước Magadha làm hại, dầu ta không làm hại ai. Nhưng Vua ấy là cháu trai của ta. Vậy ta hãy tịch thu toàn bộ tượng binh, toàn bộ kỵ binh, toàn bộ xa binh, toàn bộ bộ binh của Vua Ajātasattu, con bà Videhi nước Magadha và tha cho Vua ấy mạng sống."*

Rồi đức Thế Tôn đã nói lên quan điểm của Ngài về sự thắng bại của chiến tranh là một hệ thống dây chuyền nhân quả.

"Vì nghĩ đến tự lợi
Nên mới cướp hại người
Khi người khác cướp lại
Bị hại, lại hại người
Người ngu nghĩ như vậy
Khi ác chưa chín mùi.
Khi ác đã chín mùi
Người ngu chịu khổ đau
Sát người bị người sát
Thắng người bị người thắng
Mắng người bị mắng lại
Não người người não lại
Do nghiệp được diễn tiến
Bị hại, lại hại người?"

b. Tinh thần khoan dung, vị tha, cảm thông và từ bi của Phật giáo qua giáo lý, qua nền tảng xây dựng giới luật, qua sự thành công thể hiện của vua A-dục

Tinh thần cảm thông và lòng từ bi là chất liệu nuôi sống tình người trong môi trường cộng đồng xã hội. Tinh thần từ bi là tinh thần *"lấy nước tình thương rưới tắt lửa hận thù"*. Con người sống trong ba cõi không an, giống như nhà lửa này, nếu thiếu tinh thần tha thứ, bao dung và lòng từ vô lượng thì thế giới này sẽ không mấy chốc biến thành trường sinh sát.

Lòng từ bi là tình thương bao la xoa dịu và dập tắt tất cả sự thù hận từ bản thân cho đến tha nhân, là ý nghĩa xây dựng hạnh phúc, bình an, từ bi không thể vắng mặt trong lòng người. Vì rằng, từ bi chính là đem niềm vui đến cho mọi người và xóa tan sự phiền não khổ đau của kẻ khác. Từ bi chính là sứ mệnh, là chất liệu tình thương để xây dựng và thắt chặt tình người. Đức Phật dạy các vị tỳ-kheo là hãy đi vì mục đích làm an lạc cho nhiều người, cho phần đông người, đi vì lòng thương tưởng cho đời, vì hạnh phúc và an lạc cho chư thiên và nhân loại, đi để xả trừ vị kỷ, phục vụ tha nhân và đi để gieo rắc tình thương yêu mến cho muôn loại.

Từ bi chính là lưỡi gươm thép cắt đứt sợi dây phân ly và tranh chấp. Vì vậy bất cứ trong lãnh vực nào, từ hoàn cảnh cá nhân đến môi trường xã hội, nếu tinh thần khoan dung, vị tha và thương yêu bị đánh mất thì ngay trong lãnh vực, môi trường ấy, mầm mống chiến tranh sẽ phát sinh từ bản thân, gia đình, hội chúng, quốc gia, xã hội. Như có lần, đức Phật ở tại Kosambi, nơi Tịnh Xá Ghosita, lúc ấy có một số tỳ-kheo sống tranh chấp, nổi loạn với nhau bằng "những binh khí miệng lưỡi", rồi có Tỳ-kheo đến bạch với đức Thế Tôn về sự tranh chấp ấy: *"Ở đây, bạch Thế Tôn, các tỳ-kheo ở Kosambi, sống cạnh tranh, luận tranh, đấu tranh, đả thương nhau bằng những binh khí miệng lưỡi. Tốt lành thay, bạch Thế Tôn, vì lòng từ mẫn, hãy đến với các vị tỳ-kheo ấy."*

Thế Tôn thân hành đi đến và nói với họ rằng: *"Thôi đủ rồi các Tỳ-kheo, chớ có cạnh tranh, luận tranh, phân tranh, đấu tranh nhau."* Nhưng chúng tỳ-kheo ở Kosambi không nghe lời Phật dạy, cuối cùng ngài lấy y bát và nói lên bài kệ:

"Giữa quần chúng la ó
Không ai nghĩ mình ngu
Giữa Tăng chúng phân ly
Có ai nghĩ hướng thượng
Thất niệm kẻ trí nói
Ba hoa trăm thứ chuyện
Miệng há, nói thả dàn
Dẫn đi đâu, ai biết?
Nó mắng tôi, đánh tôi!
Nó hại tôi, cướp tôi.
Ai ôm hiềm hận ấy,
Hận thù không thể nguôi.
Nó mắng tôi, đánh tôi.
Nó hại tôi, cướp tôi.
Không ôm hiềm hận ấy
Hận thù được tự nguôi.
Hận thù diệt hận thù,
Không đời nào diệt được.
Từ bi diệt hận thù,
Là định luật ngàn thu.
"Người khác không hiểu biết,
Ở đây ta bị diệt."
Chỗ ấy ai hiểu được,
Tranh luận được lắng êm.
Kẻ chủ xướng hại mạng
Cướp bè, ngựa, tài sản
Kẻ cướp đoạt quốc độ
Chúng còn biết đoàn kết
Sao các ông không vậy?
Nếu được bạn hiền trí

Đồng hành, khéo an trú
Đã thắng mọi hiểm nạn
Sống hoan hỷ, chánh niệm
Nếu không bạn hiền trí
Như vua bỏ quốc độ
Cô độc như voi rừng
Tốt hơn sống một mình
Không bè bạn kẻ ngu
Cô độc không làm ác
Nhàn hạ như voi rừng."

Tinh thần khoan dung và lòng từ vô hạn được thể hiện thông qua giáo lý và tinh thần xây dựng an lạc hạnh phúc, bất hại bất sát, làm căn bản xây dựng hòa bình xã hội. Điều này, trong Kinh Trường Thọ Vương Bổn Khởi đã dạy: *"Vua nước Câu-sa-la là Trường Thọ và Vua Phạm-ma-đạt-đa nước Da-xá, hai vị vua này thường gây chiến với nhau, cho đến một hôm, Phạm Ma Đạt Đa chiến thắng và bắt toàn bộ binh lính của vua Trường Thọ. Vua Trường Thọ tự nghĩ: "Chiến tranh là kỳ quái, chiến tranh là tàn bạo, chế phục sẽ bị chế phục, tàn hại sẽ bị tàn hại. Vậy ta nay hãy đơn thân dẫn một người vợ cùng đi một cỗ xe, chạy đến Ba-la-nại."*

Nhưng sau đó, Phạm-ma-đạt-đa đã bắt được Trường Thọ và ra lệnh chặt làm 7 khúc. Trước khi chết, Trường Thọ Vương đã nói với con là Trường Sanh rằng: *"Đồng tử hãy nhẫn, đồng tử hãy nhẫn, chớ khởi oán kết, mà phải thực hành nhân từ."*

Rồi một hôm, cơ hội trả thù cho cha đã đến, mạng sống của Phạm-ma-đạt-đa nằm trong tay Trường Sanh, và Trường Sanh đã nghĩ rằng: *"Phạm-ma-đạt-đa này, Vua nước Da-xá, tàn bạo vô đạo. Nó bắt cha ta, Vua Trường Thọ nước Câu-sa-la, là người vô tội, lại cướp đoạt kho tàng tài sản của nước ta, và vì hận thù mà giết người, chặt ra 7 đoạn một cách oan uổng. Thế mà ngày nay nó nằm trong tay ta, ta phải báo oán." Trường Sanh nghĩ vậy liền tuốt gươm bén, dí vào cổ Phạm-ma-đạt-đa, Vua nước Da-xá mà nói rằng: "Nay ta giết ngươi, nay ta giết ngươi." Trường Sanh lại nghĩ: "Ta làm không đúng, vì sao? Nhớ lại ngày trước, ngồi dưới cây nêu cao, vào phút sắp lâm chung cha ta đã bảo ta rằng: "Đồng tử hãy nhẫn, đồng tử hãy nhẫn, chớ khởi oán kết mà phải thực hành nhân từ." Nhớ lại như vậy, Trường Sanh bèn thu gươm tra vào vỏ."*

Nếu không có lòng nhẫn nhục và nhân từ mà chỉ có lấy hận thù báo đáp hận thù, thì mạng sống của vì vua đã phải lìa đời, và bao nhiêu tang tóc sẽ phải xảy ra sau đó. Nhưng không, nhờ đức khoan dung và lòng từ vô lượng mà đã xóa tan sự thù hận ngập lòng, xây dựng sự bình an cho lòng mình và hạnh phúc cho kẻ khác.

Thái độ ôn hòa, lòng thương yêu không phân biệt, và đức nhẫn nhục khoan dung suốt 45 năm giáo hóa, đức Phật đã mang đến những yếu tố ấy cho mọi người để làm chất liệu xây dựng tình yêu thương, hạnh phúc thiết thực trong cộng đồng xã hội con người... Đức Phật chưa một lần dùng sức mạnh để bắt ai phải theo ngài, ngay cả bằng một lời nói. Vì vậy, đức từ bi, lòng bao dung là một sức mạnh kiên cường phá tan xiềng xích và san bằng mọi ngăn cách giữa người và người.

Tinh thần chịu đựng và chất liệu tình thương là điều kiện của người mang sứ mệnh giáo hóa, là bổn phận của kẻ xây dựng hạnh phúc chung cho mọi người. Tinh thần này được thể hiện qua Tôn giả Puṇṇa, sau khi đã được đức Phật giáo giới:

"Này Puṇṇa, sau khi được nghe giáo giới, với lời giáo giới vắn tắt này của ta, ngươi sẽ trú tại quốc độ nào?"

"Bạch Thế Tôn, có một quốc độ tên là Sunāparanta, tại đấy con sẽ ở."

Nhưng đức Phật đã dạy rằng, người dân ở xứ đó rất hung hăng, họ có thể mắng chửi, họ có thể đánh đập và họ có thể giết chết Puṇṇa, khi thấy Puṇṇa đến xứ của họ. Mặc dù nghe Thế Tôn dạy sự thật là như vậy, nhưng Tôn giả Puṇṇa vẫn từ tốn và kiên quyết bạch Thế Tôn:

"Bạch Thế Tôn, nếu người nước Sunāparanta mắng nhiếc con, nhục mạ con, thời tại đấy, con sẽ nghĩ như sau: 'Thật là hiền thiện, người nước Sunāparanta này! Thật là chí thiện, người nước Sunāparanta này! Vì rằng họ không lấy tay đánh đập ta.' Bạch Thế Tôn, tại đấy con sẽ nghĩ như vậy. Bạch Thiện Thệ, tại đấy con sẽ nghĩ như vậy."

"Nhưng này Puṇṇa, nếu các người nước Sunāparanta lấy tay đánh đập ông, thời này Puṇṇa, tại đấy ông sẽ nghĩ như thế nào?"

"Bạch Thế Tôn, nếu các người nước Sunāparanta lấy tay đánh đập con; thời tại đấy, con sẽ nghĩ như sau: 'Thật là thiện, người nước Sunāparanta này! Thật là chí thiện, người nước Sunāparanta này! Vì rằng họ không lấy các cục đất ném đánh ta.' Bạch Thế Tôn, tại đấy con sẽ nghĩ như vậy! Bạch Thiện Thệ, tại đấy con sẽ nghĩ như vậy."

"Nhưng này Puṇṇa, nếu các người nước Sunapa ranta lấy các cục đất ném đánh Ông, thời này Puṇṇa, tại đấy Ông sẽ nghĩ thế nào?

"Bạch Thế Tôn, nếu các người nước Sunāparanta lấy cục đất ném đánh con; thời tại đấy, con sẽ nghĩ như sau: 'Thật là hiền thiện, các người nước Sunāparanta! Thật là chí thiện, các người nước Sunāparanta! Vì rằng họ không lấy gậy đánh đập ta.' Bạch Thế Tôn, tại đấy con sẽ nghĩ như vậy. Bạch Thiện Thệ, tại đấy con sẽ nghĩ như vậy."

"Nhưng này Puṇṇa, nếu các người nước Sunāparanta lấy gậy đánh đập Ông, thời này Puṇṇa, tại đấy Ông nghĩ thế nào?"

"Bạch Thế Tôn, nếu các người nước Sunāparanta lấy gậy đánh đập con; thời tại đấy, con sẽ nghĩ như sau: 'Thật là hiền thiện, các người nước Sunāparanta! Thật là chí thiện, các người nước Sunāparanta! Vì rằng họ không lấy dao đâm ta.' Bạch Thế Tôn, tại đấy con sẽ nghĩ như vậy. Bạch Thiện Thệ, tại đấy con sẽ nghĩ như vậy.

"Nhưng này Puṇṇa, nếu các người nước Sunāparanta lấy dao đâm ông, thời này Puṇṇa, tại đấy ông nghĩ thế nào?"

"Bạch Thế Tôn, nếu các người nước Sunāparanta lấy dao đâm con; thời tại đấy, con sẽ nghĩ như sau: 'Thật là hiền thiện, các người nước Sunāparanta! Thật là chí thiện, các người nước Sunāparanta! Vì rằng họ không lấy dao sắc bén đoạt mạng ta.' Bạch Thế Tôn, tại đấy con sẽ nghĩ như vậy. Bạch Thiện Thệ, tại đấy con sẽ nghĩ như vậy."

"Nhưng này Puṇṇa, nếu các người nước Sunāparanta lấy dao sắc bén đoạt mạng ông, thời này Puṇṇa, tại đấy ông nghĩ thế nào?"

"Bạch Thế Tôn, nếu các người nước Sunāparanta lấy dao sắc bén đoạt mạng con; thời tại đấy con sẽ nghĩ như sau: 'Có những đệ tử của Thế Tôn, ưu phiền và nhàm chán thân thể và sinh mạng đi tìm con dao (để tự sát). Nay ta khỏi cần đi tìm đã được con dao ấy.' Bạch Thế Tôn, tại đấy con sẽ nghĩ như vậy. Bạch Thiện Thệ, tại đấy, con sẽ nghĩ như vậy."

Giáo lý từ bi, bất hại, bất sát là tiếng nói trung thực hòa bình của đạo Phật được thể hiện qua đức tánh bao dung của vua A-dục sau khi quy y Tam bảo. Ông đã từng mở những trận chiến ngổn ngang xương núi máu sông và trăm nghìn tù binh trong những chiếc tù xa rên xiết. Nhưng rồi nhà vua đã buông gươm và phản đối chiến tranh, trở về sống trong giáo pháp của đức Phật. Vì rằng, vua đã nhận diện chiến tranh chỉ là kết quả của sự thù hận và tham dục, là con đường đưa người vào hố thẳm của khổ đau, tội lỗi. Chính điều này đã đánh thức nhà vua choàng tỉnh mộng xâm lăng và đã tự tuyên bố rằng: *"Không có một chiến công nào oanh liệt bằng sự chiến thắng chính mình. Đó là chiến công oanh liệt nhất."*

Sau khi từ giã chiến tranh, vua A-dục đã khép mình, lấy giáo lý đạo Phật làm cương lĩnh cai trị xứ sở một cách an bình thanh lạc. Trong lịch sử nhân loại, vua A-dục là vị vua đầu tiên đã áp dụng tinh thần giáo lý của đức Phật vào sự cai trị của một hội đồng nội các, và thể hiện tinh thần từ bi, bao dung, không sát hại, mang tình thương đến cho mọi người một cách rất thiết thực và hữu hiệu. Vua A-dục có đủ thiện chí, đủ can đảm và kiến thức xây dựng giáo pháp của đức Phật đến cho mọi người trong tinh thần bất bạo động, hòa bình và thương yêu cho toàn lãnh thổ của mình. Chính tự thân A-dục, vị hoàng đế quốc vương, đệ tử Phật, người được mệnh danh là "người con yêu quí của các thần linh", giờ được xây dựng nếp sống chan hòa trong ánh sáng chân lý.

Sau đây là sơ lược vài tư liệu về cuộc đời hộ pháp an dân của vua A-dục, tức Asoka Đại Đế, người mang tinh thần giải thoát đi vào đời sống hiện thực.

1. Cai trị nhân dân bằng chánh pháp

Sau khi từ giã chiến tranh trở về sống trong tinh thần giáo pháp, Asoka đã thực sự chứng tỏ thiện chí của mình xây dựng sự bình an hạnh phúc đến cho mọi người. Asoka đã thể hiện tinh thần thương yêu qua các pháp lệnh được khắc trên các trụ đá như sau:

a. Tình thương yêu người và vật

- Trong pháp lệnh thứ VI, khắc trên trụ đá hồng ở Bénares trong niên vị 26: *"Ta xin nói điều ta nghĩ về quyền lợi và hạnh phúc của thế giới cũng như đối với cha mẹ, bà con quyến thuộc xa gần, ta muốn mang lại hạnh phúc cho họ, ta dùng mọi biện pháp thích ứng để hoạt dụng cho mọi thành phần xã hội."*
- Trong pháp lệnh thứ III, khắc trên trụ đá hồng thành Bénares: *"Mặt khác trên mọi nẻo đường, ta cho trồng những cây đa đổ bóng mát cho người và thú vật, ta sẽ cho trồng những vườn xoài và mỗi khoảng đường 2km đào một nơi chứa nước cho người và vật dùng... Những việc làm này thật ra chẳng đáng kể là bao."*

Ngoài những công trình kiến tạo đời sống an lành cho người dân, nhà vua còn quan tâm đến đời sống của các loài thú vật mà hết lòng trang trải tình yêu thương.

- Trong pháp lệnh thứ I khắc trên núi Kepingala vùng Girua: *"Trước đây mỗi ngày có hàng nghìn thú vật bị giết trong bếp nhà vua, kẻ yêu mến của chư thiên, với cái nhìn bằng hữu, nhưng bây giờ pháp lệnh này được khắc lên, chỉ có 3 con thú sau đây bị giết mà thôi: 2 con công, 1 con nai, ngay cả con nai này cũng không được giết thường xuyên. Ngay cả 3 con vật này rồi đây cũng sẽ không bị giết nữa."*
- Trong pháp lệnh thứ V, niên hiệu thứ 26 khắc trên trụ đá hồng ở Bénarès: *"Cấm giết súc vật, và ghi rõ tên các loại không được giết, gồm có 23 loại chim, cá, thú 4 chân, thêm vào đó dê, cừu, heo có chửa hay đang cho*

con bú đều không được giết, cho đến cả những con chưa lớn quá 6 tháng.”

b. Thực hiện nguyện vọng của dân

Trong pháp lệnh thứ VI khắc trên núi đá vùng Girna: *“Trong bất cứ lúc nào, dù khi ăn, nơi khuê phòng, nơi nông trại trên xa giá, trong vườn cảnh, khắp nơi các thông tín viên phải phúc trình đầy đã cho ta biết việc dân sự và ta tham dự vào công vụ ở khắp mọi nơi. Bất cứ khẩu lệnh nào mà ta đã ban bố liên quan đến việc dâng tặng hay tuyên cáo hay những việc khẩn cấp giao phó cho các vị Tổng giám, nếu có điều gì cần phải tranh luận hay bình nghị ở hội đồng, phải thông tin cho ta biết, bất cứ lúc nào hay ở đâu, đó là lệnh của ta. Bởi ta không thỏa mãn việc làm và trong kết luận của công sự. Bởi ta xét rằng nhiệm vụ của ta là mang lại hạnh phúc cho thế giới, trên nguyên tắc là hoạt động và thi hành cho hoàn mỹ nhiệm vụ mới thôi. Bởi không có hành động nào cao cả hơn là việc làm đem lại hạnh phúc cho toàn thế giới. Và mọi cố gắng ta phải đạt là trả mối nợ cho nhân loại, ở cõi này ta phục vụ hạnh phúc cho họ và ở kiếp sau ta mong muốn cho họ sanh về cõi an lạc.”*

Theo dõi mọi tình hình và nguyện vọng của dân, nhà vua gởi những kiểm soát viên đi khắp nơi để giúp vua trong việc an dân.

- Trong pháp lệnh thứ VI khắc trên trụ đá hồng ở Bénarès: *“Quyền lực phán xét và trừng phạt của họ đều do ta nắm giữ, như thế những kiểm soát viên sẽ yên tâm thi hành nhiệm vụ khỏi phải sợ hãi và chỉ lo đến quyền lợi và hạnh phúc của dân chúng ở các tỉnh và bảo trợ cho quần chúng. Họ sẽ hiểu những gì là hạnh phúc và bất hạnh với những kẻ tín thành chánh pháp, họ giáo hóa cho quần chúng các tỉnh, làm cho quần chúng chứng ngộ trong đời này cũng như kiếp sau..."*

2. Tinh thần chí công vô tư của hành chánh

Trong pháp lệnh thứ I tại Kalinga, Asoka đã ban huấn thị cho các vị Tổng giám:

"Điều gì ta cho là hoàn mỹ, ta muốn hái lượm bằng hành động của ta và thâu nhiếp một cách có phương pháp. Phương pháp hay nhất mà ta thấy trong vấn đề an dân này là các huấn thị ta ban cho các ngươi. Bởi vì các ngươi được bổ nhiệm phục vụ cho hàng nghìn người.

"Hãy thu phục cảm tình quần chúng. Mọi người đều là con của ta. Thể như các con của ta, ta muốn cho chúng hết thảy quyền lợi và hạnh phúc trong thế giới này cũng như trong các kiếp sau, đó cũng là điều ta ao ước cho mọi người. Các người chưa thấy có quan hệ đến chừng nào có thể là có kẻ nào đây trong các người thấy điều đó, nhưng chỉ thấy một phần nào thôi chứ chưa thấy trọn vẹn. Là người có đầy nhiệm vụ các người hãy suy nghĩ kỹ.

"Thường có những cá nhân bị bỏ vào tù, bị tra khảo và bị phóng thích không lý do và có nhiều kẻ khác chịu khổ đau hơn thế nữa. Vì vậy mà các ngươi phải thực hành chí công vô tư. Chí công vô tư là không có khuynh hướng ganh ghét, gắt gỏng, ác nghiệp, nông nổi, bướng bỉnh, lười biếng, buông xuôi, phải có ý tránh xa biến tính và nông nổi trong khi hành sự. Kẻ nào chán chường chẳng bao giờ hoạt động thì không tiến bộ được, mà trong công vụ của các người phải tỉnh thức, xúc tiến và hoàn tất."

3. Tinh thần khoan dung, tự do tín ngưỡng

Trong pháp lệnh thứ VII, khắc trên đá vùng Girna: *"Quốc vương, kẻ yêu mến của chư thiên, với cái nhìn bằng hữu, muốn rằng mọi tông phái đều an vị khắp mọi nơi. Bởi mọi tông phái đều muốn chế ngự các nhục tình và tịnh hóa tâm hồn..."*

Nhà vua cho tự do phát triển và lúc nào cũng quý trọng các giáo phái khác.

Trong pháp lệnh thứ VI khắc trên trụ đá hồng ở Bénarès: *"Ta cũng đã tỏ lòng tôn kính đối với tất cả các giáo phái qua bao nhiêu dấu hiệu tỏ lộ tôn sùng. Nhưng điều mà ta đích thân đến gặp gỡ, tiếp xúc thẳng với họ, ta cho là điều quan trọng hơn cả..."*

Không những tôn kính và cho tự do phát triển, nhà vua còn khuyên bảo các giáo phái khác phải biết nhường nhịn, nương tựa để cùng nhau tồn tại, nên lìa bỏ những hiềm khích tật đố, đấu tranh, vì nó là huyệt sâu chôn vùi giáo phái của chính mình mà thôi.

Trong pháp lệnh thứ VII khắc trên núi đá vùng Girna đã minh xác điều đó: *"Quốc vương, kẻ yêu mến của chư thiên, với cái nhìn bằng hữu, tỏ lòng tôn kính hết thảy các tôn giáo, quí vị tu sĩ, qua những tính khoan dung, cũng như những vinh hạnh khác nhau. Nhưng những kẻ yêu mến của chư thiên không đặt nặng những tính khoan dung cũng như những vinh dự cho rằng sự tiến bộ trong bản chất của mọi tôn giáo. Sự tiến bộ của bản chất tuy thể hiện nhiều cách, nhưng chính thực chỉ là sự tiết chế của ngôn ngữ, làm thế nào để tránh sự tôn xưng riêng tông phái của mình hay sàm báng những tông phái khác, dù vì trường hợp này hay trường hợp kia, dù cho là điều không đáng kể. Trong mọi cơ hội phải tỏ lòng tôn kính những tông phái khác. Có như thế người ta mới làm cho tông phái mình lớn lên, cùng lúc phục vụ cho tông phái kia. Trái lại, ta chỉ làm hại cho tông phái của ta, cùng lúc chẳng giúp ích gì cho tông phái khác..."*

TIẾT 8. NGUYÊN TẮC ĐOÀN KẾT VÀ NGUYÊN TẮC NHIẾP CHÚNG

Tinh thần hòa hiệp là ý nghĩa sống lành mạnh an vui, tinh thần của một khối người biết tôn trọng ý niệm tự tồn, và xây dựng vươn cao trong ý chí hướng thượng.

Một con người đơn thuần, khó có thể hoàn thành một sự việc đáng kể, dù cho chính bản thân mình làm tất cả mọi sự thành công, chúng ta phải hiểu rằng, trong đó có ý niệm của tập thể tham dự. Do động cơ con người thúc đẩy và mặc cảm đối với tha nhân mà con người đã tiến đến sự xây dựng tốt đẹp cho chính bản thân mình.

Một đời sống hòa bình không tranh cãi với nhau là đời sống hoan hỷ, hòa tan giữa mình và người, như sữa hòa tan trong nước, không còn thấy có tự ngã, ngã sở đối với tha nhân, một đời sống nhìn nhau bằng cặp mắt thiện cảm, bằng lời nói hòa nhã, bằng cử chỉ đáng yêu và tôn trọng trong tinh thần vị tha. Sự sinh hoạt hòa hợp là sự từ bỏ tâm của ta và hãy sống thuận theo tâm của những Tôn giả ấy.

Hãy sống với tinh thần cho kẻ khác và vì kẻ khác, nhưng khi mình sinh hoạt cho kẻ khác, thì kẻ khác lại sinh hoạt cho mình, đây chính là sợi dây liên kết sự tương quan và nói lên tình thắm thiết giữa người và người. Như trong kinh đức Phật đã hỏi các Tôn giả Anuruddhā... thế nào là một đời sống hòa hiệp, không phóng dật, nhiếp tâm tinh cần. Các tôn giả đã trả lời như sau: *"Ở đây, bạch Thế Tôn, chúng con ai vào làng khất thực về trước, người ấy sắp đặt các chỗ ngồi, soạn sẵn nước uống, nước rửa chân, soạn sẵn một bát để bỏ đồ dơ. Ai đi vào làng khất thực về sau, người ấy, còn đồ ăn để lại, nếu muốn thì ăn, nếu không muốn thời bỏ vào chỗ trống có cỏ xanh hay đổ vào nước không có loài côn trùng. Ngươi hãy xếp gọn các chỗ ngồi, cất nước uống, nước rửa chân, cất đi cái bát để bỏ đồ dơ và quét sạch nhà ăn. Ai thấy ghè nước uống, ghè nước rửa chân, hay ghè nước trong nhà cầu hết nước trống không, người ấy sẽ lo liệu (nước). Nếu làm không nổi với sức bàn tay của mình, người ấy dùng tay ra hiệu gọi người thứ hai: "Chúng ta hãy lo liệu (nước)". Dầu vậy, bạch Thế Tôn, chúng con không vì vậy gây ra tiếng động. Và đến ngày thứ 5, bạch Thế Tôn, suốt cả một đêm chúng con ngồi đàm luận về đạo pháp."*

Qua một cái nhìn về một đời sống do tình đoàn kết tạo nên sức mạnh tập thể và hạnh phúc chung, đức Phật đã dạy xuyên qua những chủ đề như sau:

a. Bảy pháp không bị suy giảm của một chúng tỳ-kheo

Có một lần, đức Phật ở tại Vương Xá, núi Linh Thứu, nơi đây đức Phật đã bảo các Tỳ-kheo hãy lắng nghe và suy nghĩ kỹ, Ngài sẽ dạy 7 điều kiện của một chúng Tỳ-kheo được hưng thịnh. Bảy điều kiện ấy là:

1. Khi nào chúng tỳ-kheo thường hay tụ họp và tụ họp đông đảo với nhau, thời này các tỳ-kheo, chúng tỳ-kheo sẽ được lớn mạnh, không bị suy giảm.

2. Khi nào chúng tỳ-kheo tụ họp trong niệm đoàn kết, giải tán trong niệm đoàn kết và làm việc Tăng sự trong niệm đoàn kết, thời này các tỳ-kheo, chúng tỳ-kheo sẽ được lớn mạnh, không bị suy giảm.

3. Khi nào chúng tỳ-kheo không ban hành những luật lệ không được ban hành, không hủy bỏ những luật lệ đã được ban hành. Sống đúng với những học giới đã được ban hành, thời này các tỳ-kheo, chúng tỳ-kheo sẽ được lớn mạnh, không bị suy giảm.
4. Khi nào chúng tỳ-kheo tôn sùng, kính trọng, đảnh lễ, cúng dường các bậc tỳ-kheo Thượng Tọa. Những vị này là những vị giàu kinh nghiệm, niên cao lạp trưởng, bậc cha của chúng tăng và nghe theo những lời dạy của những vị này, thời này các tỳ-kheo, chúng tỳ-kheo sẽ được lớn mạnh, không bị suy giảm.
5. Khi nào chúng tỳ-kheo không bị chi phối bởi tham ái, tham ái này tác thành một đời sống khác, thời này các tỳ-kheo, chúng tỳ-kheo sẽ được lớn mạnh, không bị suy giảm.
6. Khi nào chúng tỳ-kheo thích sống những chỗ nhàn tịnh, thời này các tỳ-kheo, chúng tỳ-kheo sẽ được lớn mạnh, không bị suy giảm.
7. Khi nào chúng tỳ-kheo tự thân an trú chánh niệm khiến các bạn đồng tu thiện chí chưa đến muốn đến ở và các bạn đồng tu thiện chí đã đến ở được sống an lạc, thời này các tỳ-kheo, chúng tỳ-kheo sẽ được lớn mạnh, không bị suy giảm.

Bảy điều kiện này là yếu tố xây dựng một hội chúng lớn mạnh, cũng giống như 7 điều kiện hưng thịnh của một quốc gia, được trình bày ở Tiết 1. Nơi đây người viết chỉ nêu đại lược mà thôi.

b. Bảy pháp dứt trừ sự tranh cãi (thất diệt tránh pháp)

1. *Phán quyết với sự hiện diện cần được ban cho: (Tsammukhāvinayodātabho - ưng dữ hiện tiền tỳ-ni).*

Phương pháp thứ nhất này là vì có Tỳ-kheo phạm tội, tranh chấp với nhau: "Đây là pháp, hay đây là phi pháp, hay đây là luật, hay đây là phi luật." Do sự tranh chấp này, chúng Tỳ-kheo phải tập họp hòa hợp với nhau và căn cứ vào pháp và luật để xét xử, thảo luận, phân tích mà đương sự bắt buộc phải hiện diện. Và như vậy chính là chúng Tăng giải quyết một số tranh sự theo phương pháp giải quyết sự việc với sự hiện diện của đương nhân.

2. Phán quyết đa số cần dược ban cho: (yebhuyassikà: đa nhân)

Phương pháp giải quyết số hai này là nếu các vị tỳ-kheo không thể giải quyết vấn đề tranh sự này tại trú xứ của mình thì tất cả các vị tỳ-kheo này phải đi đến một trú xứ vị tỳ-kheo khác và ở đây tất cả các vị tỳ-kheo này, phải hòa đồng tập hợp lại để phán xét, thảo luận, phân tích. Giải quyết vấn đề bằng phương pháp lấy ý kiến số đông. Và như vậy, đây chính là, sự giải quyết một số tranh sự của đương sự theo quyết định của đa số.

3. Phán quyết ức niệm cần được ban cho: (sativinaya dàtabho - ưng dữ ức niệm tỳ ni)

Sự giải quyết về phương pháp ức niệm này là chúng Tỳ-kheo xử trị vị tỳ-kheo có tội, hoặc phạm ba-la-di, hoặc gần ba-la-di, nói rằng: *"Tôn giả có nhớ, tôn giả đã phạm trọng tội, như thế này không, hoặc ba-la-di, hoặc gần ba-la-di không?"* và vị ấy trả lời: *"Chư hiền, tôi không nhớ tôi đã phạm trọng tội như vậy, hoặc ba-la-di, hoặc gần ba-la-di."* Đây chính là phương pháp xử trị gợi lại sự việc cho đương sự nhớ rõ, đây là phương pháp giải quyết một số tranh sự mà bắt buộc đương sự phải hồi tưởng, nhớ lại tội của mình.

4. Phán quyết bất cứ ai cần được ban cho: (Amulhavinayo dātabho - ưng dữ bất si tỳ ni)

Phương pháp này là giải quyết về tội trạng của một tỳ-kheo mà tỳ-kheo này không nhớ sự việc của mình là vì cuồng tâm, mất trí, vì vậy, người xử trị phải nói rằng: *"Tôn giả có nhớ, Tôn giả đã phạm trọng tội thế này không, hoặc ba-la-di, hoặc gần ba-la-di?"* Nhưng vị tỳ-kheo ấy vẫn không thể nhớ được và chính bản thân vị tỳ-kheo ấy đã nói lên *"Này chư hiền, tôi đã bị cuồng si, tâm trí tôi điên đảo, do tôi cuồng si như vậy, nhiều việc đã được tôi làm, tôi nói không xứng sa-môn hạnh. Vì bị cuồng si, tôi không nhớ đã làm như vậy."* Và như vậy là cách giải quyết về phương pháp bất si.

5. Phán quyết tùy theo thú nhận cần được ban cho: (patinnāya kārretabbam - ưng dữ tự phát lồ)

Đây là cách xử trị của chính đương nhân nói lên tội của mình. Dù bị buộc tội hay không bị buộc tội vị tỳ-kheo phải đi đến một vị Trưởng lão Tỳ-kheo, cần cầu, lễ bái và bạch rằng: *"Bạch Tôn giả tôi có giảm giới tội đến như thế này, nay xin sám hối."* Vị tỳ-kheo kia nói như sau: *"Ông có thấy chăng?"* - *"Tôi có thấy".* - *"Ông có giữ gìn trong tương lai không?"* - *"Tôi sẽ giữ gìn."* - Phương pháp này được giải quyết là tùy theo sự thú nhận của đương sự.

6. Phán quyết tùy theo giới tội người phạm người cần được ban cho (tassa pàpiyyasikà - ưng dữ triển chuyển mịch tội)

Phương pháp này được quyết định là tùy theo sự xử trị của người hỏi, lần lượt gợi lại tội trạng của người phạm tội để đương sự trình bày: *"Chư hiền không có ai hỏi tôi, tôi sẽ thú nhận có phạm khinh tội như thế này, làm sao tôi có thể khi có người hỏi tôi, tôi lại không thú nhận có phạm trọng tội như thế này, hoặc ba-la-di, hoặc gần ba-la-di?"* Và người xử trị lại tiếp tục gạn hỏi để người phạm tội nhớ rõ ràng về tội của mình: *"Chư hiền, tôi có nhớ tôi có phạm trọng tội như thế này, hoặc ba-la-di, hoặc gần ba-la-di. Điều tôi đã nói như vậy là nói chơi, điều tôi đã nói như vậy là để cười, tôi không có nhớ tội đã phạm trọng tội như thế này, hoặc ba-la-di, hoặc gần ba-la-di."* Đây là quyết định tùy theo giới tội người phạm.

7. Phán quyết như trải cỏ che lấp cần được ban cho: (Tinavatthārako - như thảo phú địa)

Phương pháp xử trị này một cách đồng đẳng, giống như cỏ phủ mặt đất. Có một số tỳ-kheo đã tranh chấp, cãi vả, tranh luận và có nhiều việc làm và nói không xứng với sa-môn hạnh. Sau khi tranh chấp như vậy, tất cả các tỳ-kheo ấy phải tập họp hòa đồng với nhau và cử một vị tỳ-kheo lớn tuổi đứng dậy đảnh lễ chúng tỳ-kheo đối diện và bạch rằng: *"Chư Tôn giả, Tăng chúng hãy nghe tôi. Khi chúng tôi sống tranh chấp, tranh cãi, tranh luận với nhau, nhiều việc đã làm, đã nói không xứng Sa-môn hạnh. Nếu chúng Tăng xem là phải thời, tôi xin tỏ lộ bất cứ giới tội nào của các tôn giả này, và bất cứ giới tội nào của tôi, vì lợi ích cho chư tôn giả và cũng vì lợi ích cho tự thân, tôi xin tỏ lộ giữa Tăng chúng như lấy cỏ trải ra. Trừ các trọng tội, trừ tội liên hệ đến cư sĩ. Ngược lại, bên nhóm tỳ-kheo kia cũng vậy, cử ra một tỳ-kheo lớn tuổi, đứng dậy và đảnh lễ chúng tỳ-kheo vừa rồi đã tác bạch, giống như lời bạch trên. Và như vậy, đây là phương pháp giải quyết được mệnh danh là trải cỏ che lấp."*

c. Sáu pháp hòa kính (tinh thần sống lục hòa)

Để xây dựng một nguyên tắc sống hợp lý và bình yên, đức Phật đã giảng dạy về sáu pháp hòa kính cho chúng tỳ-kheo. Sáu pháp hòa kính này là tinh thần hòa hiệp tự mỗi cá nhân để kiện toàn nguyên tắc chỉ đạo hòa hiệp chung cho tập thể.

1. Thân hòa đồng trụ:

Ở đây này Ananda, vị tỳ-kheo an trú từ thân nghiệp, đối với các vị đồng phạm hạnh chỗ đông người và chỗ vắng người, khả niệm pháp này, tác thành khả ái, tác thành tôn kính, đưa đến đoàn tụ không tranh luận, hòa hợp, đồng nhất.

2. Khẩu hòa vô tránh:

Vị Tỳ-kheo an trú từ khẩu nghiệp, đối với các vị đồng phạm hạnh chỗ đông người và chỗ vắng người, khả niệm pháp này, tác thành khả ái, tác thành tôn kính, đưa đến đoàn tụ không tranh luận, hòa hợp, đồng nhất.

3. Ý hòa đồng duyệt:

Vị Tỳ-kheo an trú từ ý nghiệp, đối với các vị đồng phạm hạnh chỗ đông người và chỗ vắng người. Khả niệm pháp này tác thành khả ái, tác thành tôn kính đưa đến đoàn tụ, không tranh luận, hòa hiệp đồng nhất.

4. Lợi hòa đồng quân:

Và lại này nữa Ananda, với mọi sở đắc như pháp, mọi lợi dưỡng đúng pháp cho nên những thọ lãnh trong bình bát, vị tỳ-kheo là vị san sẻ các lợi dưỡng như vậy. Là vị thọ hưởng chung cùng với vị đồng phạm hạnh có giới đức, khả niệm pháp này cũng tác thành khả ái, tác thành tôn kính, đưa đến đoàn tụ không tranh luận, hòa hợp đồng nhất.

5. Giới hòa đồng tu:

"Đối với mọi giới luật nào, không sứt mẻ, không tỳ không vết không ô uế, giải thoát, được người trí tán thán, không chấp thủ đưa đến thiền định, vị tỳ-kheo sống thành tựu những giới luật như vậy cùng với các vị đồng phạm hạnh giữa chỗ đông người và tại chỗ vắng người, khả niệm pháp này, tác thành khả ái, tác thành tôn kính, đưa đến đoàn tụ không tranh luận, hòa hợp, đồng nhất.

6. Kiến hòa đồng giải:

Đối với mọi tri kiến thánh thiện, đưa đến xuất ly, dẫn đến sự chân chánh, đoạn diệt khổ đau cho những ai thực hành theo, vị tỳ-kheo sống thành tựu những tri kiến như vậy cùng với các vị đồng phạm hạnh trước chỗ đông người và tại chỗ vắng người và chỗ vắng người, khả niệm pháp này, tác thành khả ái, tác thành tôn kính, đưa đến đoàn tụ không tranh luận, hòa hợp, đồng nhất.

Cá tánh của con người vốn dĩ hàm chứa sự xung đột không ngừng. Đây chính là bản tánh tự nhiên mà trong mỗi tự thân ai cũng có. Không bao giờ con người tự vừa ý với chính mình và luôn luôn mâu thuẫn với chính mình.

Trong sinh hoạt hằng ngày, con người tự chống đối chính mình, chống đối ngay lời nói, ý nghĩ, và không bao giờ hợp nhất vì rằng ý nghĩ khác, lời nói khác và thân làm khác. Lời nói không bao giờ đi đôi với việc làm và ý nghĩ không bao giờ phù hợp với hành động. Cho nên, trên quan điểm của bậc thánh phải là *"ngôn cố hành, hành cố ngôn"*, việc làm phải đi đôi với lời nói. Nghĩa là thân, khẩu và ý phải hợp nhất.

Cho nên, không chỉ là hòa hiệp trong tinh thần tập thể mà chính tự mỗi cá nhân cũng phải hòa hiệp. Con người tự ý thức và chấp nhận cho mình hoàn cảnh sống. Dù trong bất cứ phạm trù nào, con người vẫn vui vẻ chịu đựng. Một khi bản thân con người được an trú, có nơi ăn chốn ở, có nơi làm việc thì khi ấy tự thân con người mới thực sự là hạnh phúc và bình an. Từ sự bình an của tự thân mỗi cá nhân, sau đó mới đem lại sự bình an cho tập thể.

Sự chấp nhận chính mình là một sự chấp nhận khó khăn vì con người không bao giờ tự vừa ý với chính mình. Không vừa ý với chiều cao, với khuôn mặt, với cung cách, sự sang trọng hay nghèo nàn, tất cả những yếu tố để phục vụ cho bản thân. Con người luôn luôn rong ruổi tìm kiếm. Bởi vậy, điều tiên quyết để đưa đến sự hòa đồng trong đời sống tập thể, ít ra tự mỗi cá nhân con người phải hòa đồng trước và tự vừa lòng với chính mình trong môi trường sống. Có vậy, yếu tố thứ nhất là thân hòa đồng trú mới mang lại ý nghĩa thiết thực cho từng cá nhân con người hòa đồng trong đời sống cộng đồng xã hội, hay một tỳ-kheo trong toàn thể Tăng-già.

Như vậy, nếu yếu tố thứ nhất được áp dụng vào đời sống hằng ngày trong ý nghĩa "thân hòa" thì trong sự sinh hoạt của con người sẽ không thấy có sự phân chia giai cấp, màu da hay chủng tộc. Vì tất cả mọi người đều có cái nhìn như nhau và từ đây sẽ tạo thêm tình thương yêu đoàn kết.

Trong môi trường sống, dù cá nhân hay tập thể, con người vẫn luôn phải gặp nhau, nói chuyện với nhau và trao đổi cho nhau những điều quan hệ giữa người và người. Lời nói là yếu tố đầu tiên để đưa con người đến gần nhau hơn hay xa cách nhau, vì vậy lời nói của mỗi người phải thích hợp, đúng lúc và thành thật. Để kiện toàn sự giao hảo, con người phải nói lời ôn hòa, êm dịu, dễ nghe. Hai quốc gia đang bang giao tốt với nhau nhưng nếu vì không bằng lòng, dùng những lời thô bạo và cộc cằn, phù phiếm, sẽ không đưa đến một kết quả tốt mà ngược lại sẽ tạo thành mâu thuẫn trong sự quan hệ với nhau, đưa đến sự bất hòa và tranh chấp.

Đức Phật dạy không được nói lưỡi hai chiều, nói lời thêu dệt, hay nói những lời thô ác, vì đây chính là mầm mống của chia rẽ. Như một thời đức Phật ở Kosambi, lúc bấy giờ các vị tỳ-kheo tại đấy sống cạnh tranh, luận tranh, đấu tranh nhau, đả thương nhau bằng những "binh khí miệng lưỡi". Đức Phật biết được điều này, Ngài đã đi đến giải hòa, nhưng các vị tỳ-kheo không nghe, cuối cùng đức Phật phải vào trong rừng sống một mình.

Đời sống của con người lắm khi còn không vừa ý với lời nói của chính mình. Và chính lời nói của mình sẽ gây sự phiền phức hay mang đến sự an lạc cho chính mình. Vì vậy, muốn lời nói được hòa đồng với mọi người, điều trước tiên là phải hòa đồng với chính mình. Lời nói mình nghe có êm tai, dễ chịu thì người khác mới nghe êm tai dễ chịu. Không ai có thể chấp nhận và chịu được khi nghe một lời nói khiếm nhã, mất cung cách và thiếu lễ độ. Trong những lời giáo hóa, chúng ta chưa thấy lần nào đức Phật nói một lời không thích hợp và phi thời. Luôn luôn, đức Phật nói ra những lời nhu nhuyến, ích lợi và đưa đến sự hòa hợp cho con người. Có lần, đức Phật trên đường khất thực, Ngài tuần tự đi qua từng nhà, đến gia đình một thí chủ. Người này đã nói với đức Phật toàn những lời nhục mạ, mắng nhiếc, nguyền rủa, nhưng đức Phật vẫn giữ thái độ thản nhiên, từ tốn. Đối với một con người bình thường thì trường hợp này chắc chắn không tránh khỏi sự tranh chấp.

Giáo pháp của đức Phật đến với con người qua những lời dạy nhã nhặn và tràn đầy tình thương. Trong ngôn ngữ ấy không hề hàm chứa sự giả dối hay ngụy trang bóng bẩy, mà được thể hiện một cách chân thật với những lời từ hòa vì lợi ích và an vui. Đức Phật dạy: "Hỡi các tỳ-kheo, dẫu có người bình phẩm các con như thế nào, đúng hay sai, hợp thời hay ở ngoài lề, lễ độ hay thô bỉ, hợp lý hay điên rồ, ngay thẳng hay gian xảo, các con hãy cố gắng tu luyện tâm tánh, phải giữ tâm luôn luôn trong sạch, không khi nào thốt ra một lời xấu, luôn luôn niềm nở và bi mẫn đối với những người ấy. Các con nên mở rộng tấm lòng để tâm từ cuồn cuộn chảy đến họ như một dòng suối chảy mãi không ngừng. Các con nên rải tâm từ bao trùm cả càn khôn vạn vật, dồi dào phong phú, vô lượng vô biên, không thù oán, không sân hận."

Lời nói đích thực mang lại sự bình an cho chính mình và con người là lời nói của người giữ tâm thanh tịnh và đầy lòng từ mẫn. Đây là yếu tố chân thực để kiến lập bài học thứ hai là "khẩu hòa vô tránh" này.

Sự thiếu hòa đồng trong lời nói này không nhất thiết phải là lời nói phải thô bạo, hung dữ, mà ngay cả một lời nói dối, một lời vô nghĩa thì cũng không thể gọi là hòa.

Một hôm đức Phật đến thăm Tôn giả Rāhula ở làng Ambalatthika. Từ xa thấy Thế Tôn đến, Rāhula liền sửa soạn chỗ ngồi và lo bưng chậu nước rửa chân. Đức Phật đã để lại một ít nước trong chậu và đã gọi Rāhula đến rồi bảo: *"Này Rāhula, ngươi có thấy một ít nước còn lại trong chậu này không?"*

- *"Thưa vâng, bạch Thế Tôn."*

- *"Cũng vậy, này Rāhula, là hạnh sa-môn của những người nào biết mà nói dối, không có tàm quý."*

Sau đó đức Thế Tôn đã đổ đi số nước còn lại trong chậu và hỏi Rāhula: "Ngươi có thấy ít nước còn lại trong chậu ấy bị đổ đi không?"

- *"Thưa vâng, bạch Thế Tôn."*

- *"Cũng đổ đi như vậy, này Rāhula, là hạnh sa-môn của những người nào biết mà nói dối, không có tàm quý."*

Rồi đức Thế Tôn lật úp chậu nước lại và hỏi Rāhula: "Ngươi có thấy chậu nước bị lật úp ấy không?"

- *"Thưa vâng, bạch Thế Tôn."*

- *"Cũng lật úp như vậy, này Ràhula, là hạnh sa-môn của những người nào biết mà nói dối, không có tàm quý."*

Cuối cùng đức Phật lật ngửa cái chậu lên và hỏi Rāhula: "Ngươi có thấy chậu nước này trống không không?"

- *"Thưa vâng, bạch Thế Tôn."*

- *"Cũng trống không như vậy, là hạnh sa-môn của những người nào biết mà nói dối, không có tàm quý."*[1]

Và đúc kết lời giảng, đức Phật đã khẳng định rằng: *"Đối với những ai biết mà nói dối, không có tàm quý, thì ta nói rằng người ấy không có việc ác gì mà không làm. Do vậy, này Rāhula, ta quyết không nói dối, dù chỉ nói để đùa chơi."*

Qua bài học thứ ba là thuộc về lãnh vực tâm ý. Ý có hòa hợp thì người mới vui vẻ, nếu ý trái nghịch thì không thể có sự bình an nơi con người.

Cũng như những bài học trên, bài học này cũng đòi hỏi nơi tự mỗi cá nhân. Trước hết là phải thành ý. Có thành thật với chính mình thì mới có thể thành thật với người khác. Nếu tự bản chất mỗi người đều không thành thật thì trong đời sống cộng đồng xã hội sẽ không tìm đâu ra mẫu người có lòng nhân từ, đạo đức. Vì vậy, đức Phật đã dạy, tâm con người như ngựa rong đồng nội, như khỉ chuyền cành cây, không bao giờ ngừng nghỉ yên tĩnh. Tự tánh lăng xăng, nếu con người không biết tự kềm chế để hướng dẫn theo chiều hướng đi lên, thì người ấy sẽ có thể làm tất cả những việc xấu ác mà không từ việc gì. Bởi vậy, đức Phật đã dạy: *"Tâm dẫn đầu, tâm làm chủ, tâm tạo tác tất cả..."* Dù việc thiện hay điều ác, tâm cũng là yếu tố tiên quyết chủ động. Người ta thường nói: "Người buồn cảnh có vui đâu bao giờ." Một khi lòng mình không vui thì đối với ngoại cảnh tất cả mang đến một màu tang tóc thê lương như lòng mình. Nhưng nếu tâm hồn mình thoải mái trong sáng thì khi ấy thấy cảnh vật đâu đâu cũng dường như đang chào đón mừng vui cùng mình. Từ đấy biết rằng, khi

[1] Kinh Trung Bộ, Tập 2, Kinh 61 (Giáo Giới La-hầu-la ở rừng Ambala). Bản Việt dịch của Hòa thượng Thích Minh Châu.

tâm hồn mình không vui thì chắc chắn mình cũng không thể vui với cái vui của người khác được.

Quan trọng là con người phải biết tự hài lòng với chính mình, chấp nhận chính mình. Có vậy, mới có thể đem cái vui của lòng mình mà hòa đồng cùng cái vui của toàn thể.

Sự sinh hoạt hằng ngày của con người đem lại miếng cơm manh áo, là yếu tố vật chất để nuôi sống đời mình. Nhưng với điều kiện thứ tư này, đức Phật dạy rằng sự tiếp thu của cải vật chất này không chỉ riêng mình được hưởng mà phải cùng chia sớt cho mọi người trong tinh thần hòa hiệp. Nghĩa là người có lợi là cùng chia, chia từng miếng cơm trong bữa cơm của mình, chia từng chiếc áo trong những chiếc áo của mình. Và chia những vật dụng trong những vật dụng của mình. Tinh thần này mang ý nghĩa xả kỷ vị tha, chia sẻ lợi dưỡng của mình đến cho mọi người. Và hơn nữa, bài học này đã dạy con người hãy biết đủ trong điều kiện vật chất mà không nên tích trữ, đầu tư cho riêng mình. Và cũng chỉ ra cho con người thấy rằng, với một nhận thức đúng thật thì đây không phải là vợ con ta, đây không phải là tài sản của riêng ta.

Giới luật là điều kiện thuận lợi, là một nguyên tắc để giáo dục con người tiến lên môi trường đạo đức, thánh thiện. Tự bản thân của giới là sợi dây cương kềm thúc, là chiếc phao nổi đưa người qua biển khổ, là một bản cương lĩnh đạo đức để kiện toàn nếp sống lành mạnh và hạnh phúc chung cho mọi người. Con người phải ý thức rằng đời sống có kỷ cương, trong tinh thần kỷ luật, là một đời sống có ý nghĩa, và chính ý nghĩa này sẽ xây dựng một xã hội lành mạnh trên nền tảng hạnh phúc đạo đức.

Con người tự chấp nhận kỷ luật bản thân, khép mình trong khuôn khổ thì mới có thể chấp nhận và khép mình trong kỷ luật của tập thể. Vì con người lúc nào cũng muốn tự do phóng túng theo ý muốn của riêng mình. Bởi vậy, chấp nhận kỷ luật là chấp nhận sự khép mình và hy sinh mọi ham muốn cá nhân để hòa đồng trong sinh hoạt kỷ luật của tập thể.

Trong ý nghĩa của giới luật, đức Phật đã dạy cho các hàng đệ tử của Ngài là *"hãy lấy giới luật làm thầy"* để tu học. Trong những ngày cuối cùng trước khi đức Phật nhập Niết-bàn, Tôn giả Ananda đã khóc lóc bạch Phật rằng: *"Sau khi đức Thế Tôn diệt độ, hàng Tăng chúng biết nương tựa vào ai?" Đức Phật đã ân cần dặn rằng: "Sau khi ta diệt độ, các thầy hãy lấy giới luật làm thầy. Hãy nương tựa vào giới luật để làm điều kiện tu chứng, chớ nương tựa vào bất cứ một ai khác, và hãy tự mình làm hòn đảo của chính mình. Nếu ta còn ở lại với đời thì cũng sẽ không có gì khác hơn ngoài giới luật."*

Vào một lúc khác, đức Phật cũng đã dạy: *"Này các tỳ-kheo, các thầy đã nghiêm trì giới thể thanh tịnh, giống như trong đêm tối mà được ánh đèn sáng, như kẻ nghèo nàn lại được của báu..."*

Vậy nên biết rằng, giới pháp là bậc đạo sư của riêng mỗi người, hướng dẫn, chỉ bày cho con người đời sống thiện lành.

Cuối cùng, bài học thứ sáu là kiến giải, nhận thức hòa đồng để mọi người cùng hiểu biết. Theo thói quen thì mỗi người luôn bám chấp vào quan điểm của riêng mình, tự cho rằng cách nhìn nhận của mình là đúng và những kiến giải, nhận thức khác với mình đều là sai.

Chính sự bám chấp này là một cách nhận thức chủ quan, luôn khiến cho sự nhận định của con người dễ bị lệch lạc, thiếu thực tế. Với cách nhìn hiện thực xuyên qua lớp kính màu của tri kiến cá nhân, con người không thể nhận diện vấn đề một cách chính xác và không hiểu rõ được bản chất của sự vật. Đây là cái nhìn của biến kế sở chấp, lầm sợi dây là con rắn. Do vậy, muốn hòa đồng để cùng chung học hỏi, hiểu biết là một điều khó khăn nếu không từ bỏ sự bám chấp vào tri kiến của riêng mình. Cho nên, tự thân mỗi người phải nhìn ra được cách thấy của chính mình thế nào là đúng và thế nào là sai, có như vậy mới có thể mang cái thấy đó hòa vào cái thấy của tập thể mà tạo thành một quan điểm hợp nhất.

Tóm lại, tinh thần sống lục hòa là một tinh thần hòa hợp từ bản chất cá nhân để kiện toàn sự hòa hợp cho tập thể, là một thái độ sống hòa giải tất cả sự phân chia từng ý nghĩ, cho đến mỗi cái nhìn riêng biệt của từng người. Sáu yếu tố này là chất liệu xây dựng tốt trong không khí hòa hợp, trên bình diện sống của con người và kiến tạo một xã hội an ninh không xảy ra chiến tranh hành động hay chiến tranh ý thức hệ.

d. Bốn phương thức thâu nhiếp hội chúng (Tứ nhiếp pháp)

Sự bình an và hạnh phúc của con người thật là tình cờ và hiếm hoi khi so với cuộc sống đầy dẫy sự đấu tranh, nhọc nhằn này. Trong cái nhìn toàn thể, từng giờ từng phút trong cuộc đời không khi nào ngớt những tiếng kêu thương, rên xiết của kiếp sống đọa đày, gian khổ. Trong trường đấu tranh danh lợi, con người không ai có được điều gì mà không là sự mất mát cho kẻ khác và cũng không khi nào có kẻ hãnh diện trong chiến thắng mà lại không làm cho người khác ôm hận thù, đau thương vì chiến bại. Do vậy, hình ảnh cuộc đời trong đấu trường danh lợi là hình ảnh của sự tranh chấp, của một thế lực này chèn ép một thế lực khác. Nhưng nếu con người sử dụng phương thức đấu tranh để đi tìm hạnh phúc và bình an cho chính mình thì sẽ không bao giờ tìm ra ý nghĩa hạnh phúc chân thật.

Bởi vậy, đối với những người có thái độ khôn ngoan, họ đi tìm hạnh phúc không bằng vào những cuộc tranh chấp thế lực, mà tự quay về tìm lại sự bình an trong tâm hồn mình.

Xã hội này được hình thành với tất cả những gì được trình bày trước mắt ta không phải là ngẫu nhiên mà do sự tham dự của chính mỗi người. Do sự đóng góp chung của tất cả bằng những hành động thiện hay bất thiện để cùng chung hiện hữu trong thế giới hôm nay. Như vậy, có thể nói sự có mặt của con người trong xã hội này là kết quả chính hành vi của mỗi đương nhân, con người phải chịu trách nhiệm về hành vi đó mà không thể chối cãi hay phủ nhận bất cứ hoàn cảnh nào trong cuộc sống. Người có trí khôn ngoan sẽ nhận chân được trách nhiệm của chính mình trong những hoàn cảnh đổi thay và thấy rằng sự giáo dục để hoàn thiện con người chính là yếu tố căn bản để đưa đến sự cải thiện hoàn cảnh. Tự mỗi nếp sống cá nhân được lành mạnh sẽ đưa đến đời sống gia đình hạnh phúc và từ đời sống gia đình hạnh phúc sẽ đóng góp vào xã hội bình an. Vì vậy, bất cứ nơi nào không có sự tranh chấp tước đoạt và ganh đua thì chính ở nơi đó sẽ có bình an và hạnh phúc. Đây chính là kết quả tạo thành từ những tâm hồn thanh thản, mọi phiền não đã được dập tắt.

Gia đình hạnh phúc là một gia đình có hòa khí và thuận thảo. Đời sống của một tập thể lành mạnh và yên vui là một đời sống mang tinh thần đoàn kết, hòa hợp. Sự hòa hợp chính là yếu tố của sức mạnh để xây dựng tình người trong ý nghĩa chân chánh. Trong Kinh điển, đức Phật dạy các đệ tử phải luôn sống trong tinh thần hòa hiệp, sự hòa hiệp giống như sữa đổ vào nước, cùng hòa tan mà không có phân biệt. Hàng đệ tử sống hòa hiệp trong giáo pháp như vậy mới có sự lợi ích và an vui. Sự hòa hợp chính là nền tảng hạnh phúc cho chư thiên và loài người. Chính vì vậy mà đức Phật đã dạy giáo pháp lục hòa và bốn pháp thâu nhiếp.

Đức Phật dạy, người tại gia nếu áp dụng bốn pháp thâu nhiếp vào đời sống hằng ngày thì lợi ích ngay nơi bản thân mình là sẽ dễ dàng hơn trong việc hoàn thành trách nhiệm đối với gia đình và những người chung quanh, nhờ đó cũng sẽ được ích lợi và tiến bộ trong tinh thần giáo pháp. Bởi vậy, ý nghĩa của 4 pháp thâu nhiếp là một nguyên tắc gắn bó để duy trì sự tương quan và lợi ích chung trong cộng đồng. Hay nói một cách khác, bốn nhiếp pháp là 4 điều kiện để giữ vững tình người cùng sống chung hòa hợp, cùng giúp đỡ nhau trong lãnh vực vật chất để có phương tiện hướng đến thành tựu về tinh thần.

Bốn nhiếp sự là những bài học mà đức Phật đã dạy cho con người lấy đó làm cương lĩnh để nâng cao và mở rộng tâm hồn của chính mình. Vì một tâm hồn hẹp hòi, một đời sống hạ đẳng thì không thể có cái nhìn rộng rãi và hiểu biết đích thực để đón nhận những lời dạy của đức Phật. Trong tinh thần thực tiễn, đức Phật không giảng dạy những giáo lý ngoài tầm sinh hoạt của con người. Vì vậy, trong ý nghĩa của 4 nhiếp pháp này, đức Phật đã mang đến cho con người, điều trước tiên là phải thực hành nơi bản thân rồi liên hệ đến gia đình. Cuối cùng, mối quan hệ được nới rộng ra những người thân thuộc quanh mình và tất cả. Như vậy, tùy theo khả năng của mỗi người mà bốn nhiếp pháp được thể hiện theo từng trình độ để nâng cao phẩm chất đời sống con người. Trong cuộc sống, con người mang nhiều trình độ khác nhau, vì vậy trong khi thực hành bốn nhiếp pháp, mỗi người tùy theo đó mà áp dụng cho hoàn cảnh bản thân mình. Thế nhưng, dù là trình độ nào đi nữa thì điểm then chốt vẫn là thực hành ý nghĩa nhiếp phục vào mọi sinh hoạt trong tầm quan hệ bản thân, gia đình và xã hội. Hay nói một cách đơn giản, bốn nhiếp pháp là mối quan hệ thân thiết giữa người và người, gồm cả hai lãnh vực vật chất và tinh thần.

Bốn nhiếp pháp này được Thế Tôn giảng dạy như sau:

"Một thời đức Thế Tôn trú ở Alavi, tại ngôi miếu Aggālava. Lúc ấy Hatthaka cùng 500 nam nữ cư sĩ đi đến chỗ Thế Tôn. Sau khi đến nơi và đảnh lễ Thế Tôn rồi ngồi xuống một bên. Đức Thế Tôn nói với Hatthaka đang ngồi một bên:

"Này Hatthaka, hội chúng này thật lớn. Làm sao này Hatthaka, ông thâu nhiếp được hội chúng này?"

"Bạch Thế Tôn, có 4 nhiếp pháp này được Thế Tôn thuyết giảng. Con thâu nhiếp hội chúng này với những pháp ấy. Bạch Thế Tôn, khi con biết rằng: 'Người này cần phải thâu nhiếp bằng bố thí', thời con thâu nhiếp người ấy với bố thí. Khi con biết rằng: 'Người này cần phải thâu nhiếp nhờ ái ngữ', thời con thâu nhiếp người ấy với ái ngữ. Khi con biết người này cần phải thâu nhiếp do lợi hành, thời con thâu nhiếp người ấy với lợi hành. Khi con biết: 'Người này cần phải thâu nhiếp với đồng sự' thời con thâu nhiếp người ấy với đồng sự. Vả lại, bạch Thế Tôn, trong gia đình con có tài sản, nên họ nghĩ rằng như vậy không thể nghe con như là một người bần cùng."

"Lành thay, lành thay, này Hatthaka! Đây là nguyên lý để thâu nhiếp đại chúng. Này Hatthaka, những ai trong quá khứ đã thâu nhiếp đại chúng, tất cả đều thâu nhiếp đại chúng với 4 nhiếp pháp này. Này Hatthaka, những ai trong tương lai sẽ thâu nhiếp đại chúng, tất cả sẽ thâu nhiếp đại chúng với 4 nhiếp pháp này. Này Hatthaka, những ai trong hiện tại thâu nhiếp đại chúng tất cả đều thâu nhiếp với 4 nhiếp pháp này."[1]

Trong một bản kinh khác, đức Phật cũng đã dạy về 4 nhiếp pháp như sau:

[1] Kinh Tăng Chi Bộ, Chương Chín pháp, Phẩm 3 (Gia sự), phần IV (Hatthaka, người xứ Alavi). Bản Việt dịch của Hòa thượng Thích Minh Châu.

"Này các tỳ-kheo, có bốn nhiếp pháp này: bố thí, ái ngữ, lợi hành, đồng sự. Tối thượng trong các loại bố thí, này các tỳ-kheo, là pháp thí. Tối thượng trong các loại ái ngữ, này các tỳ-kheo là tiếp tục thuyết pháp cho những ai hy cầu và lắng nghe. Tối thượng trong các lợi hành, này các tỳ-kheo, là đối với người không có lòng tin, khích lệ, đặt vào, an trú vào đầy đủ lòng tin; đối với người không giữ giới, khích lệ, đặt vào, an trú vào đầy đủ giới; đối với người xan tham khích lệ, đặt vào an trú vào bố thí; đối với người ác tuệ, khích lệ, đặt vào, an trú vào đầy đủ trí tuệ. Này các tỳ-kheo, tối thượng trong đồng sự là đồng sự giữa bậc Dự Lưu với bậc Dự Lưu, bậc Nhất Lai với bậc Nhất Lai, bậc Bất Lai với bậc Bất Lai, bậc A-la-hán với bậc A-la-hán. Này các tỳ-kheo, đây là sức mạnh năng nhiếp. Này các tỳ-kheo, đó là bốn sức mạnh."[1]

Đề cập đến 4 nhiếp pháp, trong Tập Dị Môn Túc Luận[2] có trình bày như sau:

"Có 4 nhiếp sự. Thứ nhất là bố thí, thứ hai là ái ngữ, thứ ba là lợi hành, thứ tư là đồng sự.

1. Thế nào là nhiếp sự bố thí?

"Ở đây, bố thí là thí những thứ như ẩm thực, thuốc thang, y phục, bông hoa, hương liệu, nhà cửa, giường ghế, đèn đuốc v.v... cho các sa-môn, bà-la-môn, người bần cùng khốn khổ, kẻ ăn xin dọc đường... ...

"Lại nữa, đức Thế Tôn nói với Trưởng giả Thủ rằng: 'Này trưởng giả, nên biết rằng trong các sự bố thí, bố thí pháp là cao trổi hơn hết.' Như vậy gọi là bố thí.

"Nhiếp sự bố thí nghĩa là do sự bố thí cho người khác

---

[1] Kinh Tăng Chi Bộ, Phẩm I (Chánh giác), phần V (Những sức mạnh), đoạn 6. Bản Việt dịch của Hòa thượng Thích Minh Châu.

[2] A-tì-đạt-ma Tập dị môn túc luận (阿毘達磨集異門足論), Đại Chánh Tạng, Tập 26, kinh số 1536, Phẩm thứ 5, phần 4 (Tứ pháp), trang 402, bắt đầu từ dòng 26, tờ c.

mà thâu nhiếp được họ, nhiếp phục họ, khiến họ cùng thân thiết với mình. Sự bố thí cho kẻ khác như vậy có thể thâu nhiếp, có thể nhiếp phục, có thể duy trì, có thể đoàn kết, khiến cho thân thiết nhau, do đó gọi là nhiếp sự bố thí."[1]

2. Thế nào là nhiếp sự ái ngữ?

"Ở đây, ái ngữ là lời nói đáng ưa chuộng, đáng thưởng thức, nói với gương mặt tươi vui, với cái nhìn thân thiết, nói bằng gương mặt không nhăn nhó, nói với nụ cười đi trước, nói với lời chúc tụng, nói với lời thương yêu, nói với lời niềm nở, như nói rằng: 'Kính chào trưởng lão, việc đời Ngài có dễ chịu không? Có thông suốt không? Sống có an vui không? Các thứ ẩm thực, y phục, giường ghế, và các thứ nhu yếu thường ngày có thiếu thốn không?' Những sự hỏi thăm an ủi như vậy được gọi là lời nói niềm nở. Lời nói này và những lời nói kể trên đều được gọi là ái ngữ.

"Lại nữa, như Thế Tôn nói với Trưởng giả Thủ: 'Này trưởng giả, nên biết rằng cao trổi nhất trong ái ngữ là khéo léo hướng dẫn các thiện nam thiện nữ, luôn luôn giảng pháp, luôn luôn khuyên bảo, luôn luôn khích lệ, đối với những ai khao khát lắng nghe. Như vậy gọi là ái ngữ.

"Nhiếp sự ái ngữ nghĩa là do ái ngữ đối với người khác mà thâu nhiếp, nhiếp phục họ, khiến cho họ cùng gắn bó thân thiết với mình."[2]

3. Thế nào là nhiếp sự lợi hành?

"Khi có chúng sanh nào mắc phải bịnh nặng, gặp những hoạn nạn, khốn khổ, không người cứu giúp, bèn đi đến đó khởi tâm từ ái, bằng các hành vi của thân và ngữ mà chăm sóc, giúp đỡ. Đó gọi là lợi hành.

---

[1] Tập dị môn luận, sách đã dẫn, từ trang 402, tờ c, dòng 26 đến trang 403, tờ a, dòng 6.

[2] Tập dị môn luận, sách đã dẫn, từ trang 403, tờ a, dòng 6 đến trang 403, tờ a, dòng 18.

"Lại nữa, như Thế Tôn nói với Trưởng giả Thủ: 'Này trưởng giả, nên biết rằng cao trổi nhất trong các lợi hành là đối với người không có niềm tin, phương tiện mà hướng dẫn, thuyết phục, xây dựng cho họ được niềm tin trọn đầy; với người phá giới, phương tiện khuyên dạy, điều phục, khiến cho họ được giới đức trọn đủ; với người tham lam bỏn xẻn, phương tiện mà hướng dẫn, thuyết phục, xây dựng cho họ có sự bố thí trọn đầy; đối với người tri kiến xấu ác, phương tiện khuyên dạy, điều phục, khiến cho họ được trí tuệ tròn đầy. Những điều như vậy gọi là lợi hành.

"Nhiếp sự lợi hành nghĩa là do sự lợi hành này mà thâu nhiếp, nhiếp phục họ, khiến cho họ cùng gắn bó thân thiết với mình."[1]

4. Thế nào là nhiếp sự đồng sự?

"Ở đây, đồng sự nghĩa là đối với người rất nhàm tởm muốn xa lìa sự giết hại, khéo giúp đỡ cho họ từ bỏ việc giết hại. Đối với người rất nhàm tởm muốn xa lìa việc lấy của không cho thì khéo giúp đỡ khiến họ từ bỏ việc lấy của không cho. Đối với người rất nhàm tởm muốn xa lìa việc dâm dục tà hạnh thì khéo giúp đỡ họ từ bỏ việc dâm dục tà hạnh, đối với người nhàm tởm muốn xa lìa việc say sưa các thứ rượu thì khéo giúp đỡ họ từ bỏ việc say sưa các thứ rượu. Những việc như vậy gọi là đồng sự.

"Lại nữa, như Thế Tôn nói với Trưởng giả Thủ: 'Này trưởng giả, nên biết rằng cao trổi nhất trong các việc đồng sự đó là đối với các quả vị A-la-hán, Bất hoàn, Nhất lai, Dự lưu mà có thể đồng sự. Đó gọi là đồng sự.

"Nhiếp sự đồng sự nghĩa là do đồng sự với các chúng sanh khác như thế mà thâu nhiếp, nhiếp phục họ, khiến cho họ cùng gắn bó thân thiết với mình."[2]

---

[1] Tập dị môn luận, sách đã dẫn, từ trang 403, tờ a, dòng 18 đến trang 403, tờ a, dòng 29.

[2] Tập dị môn luận, sách đã dẫn, từ trang 403, tờ b, dòng 1 đến trang 403, tờ b, dòng 13.

"Như đức Thế Tôn thuyết kệ rằng:
Bố thí và ái ngữ,
Lợi hành và đồng sự,
Thích hợp theo trường hợp,
Nhiếp phục khắp thế gian.
Bốn nhiếp sự như thế,
Thế gian nếu không có,
Con cái đối cha mẹ,
Cũng không muốn hiếu dưỡng.
Nhờ có các nhiếp sự,
Bậc hiền trí chuyển hóa,
Thảy đều vì đại thể,
Tùy lợi ích mà làm."[1]

1. Bố thí (dāna)

Bố thí là đem tài sản sở hữu của mình dâng cho, ban cho hay hiến tặng một người khác. Những điều sở hữu ở đây không chỉ là những giá trị vật chất, mà cũng có thể là tri thức do sự học hỏi, suy tư và kinh nghiệm. Những điều kiện này là yếu tố để xây dựng đời sống mà cũng là phương tiện để đeo đuổi mục đích của con người. Nếu như không có những giá trị vật chất thì con người sẽ không thể tự tồn. Vì vậy, con người có khuynh hướng tự nhiên xem tài vật chính là sự sống của mình và quan hệ mật thiết với mình. Tài sản sở hữu tồn tại thì đời sống con người cũng tồn tại, bằng như sở hữu bị đánh mất thì sự sống của con người cũng gần như bị hủy diệt. Do vậy, trong môi trường sống bình nhật, đã có người chết khi thấy sự nghiệp của mình tan tành, gia sản bị cướp mất. Và từ đây, con người sẽ không tìm đâu ra ý nghĩa của sự sống. Con người có thể đánh đổi với một giá rất đắt khi mà danh vọng, địa vị của

[1] Tập dị môn luận, sách đã dẫn, từ trang 403, tờ b, dòng 13 đến trang 403, tờ b, dòng 19.

mình bị kẻ khác cướp lấy. Dù con người có ý thức rằng tài sản vật chất là thứ giả tạm, không tồn tại vĩnh viễn.

Trong những lời giảng dạy, đức Phật cho rằng việc con người đầu cơ tích trữ tài sản vật chất là nguồn gốc của khổ đau và tội lỗi ngay bản thân mình, là những nguyên nhân để tranh chấp và thù hằn. Một khi sở hữu của con người bị kẻ khác đánh cắp, thì con người cũng sẽ tìm cách đánh cắp lại và cứ như thế con người sẽ chiến tranh với con người.

Con người càng tích chứa tài sản càng nhiều thì tâm hồn của người ấy lại càng thu hẹp lại. Con người chỉ biết đây là vợ con ta và đây là tài sản của ta, đây là hạnh phúc của riêng ta, còn ngoài ra tất cả đều không biết đến. Họ chỉ có cái nhìn ngay trên bản thân mà không có cái nhìn vào tổng thể xã hội. Sự đau thương của người khác không là điều họ phải vướng bận.

Trong sinh hoạt hằng ngày, con người đi tìm cầu sự học hỏi, đi xây dựng cho mình một lâu đài hạnh phúc chân thật, thì điều tiên quyết là phải mở rộng đôi tay để đón nhận và đưa thẳng đôi tay để ban cho. Vì rằng, nếu con người không bao giờ biết cách cho thì cũng sẽ không khi nào biết cách nhận, mà đã không ban cho và không thâu nhận thì tự tâm con người sẽ không nhận diện được giá trị của lòng thương yêu và ai là kẻ thân thuộc của chính mình, kể cả những người sống trong gia đình, bạn bè, làng xóm. Dưới mắt họ, toàn là những kẻ thiếu thiện cảm, dụng tâm và ác ý vì lúc nào cũng muốn chiếm hữu của họ. Một tâm hồn đầy ắp vị kỷ và dưới mắt nhìn về tha nhân đều xa lạ thì chắc chắn rằng tự thân người ấy không tìm đâu ra ý nghĩa hạnh phúc chân thật và cũng sẽ không hiểu gì về giá trị thiết thực của sự ban cho trong giáo pháp.

Những hạng người bố thí và phương pháp bố thí phải như thế nào gọi là đúng pháp và như thế nào gọi là phi pháp, trong kinh điển đức Phật đã trình bày phân loại như sau:

a. Bố thí có bốn loại

"Này các tỳ-kheo, có bốn thanh tịnh thí vật này. Thế nào là bốn?

"Có bố thí, này các tỳ-kheo, thanh tịnh từ người cho, không thanh tịnh từ người nhận.

"Có bố thí, này các tỳ-kheo, thanh tịnh từ người nhận, không thanh tịnh từ người cho.

"Có bố thí, này các tỳ-kheo, không thanh tịnh từ người cho, cũng không thanh tịnh từ người nhận.

"Có bố thí, này các tỳ-kheo, thanh tịnh từ người cho, cũng thanh tịnh từ người nhận."[1]

- Thế nào là bố thí thanh tịnh từ người cho, không thanh tịnh từ người nhận?

"Ở đây, này các tỳ-kheo, người cho có giới, theo thiện pháp, còn người nhận là ác giới, theo ác pháp. Như vậy, này các tỳ-kheo, là bố thí thanh tịnh từ người cho, không thanh tịnh từ người nhận."

- Thế nào là bố thí, thanh tịnh từ người nhận, không thanh tịnh từ người cho?

"Ở đây, này các tỳ-kheo, người bố thí ác giới, theo ác pháp, còn người nhận có giới, theo thiện pháp. Như vậy này các tỳ-kheo, là bố thí, người nhận thanh tịnh, người cho không thanh tịnh."

- Thế nào là bố thí, người cho không thanh tịnh, và người nhận cũng không thanh tịnh?

[1] Kinh Tăng Chi Bộ, Chương Bốn pháp, Phẩm VIII (Không hý luận), phần VIII (Thanh tịnh thí vật). Bản Việt dịch của Hòa thượng Thích Minh Châu.

"Ở đây, này các tỳ-kheo, người cho là ác giới, theo ác pháp, và người nhận cũng là ác giới, theo ác pháp. Như vậy, này các tỳ-kheo, là bố thí, người cho không thanh tịnh, người nhận cũng không thanh tịnh."

d. Thế nào là bố thí, người cho thanh tịnh, người nhận cũng thanh tịnh?

"Ở đây này các tỳ-kheo, người bố thí có giới, theo thiện pháp, và người nhận cũng có giới, theo thiện pháp. Như vậy, này các tỳ-kheo, là bố thí, người cho thanh tịnh và người nhận cũng thanh tịnh."

b. Hai hạng người bố thí

Tôn giả Sāriputta cùng một số nam nữ cư sĩ ở Campà đi đến yết kiến Thế Tôn nhân ngày trai giới (Uposatha) sau khi đến đảnh lễ Thế Tôn và tôn giả Sāriputta đã bạch hỏi đức Thế Tôn về vấn đề bố thí. Nhân đây đức Phật đã giảng dạy là có hai hạng người bố thí, một hạng bố thí lợi ích lớn và bị thối lui, một hạng bố thí có lợi ích lớn và không thối lui.

- Hạng người bố thí với tâm mong cầu

"Ở đây, này Sāriputta, có hạng người bố thí với tâm mong cầu, bố thí với tâm trói buộc, bố thí với tâm mong cầu được chất chứa, bố thí với ý nghĩ: 'Ta sẽ hưởng thọ cái này trong đời sau.' Vị ấy bố thí như vậy, khi thân hoại mạng chung, được sanh cộng trú với chư thiên ở Bốn thiên vương. Và vị ấy khi nghiệp đoạn tận, thần lực ấy, danh tiếng ấy, uy quyền ấy được đoạn tận, vị ấy trở thành 'vị ấy trở lui lại', trở lui trạng thái này."

- Hạng người bố thí với tâm không mong cầu

"Này Sàriputta, ở đây, ai bố thí không với tâm cầu mong, bố thí không với tâm trói buộc, bố thí không với mong cầu

được chất chứa, bố thí không với ý nghĩ: 'Ta sẽ hưởng thọ cái này trong đời sau', bố thí không với ý nghĩ: 'Lành thay, sự bố thí', bố thí không với ý nghĩ: 'Cái này đã được cho trong đời quá khứ, đã được tổ tiên làm trong quá khứ, ta không nên để truyền thống gia đình này bị bỏ quên', bố thí không với ý nghĩ: 'Ta nấu ăn, các người này không nấu ăn. Ta không xứng đáng là người nấu ăn, lại không bố thí cho người không nấu ăn', bố thí không với ý nghĩ: 'Như các vị ẩn sĩ thời xưa có những tế đàn lớn như Atthaka, Vāmaka, Vāmadeva, Vessāmitta, Yamataggi, Angirasa, Bhāradvāja, Vāsettha, Kassapa, Bhagu; cũng vậy, ta sẽ là người san sẻ các vật bố thí này', bố thí không với ý nghĩ: 'Do ta bố thí vật bố thí này, tâm được tịnh tín, hỷ duyệt khởi lên.' Nhưng vị ấy bố thí với ý nghĩ để trang nghiêm tâm, để trang bị tâm. Do vị ấy bố thí như vậy, sau khi thân hoại mạng chung, được sanh cộng trú với chư Thiên ở Phạm chúng thiên. Và khi vị ấy, nghiệp được đoạn tận, thần lực ấy, danh tiếng ấy, uy quyền ấy được đoạn tận, vị ấy trở thành vị Bất lai, không trở lui trạng thái này."[1]

c. Tám loại bố thí của bậc chân nhân

Trong Kinh Tăng Chi Bộ, đức Phật dạy: *"Này các tỳ-kheo, có tám bố thí này của bậc chân nhân. Thế nào là tám? Cho vật trong sạch; cho vật thù diệu; cho đúng thời; cho vật thích ứng; cho với sự cẩn thận; cho luôn luôn; tâm cho được tịnh tín; sau khi cho được hoan hỷ.*

"Trong sạch và thù diệu
Đúng thời và thích ứng
Đồ uống và đồ ăn
Luôn luôn làm bố thí
Trong các ruộng tốt lành

[1] Kinh Tăng Chi Bộ, Chương Bảy pháp, Phẩm V (Đại tế đàn), phần IX (Bố thí). Bản Việt dịch của Hòa thượng Thích Minh Châu.

Sống theo đời phạm hạnh
Không có gì hối tiếc
Bố thí nhiều tài vật
Những bố thí như vậy
Được bậc trí tán thán
Bậc trí thí như vậy
Với tâm tín giải thoát
Không hại tâm an lạc
Bậc trí sanh ở đời.”[1]

d. Bố thí chơn chánh trong sự thiếu hụt

Một thời đức Thế Tôn trụ tại Sāvathi, tại vườn ông Anāthapindika, rồi khi ấy có nhiều vị tiên Satullapa, sau đêm gần qua với dáng sắc thù diệu đã đi đến đảnh lễ Thế Tôn, và đã nói lên những bài kệ về bố thí:

“Không chết giữa người chết,
Như thiện hữu trên đường,
San sẻ lương thực hiếm,
Thường pháp là như vậy.
Kẻ ít, vui san sẻ,
Kẻ nhiều, khó đem cho.
Bố thí từ kẻ khó,
Đong được ngàn đồng vàng.”

Lời Phật dạy:

“Sở hành vẫn chơn chánh,
Dầu phải sống vụn vặt,
Dầu phải nuôi vợ con,
Với đồ ăn lượm lặt,
Nhưng vẫn bố thí được,
Từ vật chứa ít ỏi,

---

[1] Kinh Tăng Chi Bộ, Chương Tám pháp, Phẩm IV (Bố thí), phần VII (Người chân nhân). Bản Việt dịch của Hòa thượng Thích Minh Châu.

Từ ngàn người bố thí,
Từ trăm ngàn vật cho,
Trị giá không ngang bằng,
Kẻ bố thí như vậy.”

Rồi một vị thiên khác nói lên cảm hứng của mình:

“Lành thay sự bố thí,
Kính thưa bậc Tôn giả,
Nhưng thật tốt lành thay,
Bố thí trong thiếu thốn.
Lành thay sự bố thí,
Phát xuất từ lòng tin,
Lành thay sự bố thí,
Với tài sản hợp pháp.
Lành thay sự bố thí,
Có suy tư sáng suốt.
Lành thay sự bố thí,
Đối với các chúng sanh,
Giữa chúng sanh hữu tình,
Ai sống không làm hại,
Sợ người khác chỉ trích,
Không làm ác bất thiện,
Chúng khen kẻ thanh tịnh,
Nhưng chỉ trích người hùng,
Chính sợ sự chỉ trích,
Người lành không làm ác.”[1]

Trong cuộc sống, về của cải vật chất thì người tại gia cần phải hoạt động để mưu sinh, đó là điều kiện tất nhiên, nhưng sự mưu sinh như thế nào cho chính đáng. Trong tinh thần Phật dạy, người cư sĩ sống đời sống có vợ con cần phải tích chứa tài vật mà chính bản thân mình kiếm được

[1] Lược trích từ Kinh Tương Ưng Bộ (Samyutta Nikāya), Tập I - Thiên Có Kệ, Chương Một - Tương Ưng Chư Thiên. Bản Việt dịch của Hòa thượng Thích Minh Châu.

một cách hợp pháp, bằng lao động tay chân, bằng những giọt mồ hôi đổ xuống, và cuối cùng làm giàu một cách hợp lý thì vẫn không phải là điều phi pháp, xấu xa. Nhiếp sự bố thí này là điều kiện tác thành sự hòa hiệp trong gia đình và xã hội, là chiều hướng đưa đến sự bình an cho mai sau. Giá trị đích thực của bố thí làm nền tảng cho mọi pháp lành và là động cơ thúc đẩy con người tìm hiểu nội dung giáo pháp trên tiến trình tu đắc, chứ không phải chỉ là ý nghĩa đơn thuần trong việc sinh hoạt hòa hợp và lợi ích trong cộng đồng con người mà thôi.

Trước tiên, với bản thân con người thực hành bố thí là chia sẻ tình cảm vật chất, những gì mình sẵn có cho những người chung quanh mình. Từ đó, sự thực hành càng được tiến xa hơn, tâm hồn con người càng mở rộng để tiếp thu tinh thần giáo lý và kinh nghiệm đích thực nơi bản thân để thấy rõ ý nghĩa của sự vật là vô ngã và cuộc đời là vô thường, bản chất của cải, danh vọng dễ tan vỡ như giọt sương buổi sớm. Một khi con người đã nhận chân được bản chất của sự vật là vô thường, khổ, vô ngã thì chừng ấy con người mới rộng lòng bố thí trong tinh thần *"bố thí chúng sanh là cúng dường chư Phật"*.

Đối với các vị Bồ Tát, sự bố thí của các Ngài không phải chỉ là tiền bạc, tài vật mà bố thí ngay cả bản thân. Các Ngài hy sinh sự sống của mình để mong cầu sự sống cho kẻ khác. Đó chính là mục đích xây dựng sự bình an cho muôn loài, mà không nghĩ đến hạnh phúc riêng tư của chính mình. Đây chính là sự bố thí cao cả của những tâm hồn cao thượng. Nhưng được kết quả to lớn như vậy, không phải chỉ là sự thành tựu của hạnh bố thí một sớm một chiều mà là Bồ Tát có cả một tiến trình tu tập hành trì lâu dài. Và như vậy, các Ngài đã thể nhận được hương vị của giáo pháp, chứng nghiệm được giá trị sâu sắc của giáo lý duyên sinh hay tinh thần vô ngã. Vì vậy, công hạnh bố thí là giá trị thực tiễn trong đời sống con người cũng như trong vị trí của giáo pháp. Trong sáu ba-la-mật thì bố thí ba-la-mật đứng đầu. Con người có thành tựu bố thí ba-la-mật thì mới có thể thành tựu trì giới ba-la-mật, cho đến thiền định, trí tuệ v.v...

2. Ái ngữ (priyavacana)

Lời nói hòa nhã, từ ái, lời nói chứa đựng tình thương yêu tha thiết, và lời nói mang hai ý nghĩa: thể hiện tình thương yêu và lòng kính trọng.

Hai yếu tố yêu thương và kính trọng này là chất liệu làm cho con người xích lại gần hơn, là sợi dây liên hệ tạo mọi tình cảm để xây dựng nếp sống hài hòa. Con người giàu lòng bố thí, nhưng nếu đánh mất lòng kính trọng, thì sự bố thí ấy cũng mất ý nghĩa. Không phải con người có tiền, có của rồi có thể cho ra theo cách nào cũng được. Cho ra bằng một cung cách khiếm nhã, bằng một lời nói tự thị, thì sự bố thí ấy có giá trị hết sức nhỏ nhoi, nhưng lại nuôi lớn thêm sự tự cao ngã mạn. Cũng như trong gia đình, bổn phận người con cung phụng săn sóc cha mẹ trong lúc tuổi già, nhưng sự cung phụng không chỉ đơn thuần là cung cấp cơm ăn áo mặc, tiền bạc tiêu xài, người con còn phải có lòng thương yêu kính trọng.

Bởi vậy, trong sinh hoạt hằng ngày, một việc làm được thể hiện mà thiếu hai yếu tố tình yêu và sự kính trọng thì việc làm ấy sẽ mất đi ý nghĩa và tính cách thiết thực trong sự chân thành của con người. Con người bố thí mà không có lòng yêu thương và sự kính trọng thì không khác nào nhà mình sẵn của rồi đem vung vãi cho ai cũng được, hay thấy kẻ ăn xin đứng trước cửa nhà, cảm thấy bực bội liền mang vài đồng tiền lẻ ra cho để họ đi khuất mắt. Nếu con người bố thí với thái độ như vậy thì dù có mang lại chút lợi ích vật chất cho người nhận nhưng lại gây ra sự tổn thương về tinh thần, do vậy chẳng có chút lợi ích nào cho bản thân mình mà tình cảm giữa người và người cũng không xích lại gần nhau hơn, ngược lại còn đào thêm hố sâu ngăn cách trong mặc cảm giai cấp xã hội.

Vì vậy, sự bố thí chỉ thật sự có ý nghĩa cao thượng khi mà giá trị cả hai tâm hồn đều được tôn trọng. Người bố thí không thấy mình mang của đem cho và không tự hãnh diện rằng mình là người có của, vì lòng thương hại mà ban cho và kẻ được bố thí cũng sẽ không thấy mình là người thấp kém trong xã hội để phải nhận tài vật do người khác ban cho. Được như vậy, con người bố thí mới đúng nghĩa và có lợi ích cho cả hai, tạo sự bình an cho chính mình và kẻ khác.

Để thể hiện tình yêu thương và lòng kính trọng đó, con người phải bộc lộ qua lời nói êm ái, dịu dàng và tha thiết. Nhiếp sự ái ngữ là sợi dây thắt chặt tình người và nâng cao giá trị sống cũng như tư cách con người, để từ đây tâm hồn con người được mở rộng, hòa nhập cùng đại thể.

3. Lợi hành (arthakrtya)

Lợi hành là việc làm mang lại lợi ích cho mọi người. Việc làm lợi ích ở đây không chỉ là lợi ích về vật chất, tạo điều kiện thuận lợi để giúp đỡ người khác trong những lúc nguy khốn hay gặp phải khó khăn, mà còn là những hướng dẫn, chia sẻ về tri thức, phương pháp tu tập. Nói rộng ra, có thể hướng dẫn con người làm các việc hữu ích cho tha nhân, vun bồi lòng nhân đạo, chỉ bày cho người lầm đường trở về chánh kiến, sống đúng theo tinh thần giáo pháp mà đức Phật đã giảng dạy.

Đời sống con người trong xã hội là một sự tương quan mật thiết với nhau, không một cá nhân nào có thể sống đơn lẻ mà không có sự quan hệ với người khác. Vì vậy, con người có mặt trong cuộc đời như thế nào đều là do những tạo tác từ trong quá khứ của chính mình.

Trên cái nhìn tổng quát, mỗi con người đều mang một hành nghiệp riêng biệt, tuy cùng sống chung trong xã hội nhưng không một người nào giống một người nào, trong hoàn cảnh chung luôn có trường hợp riêng, cho nên trong sự sống con người chỉ bình đẳng trên phương diện tổng quát mà không thể giống như nhau trên lãnh vực cá biệt. Khi điều kiện thuận lợi thì đời sống con người tương đối thảnh thơi và còn tìm thấy sự bình an nơi chính mình, nhưng nếu hoàn cảnh trái nghịch, rơi vào bất hạnh thì cuộc đời con người sẽ rơi vào tối tăm và phiền nhiễu. Vì vậy, sự sống trong xã hội là một trường tranh chấp, hỗn độn và bất công, có thể khiến cho nhiều người đói rách, túng quẩn. Con người phải vật lộn mưu sinh, lang thang kiếm sống, thậm chí không còn thì giờ để suy tư đến vấn đề đạo đức và nhận chân đâu là thiện và đâu là bất thiện.

Như vậy, có thể nói rằng con người không những chịu bất công trên lãnh vực vật chất của sự sống mà ngay trên điều kiện tinh thần, học hỏi, nghiên cứu giáo pháp để phát huy con đường tu tập cũng không thể như nhau.

Do sự chênh lệch đời sống giữa người và người như vậy, người thực hành nhiếp sự lợi hành là phải luôn quan tâm giúp đỡ những người thiếu phương tiện sống, bị khốn khổ, đói rét thiếu thốn, luôn giúp đỡ những kẻ bịnh khổ và dìu dắt những người bần cùng, cô độc, để làm vơi đi những nỗi khổ của họ và tạo điều kiện tốt để họ sống đời lương thiện.

Trong tâm tư ai nấy biết, và đời sống của riêng ai thì người ấy tự cảm nhận. Vì vậy, con người có gặp hoàn cảnh bất hạnh, khốn cùng thì mới phải nếm mùi cay đắng của cuộc đời. Ai có đến với những người trong cơn hoạn nạn mới cảm nhận được nỗi khổ của đau thương và sự chia lìa cách biệt. Và từ đó mới chứng nghiệm một cách hiện thực nỗi thống khổ của cuộc đời.

Tự bản thân nhiếp sự lợi hành này cũng giống như các nhiếp sự khác, không chỉ nói lên tinh thần hòa hợp trong sư giúp đỡ và khuyến khích giữa mối liên hệ người với người, mà thực chất còn đi xa hơn nữa, tạo điều kiện để con người gần gũi nhau, cùng nhau học hỏi, hành trì trong tinh thần giáo pháp để cùng nhau tiến lên trên lộ trình tu tập giải thoát.

4. Đồng sự (samānārthatā)

Đồng sự có nghĩa là cùng chung một công việc làm, cùng chia sẻ những điều kiện làm việc như nhau. Trong cộng đồng xã hội hay trong đoàn thể sinh hoạt Tăng-già, muốn có điều kiện hưng thịnh và vững mạnh lâu dài thì tất yếu mỗi cá nhân phải ý thức được mục đích và trong mọi sự sinh hoạt cũng đều nhắm đến mục đích chung đó.

Quan niệm về đời sống con người, phần lớn có chiều hướng cá nhân và dành quyền lợi riêng tư, vì vậy, nhiếp sự đồng sự này là tinh thần xóa bỏ lằn ranh cá biệt để hòa mình trong quảng đại quần chúng. Dù rằng đời sống con người có khác nhau, quan điểm con người có khác, nhưng luôn có một điểm chung là mưu cầu sự bình an và hạnh phúc. Đây là điểm mà con người gặp nhau, dù rằng mưu cầu hạnh phúc trong phạm vi xã hội con người hay mưu cầu hạnh phúc trong hương vị của giáo pháp thì mục đích con người là muốn thoát khỏi mọi sự ràng buộc, khổ đau để trở về sự an lạc của tâm hồn và một niềm hỷ lạc vĩnh viễn.

Môi trường thực hành nhiếp sự đồng sự, chính là sự sinh hoạt hằng ngày của con người. Từ bản thân gia đình đến quốc gia xã hội, là vấn đề để con người chiêm nghiệm và thấy đó là nguyên nhân mang đến sự sai khác, sai khác từ nếp sống, từ tâm tư và từ những ước vọng, để cuối cùng tìm ra một nguyên tắc kết hợp sự sai khác ấy thành nhất thể. Khi có nguyên tắc kết hợp và kinh nghiệm bản thân, con người nhận chân nỗi thống khổ của kẻ khác để thấy rõ nỗi khổ của bản thân mình, và lấy đó làm mục đích để hòa đồng giữa tự ngã và tha nhân. Cuối cùng con người từ ý thức chiều hướng cá nhân dần dần đi đến ý thức mục đích toàn thể và xóa bỏ được toàn diện những ngăn cách giữa mình và người để nhận diện khổ đau và hạnh phúc của cuộc đời.

Đây chính là ý nghĩa đồng sự cùng chung một mục đích, xu hướng để dẫn con người đạt đến một đời sống hòa đồng trên tinh thần bình đẳng. Nghĩa là nhiếp sự đồng sự không chỉ đồng nhất trên mặt sinh hoạt hằng ngày của con người mà còn là đồng nhất trên mục đích tối hậu để giải thoát toàn diện.

Trong hành trình dài đi tìm sự bình an cho lòng mình, con người không thể chối bỏ môi trường đang sống trong hiện thực. Con người đừng mơ tưởng những gì xa xôi, mà ngay trước mắt, trong sinh hoạt hằng ngày, bóng dáng hạnh phúc và sự bình an luôn hiện hữu. Vì con người đi quá xa nên đã đánh mất thực tại, cái mà con người được sinh ra trong môi trường gia đình, quanh những người thân thuộc và được trưởng thành trong ý vị tình người. Và từ đó con người lớn khôn, thành đạt mục đích trong cuộc đời, đây phải chăng do tình yêu con người nuôi lớn, do dòng sữa ngọt của tình người được no nê, và do sự bế bồng, nâng niu của tình người mà ấm thân khỏe mạnh. Do vậy, đích thực sự bình an và niềm an lạc, con người không thể tìm đâu ra, nếu con người vươn tầm tay ra ngoài môi trường gia đình, xã hội, tập thể con người sống trên cuộc đời này. Con người đừng vượt xa hơn nữa và cũng đừng nhận định rằng, quây quần quanh xã hội, con người thấy có gì mới mẻ? Tháng ngày rồi cũng chóng qua và cuối cùng con người cũng phải buông xuôi tất cả mà không thành đạt được điều gì ngay trong đời hiện tại. Và từ đó, con người có cái nhìn thật xa, muốn vươn đôi tay dài nắm bắt một mục đích ngoài thế gian này, nhưng đó chỉ là một sự nắm bắt hoa đốm giữa hư không, chỉ là những ý niệm của hư vô mà không thật hữu.

Chính từ yếu điểm thực tại này mà bốn nhiếp sự: bố thí, ái ngữ, lợi hành, đồng sự phải được cụ thể hóa trong đời sống hiện tại của con người và mang trọn vẹn ý nghĩa yêu thương của hương vị tình người, được thể hiện qua tinh thần giáo pháp.

TIẾT 9.
TỨ DIỆU ĐẾ - NGUYÊN TẮC CƠ BẢN ĐỂ GIẢI QUYẾT PHIỀN NÃO

Đời sống con người là một trường đấu tranh và tự bản thân mỗi người luôn luôn mâu thuẫn. Con người không bao giờ tự hài lòng với cái mình đã có mà lúc nào cũng mang tham vọng chiếm đoạt nhiều hơn nữa để vun đắp cho riêng mình. Chính sự tham vọng này đã đưa con người vào vòng tranh chấp, phiền não và rối loạn.

Nếu con người không chạy theo tham vọng thì con người sẽ không khổ đau và đời sống con người sẽ không bị chèn ép bởi thế lực đấu tranh dành sự sống. Tất cả cũng chỉ vì con người không nhận diện được nỗi khổ của chính mình và nỗi khổ của xã hội nên cứ mãi khổ đau mà không bao giờ dừng chân đứng lại, trở về với con người của chính mình. Con người tự lãng quên bản lai diện mục để mãi lang thang trong cuộc đời, từ thế giới này sang thế giới khác. Đức Phật đã tự chứng ngộ và tuyên bố sự dừng nghỉ của chính Ngài:

Lang thang bao kiếp sống
Ta tìm nhưng chẳng gặp,
Người xây dựng nhà này,
Khổ thay, phải tái sanh.
Ôi! Người làm nhà kia
Nay ta đã thấy ngươi!
Ngươi không làm nhà nữa.
Đòn tay ngươi bị gãy,
Kèo cột ngươi bị tan

Tâm ta đạt tịch diệt,
Tham ái thảy tiêu vong."[1]

Đức Phật đã chứng quả vô sanh, bất diệt và đã tận diệt mọi ái dục, không còn phải tái sanh trong luân hồi.

Từ trong sự phiền phức và tạp loạn của cuộc đời, nhưng nếu con người ổn định được lòng mình và không bị mãnh lực của vô minh chi phối thì chính con người ấy sẽ được tự tại giải thoát. Đức Phật dạy về vô minh như sau:

"Chính là không biết rõ về Khổ, không biết rõ về Khổ Tập, không biết rõ về Khổ Diệt, không biết rõ về Con Đường đưa đến Khổ Diệt. Này các tỳ-kheo, đó gọi là vô minh. Cho đến như vậy là đi đến vô minh."[2]

Do vậy, nếu con người nhận chân được giá trị đích thực của Tứ Thánh Đế thì chính là đã nắm vững trong tay một nguyên tắc cơ bản để tự giải quyết sự rối loạn, khổ đau của chính mình và xã hội. Nguyên tắc cơ bản ấy được đức Phật trình bày trong kinh điển như sau:

"Một thời Thế Tôn trú ở Bārānasi, tại Isipatana, chỗ Vườn Nai. Tại đấy, Thế Tôn bảo chúng năm tỳ-kheo:

"Có hai cực đoan này, này các tỳ-kheo, một người xuất gia không nên thực hành theo. Thế nào là hai?

"Một là đắm say trong các dục (kāmesu), hạ liệt, đê tiện, phàm phu, không xứng bậc thánh, không liên hệ đến mục đích.

"Hai là tự hành khổ mình, khổ đau, không xứng bậc thánh, không liên hệ đến mục đích.

"Tránh xa hai cực đoan này, này các tỳ-kheo, là con đường

[1] Kinh Tiểu Bộ, Tập I, Kinh Pháp Cú, Phẩm Già, kệ số 153-154. Bản Việt dịch của Hòa thượng Thích Minh Châu.

[2] Kinh Tương Ưng Bộ (Samyutta Nikāya), Tập V - Thiên Đại Phẩm, Chương Mười Hai - Tương Ưng Sự Thật, Phẩm II (Chuyển Pháp Luân), Phần VII (Vô minh). Bản Việt dịch của Hòa thượng Thích Minh Châu.

Trung đạo, do Như Lai Chánh giác, tác thành mắt, tác thành trí, đưa đến an tịnh, thắng trí, giác ngộ, Niết-bàn.”

“Và thế nào là con đường Trung đạo... ...chính là con đường Thánh đạo Tám ngành, tức là: chánh tri kiến, chánh tư duy, chánh ngữ, chánh nghiệp, chánh mạng, chánh tinh tấn, chánh niệm, chánh định. Đây là con đường trung đạo, này các tỳ-kheo, do Như Lai chánh giác, tác thành mắt, tác thành trí, đưa đến an tịnh, thắng trí, giác ngộ, Niết-bàn.”[1]

Đức Phật đã dạy con đường Trung đạo là duy nhất có thể đưa con người từ địa vị phàm phu chuyển thành quả vị Vô thượng Bồ-đề. Cũng trong cùng bản kinh này, Đức Phật tuyên bố về Tứ thánh đế:

“Đây là Thánh đế về Khổ, này các tỳ-kheo. Sanh là khổ, già là khổ, bệnh là khổ, chết là khổ, sầu, bi, khổ, ưu, não là khổ, oán gặp nhau là khổ, ái biệt ly là khổ, cầu không được là khổ. Tóm lại, năm thủ uẩn là khổ.

“Đây là Thánh đế về Khổ tập, này các tỳ-kheo, chính là ái này đưa đến tái sanh, câu hữu với hỷ và tham, tìm cầu hỷ lạc chỗ này chỗ kia. Tức là dục ái, hữu ái, phi hữu ái.

“Đây là Thánh đế về Khổ diệt, này các tỳ-kheo, chính là ly tham, đoạn diệt, không có dư tàn khát ái ấy, sự quăng bỏ, từ bỏ, giải thoát, không có chấp trước.

“Đây là Thánh đế về Con Đường đưa đến Khổ diệt, này các Tỷ-kheo, chính là con đường Thánh đạo tám ngành, tức là chánh tri kiến... cho đến chánh định.”[2]

---

[1] Kinh Tương Ưng Bộ (Samyutta Nikāya), Tập V - Thiên Đại Phẩm, Chương Mười Hai - Tương Ưng Sự Thật, Phẩm II (Chuyển Pháp Luân), Phần I (Như Lai thuyết). Bản Việt dịch của Hòa thượng Thích Minh Châu.

[2] Kinh Tương Ưng Bộ (Samyutta Nikāya), Tập V - Thiên Đại Phẩm, Chương Mười Hai - Tương Ưng Sự Thật, Phẩm II (Chuyển Pháp Luân), Phần I (Như Lai thuyết), các đoạn 6, 7 và 8. Bản Việt dịch của Hòa thượng Thích Minh Châu.

1. Thánh đế về Khổ - Khổ đế (Dukkha)

Đức Phật dạy: *"Và này các tỳ-kheo, thế nào là Thánh đế về Khổ? Cần phải được nói là năm thủ uẩn. Tức là sắc thủ uẩn, thọ thủ uẩn, tưởng thủ uẩn, hành thủ uẩn, thức thủ uẩn. Này các tỳ-kheo, đây gọi là Thánh đế về Khổ."*[1]

Nói chung về quan điểm khi nhận xét thực trạng cuộc đời thì con người có thể xem đó như là sự phản ảnh của tâm trạng cá biệt hay như là một nhận định thực tế mang tính cách phổ quát và khách quan. Từ những kết quả của hai cách lý giải khi con người nhận diện cuộc đời như vậy có thể đưa đến kết luận rằng, con người mang tâm trạng bi quan thì dưới mắt họ cái gì cũng chán nản và khốn cùng, nhưng ngược lại, người mang tâm hồn lạc quan thì tự nhiên có cái nhìn yêu đời, trong sáng và vui tươi. Vì vậy, con người có thể phân biệt hai kiểu nhận xét: một là căn cứ trên thực trạng của cuộc đời và hai là căn cứ trên sở thích của từng cá nhân.

Suốt một dòng lịch sử, hình ảnh đức Phật, trên thân một tấm y vàng và trên tay một bình bát, vân du hóa độ, một tâm hồn thanh thản, từ hòa, một dung nghi trang nghiêm, đĩnh đạc, đời sống thánh thiện ấy, chúng ta nhìn qua kinh điển không thấy chỗ nào ghi lại nỗi buồn chán và âu sầu. Đức Phật bao giờ Ngài cũng sống với niềm hỷ lạc của tâm tư và sự khinh an của chính Ngài. Một đời sống thanh khiết và cao thượng. Bình nhật, đức Phật đã tiếp xúc với mọi tầng lớp con người, đã giáo hóa mọi hạng người và đã đối phó với mọi hoàn cảnh khó khăn và nguy hiểm, nhưng Ngài vẫn giữ thái độ từ hòa, hoan hỷ, vô ngại.

Đức tính trầm tĩnh, vắng lặng không riêng có nơi đức

---

[1] Kinh Tương Ưng Bộ (Samyutta Nikāya), Tập V - Thiên Đại Phẩm, Chương Mười Hai - Tương Ưng Sự Thật, Phẩm II (Chuyển Pháp Luân), Phần III (Uẩn), đoạn 3. Bản Việt dịch của Hòa thượng Thích Minh Châu.

Phật mà đối với hàng đệ tử của Ngài cũng vậy. Sau khi đã có một quan niệm như vậy, chúng ta thấy rằng ý nghĩa của Khổ đế mà đức Phật đã dạy không phải là sự phản ảnh của tâm trạng thất vọng, khổ đau trong cuộc đời, mà là bản chất đích thực của đời sống, xuất phát từ những nguyên do sâu xa và quan trọng, được giảng giải rõ trong suốt cuộc đời giáo hóa và cứu độ chúng sanh của đức Phật.

Đức Phật đã giảng dạy: *"Ta thật ra không có gì huyền bí cả, tất cả những gì ta tuyên bố các người hãy tự mình suy xét và chứng nghiệm. Các người đừng bao giờ tin theo một cách mù quáng thiếu trí tuệ mà phải tự mình luôn quán sát và liễu tri."*

Trong tinh thần giáo pháp, Khổ đế chiếm một vai trò quan trọng. Đức Phật dạy rằng: *"Nước của bốn đại dương là một vị mặn, giáo pháp của ta giảng dạy cũng chỉ có một vị duy nhất, ấy là vị giải thoát khổ."* Dưới cái nhìn của đức Phật, chúng sanh bị cuốn trôi trong biển khổ như những con bịnh bị giày vò, quằn quại trong đau đớn không tìm ra phương pháp để thoát khỏi nỗi đau đớn ấy, mà đôi khi lại còn tăng thêm bịnh. Để triệt tiêu những chứng bịnh và nguồn gốc của khổ đau, đức Phật đã hướng dẫn chúng sanh hãy nhận diện khổ đau để đoạn diệt khổ đau.

Danh từ Khổ đế (Dukkha ariyāsacca) ở đây được dịch là Chân lý cao cả thứ nhất về sự khổ. Nghĩa là sự sống con người là những chuỗi ngày đau khổ. Nếu hiểu theo nghĩa khổ như vậy, thì hóa ra đạo Phật là đạo chủ trương và xây dựng sự khổ, mang sự khổ đến cho con người? Thật ra đây chỉ là đứng trên lãnh vực dịch thuật, từ dukkha là *"khổ đau, sầu muộn"* theo nghĩa ngôn ngữ mà thôi, chứ không phải như bao nhiêu người đã gán cho đạo Phật là đạo bi quan chán đời. Thực tế bản thân của đạo Phật không chủ trương là bi quan hay lạc quan gì cả mà cái nhìn của đạo

Phật là cái nhìn Trung đạo, thực tiễn, cái nhìn đúng sự thật của sự vật về nhân sinh quan cũng như vũ trụ quan.

Trên sự thể nghiệm và chứng đắc, đức Phật nhìn vào đời sống con người, Ngài không hoàn toàn phủ nhận là không có hạnh phúc, nhưng có những trường hợp đức Phật dạy có khổ đau. Xuyên qua các kinh chúng ta thấy những loại hạnh phúc sai khác cả vật chất lẫn tinh thần chung cho con người. Đức Phật đã dạy và vạch ra những loại hạnh phúc cho một kẻ xuất gia. Và có những loại hạnh phúc thuộc về khoái lạc cảm giác, hạnh phúc của sự chấp thủ, hạnh phúc của sự buông xả, hạnh phúc của sự ràng buộc, hạnh phúc của sự thoát ly, và hạnh phúc thuộc về vật lý hay hạnh phúc của miền tâm linh... Ý nghĩa của tất cả những loại hạnh phúc này đều không nằm ngoài từ dukkha, cho đến các trạng thái hỷ lạc của các từng thiền thuần tịnh, hoàn toàn thoát ly mọi hình thái khổ đau thông thường của con người thì hạnh phúc của những cảnh giới thiền ấy cũng không vượt ngoài ý nghĩa của dukkha.

Một hôm, đức Phật đã dạy, xuyên qua các cảnh giới thiền định, nỗi hân hoan và niềm hỷ lạc tâm linh mà một hành giả đã thu hoạch được trong cảnh giới thiền ấy cũng chỉ là *"vô thường, khổ (dukkha) và chịu sự biến dịch (aniccā dukkha viparirāmadhammā)"*. Như vậy, nghĩa chữ dukkha phải được hiểu rằng cái gì vô thường, vô ngã, thì cái ấy chính là dukkha, chứ không phải chỉ có nghĩa khổ đau thông thường mà hằng ngày con người phải va chạm.

Tất cả mọi hưởng thụ vật dục ở đời, đức Phật đã dạy, không nằm ngoài ba nguyên tắc:

a. Dục vị (Vị ngọt của dục)

Ví dụ như tâm trạng của một người ước mơ từ lâu là mình có được chiếc đồng hồ đeo tay. Sau khi ước mơ thành tựu, người ấy lúc nào cũng mãi ngắm nghía chiếc đồng hồ mới của mình, đeo vào tay trông có vẻ lịch sự và làm tăng thêm vẻ đẹp. Người ấy lúc nào cũng xắn tay áo cao để lộ chiếc đồng hồ màu vàng ô-mê-ga nổi bật trên cườm tay có nước da trắng mịn. Người ấy nhìn từng cột số gắn mi-nơ, từng cây kim màu vàng óng ả và luôn đưa tay lên xem giờ. Người ấy cũng không quên thường lau chùi, nâng niu thích thú. Và như vậy, tâm tư của người ấy đã bị sắc đẹp của chiếc đồng hồ lôi cuốn, người này tìm thấy sự khoái lạc và thỏa mãn nơi chiếc đồng hồ. Đây chính là một tâm lý sống, thích thú trong vị ngọt của dục lạc.

b. Dục hoạn (Sự nguy hiểm của dục)

Thực tế kinh nghiệm cho thấy, niềm vui và sự hưởng thụ niềm vui không được mây chốc. Tất cả đều trôi qua, cuối cùng, con người vẫn khổ, cũng như người có chiếc đồng hồ chẳng may đánh mất, người ấy luyến tiếc vô cùng, xem chừng như đã đánh mất niềm vui lớn của tâm hồn. Khi còn chiếc đồng hồ, người ấy thích thú, say mê chừng nào, thì giờ đây khi chiếc đồng hồ đã mất lại đau buồn khổ sở chừng ấy. Hầu như mọi sự quyến rủ và vẻ đẹp chung quanh không thể làm người ấy chú ý. Hình ảnh chiếc đồng hồ đẹp đã in sâu vào lòng và người ấy chỉ luyến tiếc, nhớ thương chiếc đồng hồ yêu quí mà thôi. Đây cũng chính là một tâm lý thực tế của con người.

c. Dục xuất yếu (Giải thoát sự ràng buộc của dục)

Đến một hôm nào, lòng người ấy lắng dịu, không còn ham thích và say mê chiếc đồng hồ nữa: cũng không màng để ý đến những chiếc đồng hồ khác, cũng không mong cầu có được một chiếc đồng hồ thứ hai, và ngay đến ý niệm về đồng hồ cũng không làm vướng bận. Tâm tư người đó không đeo đuổi theo bóng dáng chiếc đồng hồ. Như vậy, tâm tư được cởi mở, thanh thản và tự do, đây chính là ý nghĩa của sự giải thoát.

Qua ba yếu tố trên, chúng ta thấy rằng vấn đề không phải ở chỗ bi quan hay lạc quan mà chính là con người phải nhận chân toàn diện vấn đề và thực tế trạng thái hưởng thụ dục lạc, để cuối cùng đoạn tận và xuất ly. Đây là điểm quan yếu của vấn đề. Trên quan điểm này, đức Phật dạy:

"Hỡi các Tỳ-kheo, nếu những ẩn sĩ hay Bà-la-môn nào không hiểu một cách khách quan rằng sự vui hưởng những khoái lạc giác quan là sự vui hưởng, rằng sự không thỏa lòng là sự không thỏa lòng, rằng sự giải thoát khỏi những thứ ấy là sự giải thoát, thì chắc là họ không thể nào hiểu rõ lòng ham muốn đối với khoái lạc giác quan, không thể nào chỉ dẫn cho người khác đến mục đích đó, không thể nào người theo lời chỉ dẫn của họ sẽ hiểu được thế nào là ham muốn đối với khoái lạc giác quan. Nhưng hỡi các tỳ-kheo, nếu có những ẩn sĩ hay Bà-la-môn nào hiểu được một cách khách quan rằng sự vui hưởng những khoái lạc giác quan là sự vui hưởng, rằng sự không thỏa lòng, rằng sự giải thoát chúng là sự giải thoát, khi ấy chắc chắn những người này sẽ hiểu được hoàn toàn thế nào là ham muôn đối với khoái lạc giác quan, sẽ có thể chỉ dẫn cho một người khác đi đến mục đích ấy, và người theo lời chỉ dẫn của họ sẽ hoàn toàn hiểu được thế nào là ham muốn đối với khoái lạc giác quan."

Nhìn vào trực diện của khổ (dukkha), gồm có những hình thức như sau:

1. Khổ khổ (dukkha dukkha):

Nỗi khổ này chồng chất lên nỗi khổ kia không dứt. Đây chính là những nỗi khổ thông thường diễn ra hằng ngày trong đời sống con người. Trong ý nghĩa của khổ khổ này còn bao gồm tám nỗi khổ khác như sanh khổ, lão khổ, bịnh khổ, tử khổ, ái biệt ly khổ, oán tắng hội khổ, cầu bất đắc khổ, ngũ ấm xí thạnh khổ.

2. Hoại khổ (viparināma dukkha):

Nỗi khổ sinh khởi do định luật vô thường chi phối, do sự biến hoại vì tự tính sự vật là vô ngã. Thí dụ như sự hạnh phúc và niềm an lạc của con người chỉ có trong một thời gian ngắn ngủi mà không trường cửu. Trước sau gì rồi cũng sẽ hủy hoại. Mỗi khi tự thể của nó bị tan rã thì sẽ phát sinh ra sầu bi ưu não, và đây chính là nỗi khổ đau và điều bất hạnh của con người. Sự hủy hoại và đổi thay này được bao hàm trong ý nghĩa khổ sinh khởi là do sự biến dịch, thiên lưu.

3. Hành khổ (samkhāra dukkha):

Nỗi khổ này mang tính chất rất phức tạp. Tự tướng nó không rõ ràng và dễ hiểu như hai loại khổ trên. Nhưng chính do sự khó hiểu và phức tạp này mà tự thân của hành khổ là một đề tài thiết yếu và quan trọng trong Khổ đế.

Điều mà con người thường ngộ nhận là tự cho rằng thân này là một bản ngã hay gọi là "cái tôi". Theo quan điểm đạo Phật thì chính cái được gọi là cái tôi này chỉ do sự giả hợp, tương tục giả tạm mà thành. Thực tế trong cái gọi là tôi không có một chủ tể hay bản ngã nào cả, chỉ là do một dòng tâm lý, vật lý hằng biến. Nơi đây, đức Phật gọi là ngũ uẩn (pañca khandha). Tất cả mọi hình thức khổ đau đều được phát sinh từ đây - ngũ uẩn - và cũng chính thân ngũ uẩn là nguyên nhân của tất cả. Đức Phật dạy: *"Tóm lại, năm uẩn chấp thủ là khổ."*

Hoặc đức Phật còn đi sâu hơn: *"Khổ là gì, phải nói là ngũ uẩn."*

Như vậy, chúng ta có thể hiểu rằng chính bản thân của khổ là ngũ uẩn và ngũ uẩn chính là khổ. Khổ không thể tách rời ngũ uẩn mà có hoặc ngược lại. Vậy tự tướng của ngũ uẩn như thế nào mà gây ra sự khổ đau, rối loạn cho mỗi con người? Nơi đây, chúng ta đi vào từng uẩn một.

1. Sắc uẩn (rūpakkhandha):

Gồm có 4 đại chủng là địa, thủy, hỏa, phong và những thứ do bốn đại chủng tạo ra là năm căn: nhãn, nhĩ, tỷ, thiệt, thân, cộng thêm 5 trần cảnh làm đối tượng cho 5 căn là sắc, thanh, hương, vị, xúc. Như vậy, tất cả cảnh giới ngoại tại hay tự thể của nội tâm đều hiện tồn nơi sắc uẩn.

2. Thọ uẩn (vedanākkhandha):

Mọi cảm giác hoan lạc hay sầu ưu đều hiện hữu trong uẩn này. Đây chính là những cảm giác được cảm nhận do bởi sự va chạm, tiếp xúc của giác quan (căn) với trần cảnh: Nhãn căn tiếp xúc với sắc trần, nhĩ căn tiếp xúc với thanh trần, tỷ căn tiếp xúc với hương trần, thiệt căn tiếp xúc với vị trần, thân căn tiếp xúc với xúc trần, ý căn tiếp xúc với pháp trần, tất cả đều phát sinh ra cảm giác. Như vậy, mọi cảm thọ thuộc về vật chất hay tinh thần, tất cả đều hiện tồn trong thọ uẩn.

3. Tưởng uẩn (sannākhandha):

Tưởng uẩn mang tính chất tri giác, cũng giống như thọ uẩn, sáu căn tiếp xúc với sáu trần, phát sinh ra những cảm quan nhận thức như thọ uẩn. Tưởng uẩn này cũng được phát sinh do sự giao liên giữa căn môn và trần cảnh. Những sự hiểu biết hay tri giác này chính là tự thân của tưởng uẩn, nhận diện sự vật là thực tại hay phi thực tại.

4. Hành uẩn (samkhārakkhandha):

Hành uẩn sinh ra từ suy tư và cũng là sản phẩm của tâm thức, uẩn này bao gồm mọi lãnh vực hoạt động tâm lý con người và là yếu tố của ý chí, là tốt hay xấu, là thiện hay bất thiện. Tất cả mọi sự vật được hình thành đều do sự tạo tác nên cũng gọi là nghiệp (karma), được bao gồm trong hành uẩn. Động cơ thúc đẩy là nguyên nhân hình thành nghiệp, không gì khác hơn chính là ý (cetanā), mà ý muốn tức là sự hoạt động, tạo tác thuộc lãnh vực của tâm. Từ sự hoạt động của tâm đưa đến mọi kết quả của thiện, bất thiện, vô ký, tức là kết quả của mọi sự tạo tác do thân, khẩu, ý phối hợp.

Nghiệp, theo Câu Xá Luận định nghĩa, là do sự hoạt động sai biệt của mỗi cá nhân để tạo thành thế gian. Như vậy, thế gian có là do nghiệp làm yếu tố sinh khởi.

"Thế gian do nghiệp sanh,
Tư cập tư sở tác.
Tư tức thị ý nghiệp.
Sở tác vị thân ngữ."

(Thế gian này do nghiệp nhân phát sinh.
Do tư duy và những gì được tạo ra bởi tư duy.
Tư duy tức là ý nghiệp.
Những gì được tạo ra bởi tư duy ấy
chính là thân và ngữ.)

Đây chính là một dãy hằng biến của tâm lý và vật lý. Hành uẩn cũng không khác thọ uẩn và tưởng uẩn, đều là sáu căn tiếp nhận sáu trần để phát sinh cảm thức. Nhưng sự nhận thức về tri giác chưa phải là nghiệp, không thuộc lãnh vực của ý chí, mà chỉ là điều kiện làm nguyên nhân, phát sinh nghiệp quả là tác ý, dục, thắng giải, tín, định, tuệ, tinh tấn, tham, hận, vô minh, mạn, thân kiến... tất cả những yếu tố này là chất liệu hình thành hành uẩn.

5. Thức uẩn (vinnānakhandha):

Kết quả của sự nhận thức do y cứ vào sáu căn và nhận sáu trần làm đối tượng. Như nhãn căn tiếp xúc với sắc trần phát sinh ra nhãn thức, nhĩ căn tiếp xúc với thanh trần phát sinh ra nhĩ thức, tỷ căn tiếp xúc với hương trần phát sinh ra tỷ thức, thiệt căn tiếp xúc với vị trần phát sinh ra thiệt thức, thân căn tiếp xúc với xúc trần phát sinh thân thức và ý căn tiếp xúc với pháp trần phát sinh ra ý thức.

Như vậy, sáu yếu tố của căn phối hợp với sáu yếu tố của trần cảnh để đưa đến kết quả là sáu yếu tố của thức.

Thức uẩn trong ngũ uẩn phải được hiểu như là sự hiểu biết. Nhưng sự hiểu biết này chưa đưa đến ranh giới phân biệt. Nghĩa là một cái biết tự nhiên. Như chúng ta thấy mây bay, đây là phạm vi của nhãn căn, nhưng thấy mây bay là mây bay mà không phân biệt là mây bay mau hay chậm, mây màu đen, trắng... Cái biết của sát-na đầu tiên.

Như vậy, thức ở đây cũng chỉ là do duyên hợp chứ không phải là một cái gì trường cửu, bất biến, theo nhận định của một số người: bản ngã thường hằng, hay linh hồn bất biến. Đức Phật dạy: *"Thức được gọi tên tùy theo bất cứ điều kiện nào nhờ đấy nó phát khởi, nhờ con mắt và những hình dáng mà một thức phát sinh và nó được gọi là nhãn thức, nhờ tai và âm thanh mà một thức phát sinh và nó được gọi là nhĩ thức, nhờ mũi và mùi mà một thức phát sinh và nó được gọi là tỷ thức, nhờ lưỡi và vị mà một thức phát sinh và nó được gọi là thiệt thức, nhờ thân thể và những sự vật sờ mó được mà một thức phát sinh và nó được gọi là thân thức, nhờ tâm ý và những đối tượng tâm giới (tư tưởng và ý nghĩ) mà một thức phát sinh, và nó được gọi là ý thức."*

Cũng vậy, đức Phật đã cụ thể hóa hơn nữa về tên gọi của thức: *"Một ngọn lửa được gọi tên tùy theo nhiên liệu đã đốt lên nó. Một ngọn lửa có thể đốt bằng củi, và nó được gọi là lửa củi. Nó có thể được đốt bằng rơm và gọi là lửa rơm. Thức cũng thế, được gọi tên tùy theo điều kiện nhờ đấy nó phát sinh."*

Tự thân của thức không hiện hữu biệt lập, mà phải tương quan mật thiết với các uẩn trên. Đức Phật dạy: *"Thức có thể tồn tại nhờ sắc (rupayari) làm phương tiện, sắc làm đối tượng, sắc làm nơi nương tựa và tìm lạc thú trong sắc, nó có thể lớn thêm, tăng trưởng, phát triển, hay thức có thể tồn tại lấy thọ làm phương tiện, tưởng làm đối tượng, hành làm nơi nương tựa và tìm lạc thú trong ấy, nó có thể tăng trưởng, lớn lên, phát triển."* Và nếu có ai nói rằng: *"Tôi sẽ chỉ ra sự đến, sự đi, sự hy sinh, sự tăng trưởng hay sự phát triển của thức tách biệt với sắc, thọ, tưởng, hành, thì người ấy đã nói một chuyện không có thực."*

Như vậy khi nói đến cái khổ tức là nói đến bản thân ngũ uẩn. Vì như đã trình bày, cái khổ không nằm ngoài ngũ uẩn. Bản thân của ngũ uẩn là bản thân của một sự giả hợp, là một chuỗi sinh diệt tương tục, mà tự thân của cái gì sinh diệt vô thường thì cái ấy khổ. *"Tóm lại, thủ uẩn là khổ"*, như đức Phật đã dạy, *"nó luôn luôn biến dịch mà không một giờ phút nào dừng nghỉ."* Sát-na trước không giống sát na sau và cứ như thế trên tiến trình đào thải và tiếp thu bất tận. Đức Phật dạy: *"Hỡi những người Bà-la-môn, nó giống như một dòng thác đổ, chảy mau và trôi xa, mang theo nó mọi vật, không có lúc nào, phút nào nó ngừng chảy, và cứ tiếp tục chảy mãi, trôi mãi. Hỡi những người ẩn sĩ, đời người cũng thế, giống như một dòng thác"*, và như vậy, chúng ta có thể hiểu đức Phật đã dạy rằng: *"Vũ trụ là một dòng tương tục và vô thường."*

Để con người có một nguyên tắc cơ bản và lấy đó giải quyết mọi phiền phức và não loạn, ít ra con người phải hiểu ý nghĩa của đế thứ nhất là khổ. Và từ đây con người sẽ được bình an khi đối diện với vấn đề. Con người sẽ không còn bối rối và thắc mắc tại sao khổ? Ai là kẻ mang nỗi khổ đến cho mình. Hiểu được diện mục của khổ rõ ràng tức là hiểu suốt luôn ba đế tiếp. Đức Phật dạy: *"Người nào thấy rõ được dukkha cũng thấy luôn nguyên nhân của dukkha, cũng thấy luôn sự diệt mất dukkha.”*

2. Thánh đế về tập - Tập đế (Samudaya)

Chân lý thứ hai này là con đường hay nguồn gốc đưa đến sự khổ. Tập tức là nguyên nhân của khổ, hay chính sự huân tập là yếu tố hình thành của đế thứ nhất. Về định nghĩa của Tập đế, ta thấy trong kinh như sau:

“Chính là lòng ái (tanhā) đã phát sinh sự tái sinh, đã được dính liền với sự thèm muốn của đam mê, và đã tìm lạc thú này, nay chỗ này mai chỗ khác, nghĩa là khao khát đối với khoái lạc giác quan (dục ái - karma tanhā) khao khát hiện hữu là trở thành (hữu ái - bhāva tanhā) và khao khát sự không hiện hữu (diệt ái tự hủy diệt - vibhava tanhā).”

Con người vì lòng ham muốn vô tận nên theo đuổi và tạo tác tất cả những gì mong cầu, và chính vì sự mong cầu và khao khát tìm kiếm nên con người phải khổ vì chính nó. Sự khổ này phát sinh dưới nhiều dạng thức. Sự phát sinh và làm nguyên nhân cho khổ được kết hợp nhiều yếu tố, mà không phải tập là lý do hay điều kiện đầu tiên phát sinh khổ. Theo quan điểm đạo Phật, không có thể có một nguyên nhân nào gọi là nguyên nhân đầu tiên để rồi từ đó nảy sinh ra cái thứ hai, thứ ba, cái khác... Sự vật hiện hữu là do nguyên tắc hỗ tương. Cái này hiện hữu thì cái kia hiện hữu và cái này hủy diệt thì cái kia cũng hủy diệt. Đây chính là một chuỗi liên hệ duyên khởi của sự hình thành và hủy diệt. Bởi vậy, ngay cả diệu đế thứ hai này cũng không thể gọi là nguyên nhân độc nhất để phát sinh diệu đế thứ nhất, mà thực tế nó đã cấu kết, tổng hợp với các điều kiện khác.

Ái được xem như là điều kiện tạo ra khổ (dukkha) thì nó cũng phải tùy thuộc vào một số điều kiện khác, chứ không phải đơn thuần chỉ mình Ái. Nó tùy thuộc vào những dữ kiện gì, tùy thuộc vào Thọ, rồi Thọ tùy thuộc vào Xúc... cứ thế mà sinh khởi một vòng vô tận.

Ái theo quan niệm ở đây, không phải chỉ riêng thuần về sự ham muốn thể xác hay khoái lạc của những giác quan vật chất mà còn có nghĩa của sự ham muốn về tâm lý, phạm vi tinh thần, tư tưởng, hay một quan điểm, nhận định. Như vậy, sự khổ phát sinh không phải chỉ vì thiếu thốn cơm ăn áo mặc, mà khổ phát sinh do sự tranh chấp, thù hằn, do chống đối ý thức hệ, không cùng trên một quan điểm nhận định. Đức Phật dạy: *"Dục ái sinh sầu ưu, dục ái sinh sợ hãi, ai thoát khỏi dục ái, không sầu, đâu sợ hãi?"*[1] *Hay một nơi khác: "Thế gian thiếu thốn, khát khao và bị nô lệ cho dục vọng."*

Lòng ái dục là một sức mạnh vô hình nó có khả năng cuốn phăng tất cả mọi trở ngại trên bước đường tiến tới mà ái dục muốn được thỏa mãn. Nó luôn hiện hữu trong mỗi người. Chính bản thân của ái dục, dù tinh vi hay thô kệch, luôn là nguyên nhân khiến cho con người tham sống sợ chết, theo nguyên tắc sinh tồn mà bám víu vào mọi hình thức của sự sống. Do vậy, con người mãi lang thang trong cuộc đời vô tận. Chính ái làm điều kiện *"muốn sống, muốn tồn tại, tái sinh, tương tục, tăng trưởng"*, là nguồn gốc của sự sống cho những kiếp sống kế tiếp. Đây chính là một hình thức của nghiệp thiện hay bất thiện mà con người tạo tác. Một ý chí muốn sống, một tư niệm sinh tồn đều do ái làm nguyên nhân thúc đẩy. Bởi vậy, ái có thể hiểu là sự tác ý, hay tư niệm và nghiệp. Tất cả những từ này đều có nghĩa chỉ cho *"dục vọng, ý muốn sống, tồn tại, tái sinh, trở thành, tăng trưởng, tích tụ"*.

[1] Kinh Pháp Cú: Kinh Pháp Cú, Phẩm Hỷ ái, kệ số 215. Bản Việt dịch của Hòa thượng Thích Minh Châu.

Con người do những yếu tố trên ràng buộc nên phải khổ, vì *"chấp, thủ, hữu"* mà phải khổ: do ái sinh thủ, do thủ sinh hữu... và cứ mãi thế phát sinh không gián đoạn mà phải khổ. Nếu con người chặn đứng dòng luân lưu của ái, thì có nghĩa là đoạn tận khổ đau. Nghĩa là ái diệt thì thủ diệt, thủ diệt thì hữu diệt... và cho đến vô minh diệt. Như vậy, vòng luân hồi chấm dứt.

Một hôm đức Phật ở tại Sāvatthi, lúc bấy giờ đứa con của một người gia chủ, khả ái, đáng thương bị mệnh chung. Sau khi người con mất, người cha không còn muốn làm việc, lang thang khóc lóc ngoài đường: *"Con ở đâu, đứa con một của ta? Con ở đâu, đứa con một của ta?"* Rồi người gia chủ đi đến đức Thế Tôn. Và đức Thế Tôn đã dạy: *"Sự thật là như vậy, này gia chủ! Vì rằng này gia chủ sầu, bi, khổ ưu não do ái sinh ra, hiện hữu từ nơi ái."*[1]

Ái là sợi dây thắt chặt con người trong vòng đai sinh tử, nếu con người không biết gở. Và chính nơi đây là điều đã làm rối loạn tâm tư và sự bình an của con người. Đức Phật dạy: "Đây là một pháp môn, do pháp môn này, cần phải được hiểu là sầu, bi, khổ, ưu, não, do ái sinh ra, hiện hữu từ nơi ái. Này Bà-la-môn, thuở xưa, ở tại Sāvatthi này, bà mẹ của một người đàn bà mệnh chung. Từ khi bà ta mệnh chung, người đàn bà này phát sinh điên cuồng, tâm tư thác loạn, đi từ đường này qua đường khác và nói: *"Người có thấy mẹ tôi đâu không? Người có thấy mẹ tôi đâu không?"*

Cũng tương tự như vậy, đức Phật đã mô tả tình thủ ái thật quyết liệt và đưa đến một kết quả khổ đau.

Một người đàn bà đi về thăm gia đình bà con. Những người bà con ấy của người đàn bà, muốn dùng sức mạnh

---

[1] Kinh Trung Bộ (Majjhima Nikāya), Tập 2, Kinh Ái Sanh. Bản Việt dịch của Hòa thượng Thích Minh Châu.

bắt người đàn bà ấy phải xa chồng và muốn gả cho một người đàn ông khác. Người đàn bà ấy không chịu. Rồi người đàn bà ấy nói với chồng mình: *"Này hiền phu, những người bà con này muốn dùng sức mạnh bắt tôi phải xa anh và muốn gả cho một người đàn ông khác. Nhưng tôi không có ý muốn như vậy."* Rồi người ấy chặt người đàn bà làm hai, rồi tự vận, nghĩ rằng: *"Hai chúng ta sẽ gặp nhau trong đời sau."*[1]

Nguyên nhân phát sinh ra khổ, thực tế không nằm ngoài khổ đau mà có. Cái gì phát động nên khổ đau thì cái ấy chính bản thân nó đã khổ đau. Cho nên, chúng ta không tìm thấy cái khổ đau hiện hữu ngoài khổ đau. Và từ đó, chúng ta thấy rằng nỗi khổ đau lớn của con người là do bám víu vào bản chất của ái. Nhưng tự thể của ái chỉ là một sự sinh khởi của một pháp và như vậy cũng sẽ bị hủy diệt của một pháp. Nghĩa là cái gì có sinh ắt phải có diệt. Tất cả cái gì mang tự tính sinh thành thì cũng chính cái ấy mang tự tính tan vỡ. Và sự hủy diệt không thể tách rời khỏi sự sinh thành mà có hoặc ngược lại.

Con người muốn chấm dứt khổ đau, thì con người phải đoạn tận lòng tham ái, khao khát và trở thành. Từ đây, vòng luân hồi vô tận của con người sẽ được ngừng lại, trí tuệ bừng sáng, chứng chân pháp giới và thực tại hiện hữu.

3. Thánh đế về diệt - Diệt đế (nirodha)

Đức Phật dạy: *"Đây là Thánh đế về Khổ diệt, này các tỳ-kheo, chính là ly tham, đoạn diệt, không có dư tàn khát ái ấy, sự quăng bỏ, từ bỏ, giải thoát, không có chấp trước."*[2]

Diệu đế thứ ba là cảnh giới an lạc tuyệt đối, đối lập với

---

[1] Kinh Ái sanh. Sách đã dẫn.

[2] Kinh Tương Ưng Bộ (Samyutta Nikāya), Tập V - Thiên Đại Phẩm, Chương Mười Hai - Tương Ưng Sự Thật, Phẩm II (Chuyển Pháp Luân), đoạn 7.

khổ đau. Đây chính là thế giới của chân lý vượt ra ngoài và chấm dứt khổ đau, hay nói khác hơn là sự đoạn tận mọi dục vọng, hiện thân của Niết-bàn (Nirvana). *"Gọi là Niết-bàn vì là sự dứt bỏ, tách rời ra khỏi ái dục, sự thèm khát nhục dục."*

Bản chất của Niết-bàn thường được mô tả bằng những từ phủ định. Và chính sự phủ định này đã tạo thành cảnh giới Niết-bàn an lạc tịch tịnh. Như diệt ái là sự hủy diệt dục vọng, vô tham, vô sân, vô ái; hay tịch diệt tức là sự thổi tắt hay dập tắt. Ta thấy một số định nghĩa về Niết-bàn như sau:

"Sự im lặng của sự vật bị giới hạn, sự dứt bỏ mọi xấu xa, sự diệt 'dục vọng', sự giải thoát chấm dứt, Niết-bàn."

"Hỡi các tỳ-kheo, thế nào là cái tuyệt đối không bị giới hạn (asamkhala)? Đây là, này các Tỳ-kheo, sự diệt tắt của ham muốn (rāgakkhaya), sự diệt tắt của hận thù (dosakkhayo), sự diệt tắt của vọng tưởng (mohakkhayo). Này các Tỳ-kheo, đấy gọi là cái tuyệt đối."

"Này Radha, sự tiêu tan của dục vọng là Niết-bàn."

"Này các Tỳ-kheo, dù có những pháp (sự vật) bị giới hạn hay không bị giới hạn, trong số ấy pháp giải thoát (virāga, thoát khỏi dục vọng) là cao cả nhất. Ấy nghĩa là giải thoát khỏi kiêu mạn, trừ diệt lòng tham, nhổ gốc rễ sự trói buộc (hệ phược), cắt đứt sự tiếp tục, diệt hẳn dục vọng, giải thoát, chấm dứt, Niết-bàn."

"Sự từ bỏ, phá tan dục vọng và tham ái đối với ngũ uẩn: đấy là sự chấm dứt dukkha."

Trong lúc đề cập đến Niết-bàn đức Phật đã dạy:

"Hỡi các tỳ-kheo, có cái không sinh, không tăng trưởng, không bị giới hạn. Nếu không có cái không sinh, không tăng trưởng, và không bị giới hạn, thì sẽ không có lối thoát

cho cái sinh, cái tăng trưởng và bị giới hạn. Bởi vì có cái không sinh, không tăng trưởng, không bị giới hạn, cho nên có lối thoát cho cái sinh, cái tăng trưởng và bị giới hạn."

"Ở đây không có chỗ cho bốn đại: đất, nước, lửa, gió, những khái niệm về dài, rộng, thô, tế, xấu, tốt, danh và sắc đều hoàn toàn bị phá hủy, không có đời này và đời sau, không có đến hay đi, không có tử hay sinh, không có đối tượng giác quan."

Như vậy, tự thể của Niết-bàn là vượt ra ngoài mọi đối đãi, nhân ngã, bỉ thử và cũng không nằm trong hai lãnh vực tiêu cực hay tích cực. Niết-bàn cũng không mang tự tính bị hủy diệt bởi bản ngã như một số người quan niệm. Vì rằng bản chất của sự vật chính là vô ngã. Vì đã vô ngã cho nên nếu có hủy diệt thì chỉ là hủy diệt sự chấp thủ, vọng tưởng của những ý niệm nhầm lẫn về sự chấp ngã mà thôi.

Trạng thái Niết-bàn là một trạng thái vượt khỏi phạm trù nhị nguyên và siêu xuất thế gian mà đức Phật đã chứng ngộ hoàn toàn, không còn tùy thuộc vào bất cứ một điều kiện nào. Bản thân của Niết-bàn không còn cái gọi là thiên lưu, biến dịch hay trên tiến trình trở thành và hủy diệt. Niết-bàn là vô sanh, bất hoại diệt, hay một cách khẳng định hơn khi đề cập đến Niết-bàn thì phải hiểu Niết-bàn không là nhân, không là duyên, cũng không là quả, mà Niết-bàn là cái duy nhất độc tôn, không lệ thuộc hay giới hạn bởi bất cứ một điều kiện nội tại hay ngoại tại khách quan nào.

Trong kinh Giới Phân Biệt, đức Phật đã dạy: *"Này tỳ-kheo, khi được nói đến: 'Người này có sáu giới', do duyên gì được nói đến như vậy? Địa giới, thủy giới, hỏa giới, phong giới, không giới, thức giới. Này tỳ-kheo, khi được nói đến: 'Người này có sáu giới', chính do duyên này được nói đến như vậy."*[1]

[1] Kinh Trung Bộ (Majjhima Nikāya), Tập 3, Kinh Giới Phân Biệt. Bản Việt dịch của Hòa thượng Thích Minh Châu.

Như vậy, tự thân con người được hình thành là do sáu đại giả hợp tương tục: địa, thủy, hỏa, phong, không và thức. Từ đây con người phân tích để thấy rằng tự bản thân của các đại này hoàn toàn không có cái gì gọi là của tôi, tôi, hay cái ngã của tôi. Con người biết rằng ý thức hiện hành và chuyển biến, thy đổi ra sao, những cảm giác về niềm vui, nỗi khổ và sự không vui không khổ xuất hiện và biến dịch như thế nào. Từ sự hiểu biết ấy, tâm hồn con người được khoáng đạt, bừng mở, thoát khỏi tất cả mọi sự ràng buộc, thong dong tự tại. Con người tìm thấy trong chính bản thân mình một sự bình an, trong sáng, thanh cao, và từ đây con người có thể tiến xa hơn vào nội tâm tịch tịnh, thuần nhất của thế giới siêu thoát tâm linh.

Con người đã xả trừ mọi dục vọng, không còn có hành động, tạo tác để đưa đến sự tái sinh rồi hoại diệt. Vì vậy, con người không còn tham đắm những màu sắc, hương vị thế gian, không còn lo âu và bận lòng não loạn, chỉ duy nhất một niềm thuần lạc.

Đến đây, mỗi khi con người tiếp nhận những cảm giác khổ, vui hay không khổ không vui thì đều hiểu rằng đó chính là hình ảnh của vô thường biến hoại, là những yếu tố để trói buộc chúng sinh luân lưu trong ba cõi và con người buông xả tất cả. Do vậy, đức Phật đã dạy:

"Này các tỳ-kheo, một người được như thế là có được trí tuệ thù thắng, vì hiểu biết về sự diệt khổ là trí tuệ thù thắng.

"Sự giải thoát này của họ dựa trên chân lý, không bị lay chuyển. Này các Tỳ-kheo, cái gì không thật là tà vạy, cái gì là thực tại, Niết-bàn, là như thật. Bởi thế, này các tỳ-kheo, một người được thế là có được chân lý tuyệt đối. Vì Thánh đế là Niết-bàn, mà Niết-bàn chính là thực tại."

Như vậy, chúng ta thấy rằng, nguyên nhân hình thành khổ đau, cũng như sự đoạn diệt khổ, tất cả đều hiện có trong thân ngũ uẩn. Với ý nghĩa này, đức Phật dạy: *"Chính ngay trong thân này, ta nói có thế giới, và con đường dưa đến sự chấm dứt của thế giới."* Do đây, chúng ta có thể hiểu rằng Bốn Thánh Đế cũng không thể thoát ly ngoài năm uẩn mà có được, nghĩa là ngay trong thân và hiện hữu nơi thân. Vậy khả năng đoạn trừ hay phát sinh sự khổ không do một thế lực bên ngoài mà có, mà đích thực là do ngũ uẩn phát sinh tất cả.

Trong môi trường sống, con người được huấn luyện theo một nguyên tắc lành mạnh để xây dựng hạnh phúc và thiết lập sự bình an. Từ nguyên tắc này, con người đã khám phá ra tất cả mọi sự bí ẩn của cuộc sống và trình bày thực tại mọi sự vật. Khi sự huyền bí của cuộc sống được vén lên, sự rối loạn được chấm dứt thì nơi đây, khung trời chân lý được hiện bày. Tất cả mọi ý niệm phù hư được diệt tận, ảo giác vọng tưởng vây quanh trong vòng sinh tử luân hồi hoàn toàn bặt dứt và con người trở về nguồn tịch nhiên chân như. Một niềm hỷ lạc sinh khởi và bản thân hạnh phúc tối thượng chính là nơi đây.

4. Thánh đế về đạo - Đạo đế (Magga)

Đức Phật dạy: "Đây là Thánh đế về Con Đường đưa đến Khổ diệt, này các Tỷ-kheo, chính là con đường Thánh đạo Tám ngành, tức là chánh tri kiến, chánh tư duy, chánh ngữ, chánh nghiệp, chánh mạng, chánh tình tấn, chánh niệm, chánh định."[1]

Diệu đế thứ tư là con đường đưa đến sự diệt tận khổ đau, con đường này được gọi là Trung Đạo (Majjhimapatipada), vì tính chất của Trung Đạo là tránh xa hai cực đoan. Khổ hạnh ép xác là cực đoan thứ nhất làm lụn bại, và suy giảm tri thức, hưởng thụ khoái lạc là cực đoan thứ hai làm trễ

[1] Kinh Tương Ưng Bộ (Samyutta Nikāya), Tập V - Thiên Đại Phẩm, Chương Mười Hai - Tương Ưng Sự Thật, Phẩm II (Chuyển Pháp Luân), đoạn 8.

nải sự phát huy của tinh thần. Hai cực đoan này, đức Phật đã tự thân chứng nghiệm và đã phủ nhận hoàn toàn, vì cả hai đều không đem lại lợi ích thiết thực và mục đích giải thoát tối thượng mà chỉ gây rối loạn.

Tự thân tác chứng, đức Phật đã khám phá ra Trung Đạo là con đường đem lại "kiến giải và tri thức, đưa đến an tịnh, trí tuệ, giác ngộ, Niết-bàn", là con đường độc nhất mà chư Phật đã đi qua để đoạn tận khổ đau và chứng chân pháp giới. Con đường này chính là Thánh Đạo tám ngành:

4.1. Chánh kiến (samma ditthi)

Chánh kiến là sự hiểu biết chân chánh, phù hợp với thực tại, nghĩa là sự vật như thế nào thì nhận định và hiểu đúng như thế ấy, là cái thấy của con người bình an thư thái, tâm hồn lắng đọng trong hương vị của giáo pháp. Nói một cách khác, chánh kiến là thấu suốt và nhận chân đích thực về 4 Thánh đế, là sự hiểu biết triệt để thực tướng ngay nơi bản thân mình. Đây chính là cái nhìn của bậc Thánh, là trí tuệ siêu việt để nhận diện thực tại tối hậu. Sự hiểu biết chân chánh này vượt hẳn ra ngoài những hiểu biết phàm tục, phù phiếm của hàng phàm phu. Tự bản thân của chánh kiến vượt xa và vươn cao hơn tất cả mọi sự hiểu biết thông thường, sự tích lũy tri thức thế gian và sở học nông cạn của văn tự ba hoa, không thiết thực và đầy dẫy vô minh, tạp toái. Vì vậy, con đường thứ nhất của Bát thánh đạo là con đường thể nhập vào thực tướng của sự vật, với cái biết hoàn toàn ly cấu nhiễm, bặt danh ngôn và đi sâu vào trí tuệ thiền định phát khởi. Chánh kiến là điều kiện thứ nhất để thành tựu mục tiêu giải thoát tối hậu.

4.2. Chánh tư duy (samma sankappa)

Chánh tư duy là sự suy tư chân chánh, phù hợp với giáo pháp. Đây là yếu tố thứ hai mang những tư tưởng, ý nghĩ, mà những tư tưởng, ý nghĩ này hoàn toàn có ý nghĩa quyết định, hay có nguyện vọng thích hợp với sự thật. Những điều kiện thiết lập vì sự buông xả và chứng nhập. Những ý tưởng, suy tư được mở rộng để thấy rõ tinh thần vô ngã và chân chánh nhận định đến với mọi loài. Vai trò của chánh tư duy trong Bát thánh đạo mang những đặc tính suy tư đúng trên lộ trình giải thoát, giải trừ chấp ngã và thể hiện tinh thần vô ngã tuyệt đối. Từ đây, mọi ảo tưởng, ước vọng thấp hèn hoàn toàn đoạn tận và không có mặt trong lãnh vực chánh tư duy này. Chánh tư duy được chia làm 3 phần:

a. Xuất gia

Là sự chối bỏ, rủ sạch mọi dục vọng trần gian, buông bỏ những phiền lụy của tâm hồn tham ái, có lòng thương yêu cao cả và mở rộng đôi tay cứu vớt đến với mọi người.

b. Lòng từ mẫn hay sự hảo tâm

Là lòng kính yêu thương tưởng và thể hiện thiện chí độ sanh, chối bỏ hận thù kiêu căng, ngã mạn và chặt đứt sợi dây ràng buộc của lòng vị kỷ hẹp hòi.

c. Không bạo động

Hoàn toàn thuần nhất trên nền tảng từ bi, giàu lòng lân mẫn và xa rời tính nết hung tàn hay hiếu sát.

4.3. Chánh ngữ (samma vaca)

Chánh ngữ là lời nói chân chánh, thích hợp trong mọi trường hợp mà không phải là những lời phù phiếm sáo ngữ, là lời nói lên sự thật của sự vật. Nghĩa là: 1. không nói dối trá, lừa đảo, 2. không nói để trả thù, vu khống, chụp mũ, hay nói để gây thù nghịch bất hòa, tạo sự hỗn loạn giữa người và người, 3. không nói những ác ngôn, thô bạo, đanh đá và mắng nhiếc kẻ khác, 4. không nói những lời thọc mạch, phù phiếm và linh tinh, vô nghĩa, không phù hợp với mục đích nào cả.

Một khi đã không sử dụng những loại ngôn ngữ xấu như trên thì chắc chắn con người sẽ nói những điều phù hợp chân lý, sự thật, nói những lời thân ái, hòa nhã, trên tinh thần xây dựng hướng thượng, mà không phung phí lời nói của mình một cách bừa bãi như người ta thường nói là "phát ngôn vô độ". Tự thân của người nói lời chân chánh là cắt đứt sự thù nghịch và giải thoát mọi tranh chấp chia lìa. Bản thân họ thuần nhất một ý vị từ hòa, nghiêm tịnh và trong sáng của người đi trên con đường ngôn ngữ chân chính. Họ biết nói những điều đáng nói và biết im lặng khi cần im lặng.

4.4. Chánh nghiệp (samma kammanta)

Chánh nghiệp là việc làm chân chính, phù hợp với tinh thần đạo đức nhân bản. Đây là một nguyên tắc chỉ đạo tốt trong mọi hành vi con người. Con người có đạo đức, nghĩa là con người có những hành vi hướng về thiện lợi. Hành vi của kẻ không chém giết, bóc lột và hoang dâm. Vì rằng tự thân con người chứa đầy mầm mống, tập khí của tham, sân, si, nên chính là những yếu tố làm phát sinh sự đối nghịch, tâm tham ái và tánh nết xấu xa tàn bạo. Vì vậy, chánh nghiệp là thế giới của kẻ mang tâm tư tịch mặc, trong đời sống phạm hạnh, đã hoàn toàn dứt trừ những bạo hành, tạp loạn.

4.5. Chánh mạng (samma ajiva)

Chánh mạng là nghề nghiệp kiếm sống một cách chân chính, phù hợp với mọi nguyên lý đạo đức, luân lý. Con người vốn dĩ hay tham lam và mưu lợi, vì vậy thấy việc gì có lợi cho mình là muốn thực hành cho bằng được, dù việc làm đó là bất nhân. Cho nên ý nghĩa của chánh mạng là khước từ mọi thiệt hại cho kẻ khác và chính bản thân mình có một nghề nghiệp làm ăn lương thiện để kiếm sống, luôn tránh xa những nghề nghiệp bất chính: buôn bán khí giới, buôn bán nô bộc, nuôi thú vật bán ăn thịt, bán các loại rượu có men, độ nồng say, bán các thứ thuốc độc...

Như vậy, chúng ta có thể hiểu rằng, chánh mạng là kết quả của việc làm thuần thiện, được thu hoạch bằng khả năng hợp pháp của chính mình mà không vụ lợi hoặc tước đoạt từ kẻ khác, không bị khống chế hay thúc đẩy bởi tham vọng, địa vị, tiền tài.

4.6. Chánh tinh tấn (samma vayama)

Chánh tinh tấn là sự nỗ lực, phát huy ý chí chân chính, phù hợp với con đường hướng thiện. Chánh tinh tấn là một nỗ lực của sức mạnh ý chí đoạn diệt khổ đau, xây dựng bình an và tái lập một xã hội thanh bình trong nếp sống thiện lợi. Chánh tinh tấn là một động lực để vun bồi điều thiện và hủy diệt điều ác. Có 4 phần:

a. Tinh tấn hủy diệt các pháp ác đã phát sanh.

b. Tinh tấn phòng hộ các pháp ác chưa phát sanh.

c. Tinh tấn tăng trưởng các pháp thiện đã phát sanh.

d. Tinh tấn tạo điều kiện để các pháp thiện chưa phát sanh được làm cho phát sanh.

Chánh tinh tấn là một sức mạnh của ý chí tiềm tàng trong mỗi con người. Tự con người phát huy và tạo điều kiện giải thoát cho chính mình mà không phải nhờ cậy hay nương tựa vào bất cứ một ai khác. Vì vậy, tinh tấn là một mãnh lực tinh thần thuần thiện đưa con người lên địa vị tối thượng.

Bản tính lười biếng và chậm trễ là mầm mống ngủ ngầm trong từng cá nhân làm suy giảm các thiện pháp và là nguy cơ hội khiến con người sa đọa. Vì vậy, bản thân của chánh tinh tấn là lưỡi gươm sắc bén chặt đứt sự lười nhác, buông thả. Và nhờ vậy giúp con người vươn lên đạt mục đích cứu cánh.

4.7. Chánh niệm (samma sati)

Chánh niệm là sự nhớ tưởng chân chính và phù hợp với những nhớ nghĩ của các bậc thánh. Đây chính là cương lĩnh để con người không bị tạp loạn với những luồng tư tưởng rối như tơ vò và lộn xộn vô trật tự.

Chánh niệm được chia làm 4 phần:

1. Luôn lưu ý và nhớ rõ chính xác những việc làm của thân.
2. Luôn lưu ý và nhớ rõ những cảm quan, xúc giác và những cảm tưởng.
3. Luôn lưu ý và nhớ rõ những sinh hoạt của tâm ý.
4. Luôn lưu ý và nhớ rõ những dòng tư tưởng, những quan niệm và ý tưởng đối với các pháp.

Trong phương pháp nhớ nghĩ này, đạo Phật có đề ra pháp môn quán sổ tức (anapanasati) để điều hòa thân thể và tạo sự thanh tịnh cho tâm. Sự hiện hữu của chánh niệm là để kiểm soát: "Về các cảm giác và cảm tưởng, người ta phải ý thức rõ ràng về tất cả mọi hình thái của cảm tưởng và cảm giác, vui, khổ, hoặc không vui không khổ, chúng đã hiện ra và tan biến ra sao trong tâm ta."

"Về những hoạt động của tâm ý, người ta phải ý thức xem tâm mình tham dục hay không, có vọng tưởng hay không, phân tán hay tập trung.

"Với phương thức ấy người ta phải luôn luôn ý thức về mọi động tác của tâm ý, chúng sinh và diệt ra sao.

"Về những ý nghĩ hay tư tưởng, quan niệm về các pháp người ta cần phải biết tính chất của chúng. Chúng sinh diệt ra sao, phát triển ra sao, bị áp đảo và tiêu diệt ra sao?"

4.8. Chánh định (samma samadhi)

Đây là yếu tố thứ 8 trong Bát thánh đạo, là con đường của tịnh lự đưa con người đi vào miền tịch tịnh, bình an, giải thoát, con đường của các cõi thiền. Đây là lãnh vực thuần tịnh của tâm linh, xả trừ tất cả mọi hành vi xấu ác, mọi nỗi bất an và phiền nhiễu. Nơi đây, con người đạt được một cảm giác khinh an lâu dài cho tâm linh. Và cuối cùng con người sẽ đoạn tận tất cả mọi cảm thọ, chỉ còn hiện hữu một trí tuệ siêu việt tịch nhiên bất động. Và đây chính là yếu tố tối hậu đưa con người đến quả vị chứng đắc.

Xuyên qua tám yếu tố chân chánh đã trình bày trên, ta có thể chia thành 3 phần theo phân nhóm giới, định, tuệ như biểu đồ sau:

I. Giới (sila)	**Chánh ngữ** **Chánh nghiệp** **Chánh mạng**
II. Định (samadhi)	**Chánh tinh tấn** **Chánh niệm** **Chánh định**
III. Tuệ (panna)	**Chánh kiến** **Chánh tư duy**

Qua bốn nguyên tắc trên được cấu tạo theo hệ thống nhân quả của thế gian và xuất thế gian. Khổ là quả thế gian và Tập là nhân thế gian. Diệt là quả xuất thế gian và Đạo là nhân xuất thế gian. Theo nguyên tắc nhân quả ấy, chúng ta thấy con đường mà đạo Phật vạch ra cho mỗi chúng sinh tự mình đi theo để tu tập và chứng đắc ấy là đầu đường khổ đau mà cuối đường là giải thoát. Tự thân con người phải thực chứng và thể nghiệm từng Thánh đế.

Thánh đế thứ nhất là dukkha, tự nền tảng của sự sống mang đầy nỗi khổ đau và bất hạnh, những chuyện buồn vui, những điều sầu bi ưu não không vừa lòng, tự bản chất của nó là vô thường, giả tạm. Vì vậy, đối với Thánh đế này, con người phải hiểu nó như một nguyên tắc rõ ràng và nhận diện đích thực.

Thánh đế thứ hai chính là gốc rễ và mầm mống của dukkha. Các yếu tố dục vọng, thèm thuồng, khao khát, là đầu mối của mọi điều bất thiện, ô nhiễm. Nơi đây, con người không những chỉ hiểu rõ mà còn phải hướng đến nỗ lực chặt đứt và hủy diệt các mầm mống bất thiện trên.

Thánh đế thứ ba là bản thân Niết-bàn hiện hữu, nơi đây không có mặt của dukkha nữa, mà chỉ có một chân trời chân lý tuyệt đối, tịch lặng như nhiên. Trong Thánh đế này, con người chỉ có thể thực chứng mà không bàn luận hay nhận diện.

Thánh đế thứ tư là con đường mang con người đến chân trời thực tại tối hậu. Trong Thánh đế này, con người cũng không phải lý luận hay bàn cãi mà phải tự thân bước đi trên con đường đó. Con người có đi trên con đường đó thì mới dẫn đến Niết-bàn, bằng ngược lại thì muôn đời con người không thể tìm ra chân lý và hương vị giải thoát tuyệt đỉnh.

Tứ Thánh đế nói lên giá trị sống, tu và chứng đắc của con người. Nếu ai áp dụng đúng theo nguyên tắc đó thì kẻ ấy đang tiến dần đến Niết-bàn và bỏ lại sau lưng những tạp nhiễm tuế toái. Nơi đây, đức Phật dạy: *"Những sa-môn hay bà-la-môn nào, này các tỳ-kheo, như thật rõ biết: 'Đây là Khổ', như thật rõ biết: 'Đây là Khổ Tập', như thật rõ biết: 'Đây là Khổ Diệt', như thật rõ biết: 'Đây là con đường đưa đến Khổ Diệt', thời này các tỳ-kheo, các vị sa-môn hay bà-la-môn ấy được ta thừa nhận là sa-môn trong các hàng sa-môn hay bà-la-môn trong các hàng bà-la-môn. Và các vị tôn giả ấy, ngay trong hiện tại, tự mình với thắng trí chứng ngộ, chứng đạt và an trú mục đích của sa-môn hạnh hay của bà-la-môn hạnh."*

Rồi đức Phật kết thúc bằng bài kệ:

"Những ai không rõ biết,
Khổ và Khổ Tập khởi,
Không rõ như thế nào,
Khổ đoạn tận không dư.
Và không biết đường ấy,
Đưa đến chỉ tịnh khổ.
Những vị ấy không có,
Tâm và tuệ giải thoát.
Họ không thể chấm dứt
Phải đi đến sanh già.
"Những vị nào rõ biết
Khổ và Khổ Tập khởi,
Và rõ như thế nào,
Khổ đoạn tận không dư,
Rõ biết con đường ấy,
Đưa đến chỉ tịnh khổ,
Tâm giải thoát thành tựu,
Và các tuệ giải thoát,
Họ có thể chấm dứt,
Không đi đến sanh già."[1]

[1] Kinh Tương Ưng Bộ (Samyutta Nikāya), Tập V - Thiên Đại Phẩm, Chương Mười Hai - Tương Ưng Sự Thật, Phẩm III (Kotigama). Bản Việt dịch của Hòa thượng Thích Minh Châu.

TIẾT 10. PHẬT GIÁO: MỘT ĐƯỜNG HƯỚNG GIÁO DỤC TOÀN DIỆN

Phật giáo là một đường hướng giáo dục con người toàn diện, dân chủ, nhân bản và đầy sáng tạo. Bàn về vấn đề giáo dục của đạo Phật đối với con người thì ct thấy rằng trong bất cứ kinh điển nào đức Phật cũng giảng giải những bài học hữu ích và thiết thực. Những nội dung giáo dục từ phạm vi cá nhân đến gia đình và xã hội, chúng ta luôn tìm thấy bàng bạc trong kinh điển. Từ nếp sống gia đình của nam nữ cư sĩ đến đời sống của hàng tu sĩ không gia đình hay cho đến những kẻ lang bạt kỳ hồ, tướng cướp, gái dâm, tất cả đều được ngài dạy cho những bài học làm người, làm thánh, hết sức thiết thực và hữu hiệu. Vì vậy, nói đến vấn đề giáo dục thì trong tinh thần giáo lý qua 45 năm thuyết giáo, đức Phật đã thể hiện một cách hết sức rõ rệt qua các chủ đề như sau:

- Tinh thần giáo dục thực tiễn.
- Tinh thần giáo dục tự tin, tự chủ, độc lập, không nô lệ
- Tinh thần giáo dục chấp nhận mình và cuộc sống.
- Tinh thần giáo dục trách nhiệm cá nhân.
- Tinh thần giáo dục con người xã hội (kiến thức chuyên môn, giáo dục nghề nghiệp) và tự thân con người.
- Tinh thần giáo dục phục vụ cao cả vì quyền lợi và hạnh phúc của tha nhân, tập thể, dành cho người mang sứ mệnh dấn thân phục vụ xã hội.

- Tinh thần giáo dục thiền định, giáo dục tâm lý tốt, đoạn trừ phiền não và là nền tảng đi vào sáng tạo.
- Tinh thần giáo dục giới luật và giáo lý nhân quả, như là căn bản xây dựng đạo đức con người.
- Tinh thần giáo dục các đức tính như nhẫn nhục, tinh cần, khiêm tốn...

Tổng quan về các tiểu mục trên, chúng ta thấy rằng, nơi đây đã có nhiều vấn đề được trình bày trong những tiết trước, như vấn đề giáo dục con người xã hội (kiến thức chuyên môn, giáo dục nghề nghiệp), vấn đề giáo dục phục vụ cao cả vì quyền lợi và hạnh phúc của tha nhân, tập thể dành cho các người mang sứ mệnh dấn thân phục vụ xã hội, vấn đề giáo dục các đức tính như nhẫn nhục, tinh cần, khiêm tôn... Đại lược về một số vấn đề chúng tôi đã trình bày sơ lược. Vì vậy, trong Tiết 10 này, những vấn đề trùng lặp sẽ được lướt qua mà không phải trích dẫn hoặc viết lại.

Để tìm hiểu vấn đề giáo dục trong những lời dạy của đức Phật dành cho con người nói riêng và tất cả chúng sanh nói chung, chúng ta sẽ lần lượt đi vào từng tiểu mục một cách cụ thể.

Nói đến giáo dục tức là nói đến vấn đề kiện toàn con người trên hai khuynh hướng: dạy dỗ và học hành, từ khi sinh ra cho đến cuối đời. Hai khuynh hướng này luôn hiện hữu trên ba phạm trù sinh hoạt: gia đình, học đường và xã hội.

Chủ điểm trong giáo dục của đạo Phật là trình bày giáo lý nghiệp quả và được xem như là sự tác thành của thân tứ đại qua một quá trình hành động. Do đó, con người sẽ tiếp tục nhận lãnh những kết quả của việc làm mới do chính bản thân con người tạo tác. Nhưng chúng ta phải hiểu rằng, quan điểm của đạo Phật là giải trừ nghiệp, chuyển hóa từ lãnh vực bất thiện sang lãnh vực toàn thiện để cuối cùng đạt được giải thoát, Niết-bàn. Như vậy, chủ trương của đạo Phật là chủ trương giáo dục con người nhằm hai mục tiêu là nhận thức và hành động trong mọi hoàn cảnh sinh hoạt của con người.

Cộng thêm vào những yếu tố để kiện toàn vấn đề giáo dục toàn diện, ý chí và đức tin là hai nền tảng để xây dựng tòa nhà giáo dục thiết thực. Chính ý chí và đức tin là điều kiện mở đường vươn lên, là chất liệu cần thiết cho giáo dục. Người đóng vai trò giáo dục phải hiểu rằng, sự hiểu biết và khả năng tiếp thu của con người thật dồi dào và sung mãn, kể cả những kẻ đã từng hung tàn, bạo ác, họ cũng có thể tiếp thu những giáo lý thánh thiện để trở thành người đạo đức chân chính. Ý chí của họ có thể đoạn tận khổ đau ngay trong đời hiện tại. Vì vậy, vấn đề giáo dục không chỉ riêng cho một tầng lớp nào mà chung cho tất cả chúng sanh. Bởi vì, ý chí hướng thượng và khả năng giác ngộ luôn hiện hữu trong mỗi con người. Vốn dĩ đã có sẵn chất liệu như vậy, điều cần thiết là con người có điều kiện thuận lợi và phát huy khả năng ấy thành hiện thực cụ thể bằng chính tự thân mình.

Điều thành tựu nơi đức Phật và chung cho con người là tất cả pháp đều vô ngã. Vì có vô ngã nên con người mới tin tưởng vào khả năng trở thành. Do vậy, từ nhận thức vô ngã và biết rằng tất cả sự vật cũng đều mang một tự tính là vô ngã, nên con người mới giàu lòng hăng hái thực tập và chuyển thành. Nếu vấn đề không như vậy thì muôn đời con người sẽ không bao giờ có một khả năng sáng tạo và vấn đề giáo dục cũng sẽ bế tắc không thể thực hiện trên đời này.

Tinh thần giáo lý vô ngã đã được đức Phật thuyết giảng quả đúng là một nhân tố kiện thành và tạo lập cho guồng máy giáo dục thực tiễn đi vào cuộc đời.

a. Tinh thần giáo dục con người xã hội và tự thân con người

Mục tiêu giáo dục hoàn chỉnh là mục tiêu nhắm đến hai mặt: kiện toàn con người xã hội và hoàn thiện tự thân con người. Về mặt xã hội, con người sẽ phục vụ các ngành chuyên môn: văn hóa, kinh tế, giáo dục... và về mặt tự thân con người là về phương diện ý chí, tình cảm, trí tuệ, tư tưởng, sinh lý, tâm lý... Trong phương pháp giáo dục như vậy, đức Phật đã không đi xa thực tế mà luôn thuyết pháp tùy căn cơ và hoàn cảnh cụ thể, đến với từng người trong mọi lãnh vực, với những nội dung phù hợp về tâm lý. Chẳng hạn như đức Phật đã giáo dục con người về mặt xã hội trong kinh Sigālovāda (Giáo thọ Thi-ca-la-việt), về quan hệ giữa người và người, về bổn phận, trách nhiệm của cá nhân trong gia đình và xã hội. Quan hệ cha mẹ, anh em, thầy trò, chồng vợ... Và đức Phật cũng đã chỉ dạy những điều kiện giáo dục cho người lãnh đạo của một quốc gia, làm thế nào để nước nhà được thanh bình và an lạc (Xem Tiết 1 và 2).

Với phương cách giáo dục thật phong phú và nền tảng giáo lý đi sâu vào nếp sống con người trong từng môi trường và hoàn cảnh, Đức Phật đã giáo dục con người từ cách ăn ở đến từng lời nói năng, cách thức cư xử. Đức Phật không lý tưởng hóa vấn đề mà giảng giải thật bình dị để có thể đến với ngay cả những người bần cùng trong xã hội, để tạo điều kiện và là động cơ giúp họ tự hoàn thiện và vươn lên để xứng đáng với giá trị sống đích thực của một con người.

b. Tinh thần giáo dục trách nhiệm cá nhân

Trong giáo pháp khuyến khích con người tự phát huy tinh thần tự chủ và chịu trách nhiệm với chính mình. Con người phải tự ý thức rằng chỉ có con người tự chịu trách nhiệm về cuộc đời của chính mình, ngoài con người ra không ai có quyền tham dự. Bởi vậy, đức Phật đã dạy các đệ tử: "Hãy tự mình thắp đuốc lên mà đi." Và đức Phật cũng minh định rõ rằng, các đệ tử không phải tùy thuộc nơi Thế Tôn và Thế Tôn cũng không phải là người lãnh đạo hàng Tăng-già. Chính bản thân mỗi người phải nhận định rõ vai trò của chính mình mà không phải giao phó hay ký thác đời mình cho bất cứ ai, cho dù kẻ ấy có bất kỳ quyền năng gì.

Đức Thế Tôn dạy: *"Người phải làm công việc của người, vì Như Lai chỉ dạy con đường."* Hay một nơi khác: *"Hãy ẩn náu nơi chính ta như một hải đảo, như chỗ nương tựa." "Hãy ẩn náu nơi giáo pháp như một hải đảo, như chỗ nương tựa, không nên tìm ẩn náu từ bên ngoài."*

Đức Phật xem trọng ý chí và khả năng thành đạt của con người, nên ngài chỉ hướng dẫn con người tự xoay về với chính mình tìm cầu một nội tâm tịch tịnh và an lạc mà không phải rong tìm ở bên ngoài, không mong đợi để thừa hưởng một quyền năng nào được ban bố. Đã một lần, đức Phật dạy Ngài Anan:

"Này Ananda, giáo hội các đệ tử còn mong mỏi gì nữa ở Như Lai? Như Lai đã truyền dạy giáo pháp không có sự phân biệt nào giữa giáo lý bí truyền và giáo lý công truyền, về chân lý Như Lai không khi nào có bàn tay nắm lại của một ông thầy. Có người nghĩ rằng: 'Chính ta sẽ lãnh đạo giáo hội các tỳ-kheo' hoặc 'giáo hội tỳ-kheo sẽ tùy thuộc nơi ta' hoặc 'chính đức Phật phải dạy điều gì có liên quan đến giáo hội.'

"Này Ananda, Như Lai không nghĩ rằng có người nào phải lãnh đạo giáo hội các tỳ-kheo, hoặc giáo hội phải tùy thuộc nơi người nào. Tại sao Như Lai phải truyền dạy một điều nào có liên quan đến giáo hội?"

Với những lời dạy trên, đức Phật đã hết sức đặc biệt thừa nhận sự nỗ lực và ý chí thành đạt của mỗi cá nhân, tự con người nhận diện khổ đau và tận diệt khổ đau để tự mình giải thoát mà không phải cúi lạy hay van xin một ai khác, vì sự cầu xin là một việc làm vô ích. Không ai có thể thay thế chuyển nghiệp cho mình, và không ai có thể thay thế nhận lãnh kết quả nghiệp do chính mình tạo ra. Vậy nên biết rằng, chính con người tự làm thì cũng chính con người tự chịu. Trong Kinh Tăng Chi Bộ và Kinh Trung Bộ đều có dạy: *"Người là tác nhân, chủ nhân của nghiệp, là kẻ thừa tự của nghiệp."*

Bởi vậy, trong tinh thần giáo dục cá nhân, con người đặc biệt phải ý thức luật nhân quả. Nếu không như vậy thì giá trị con người sẽ tiêu tan và giáo dục của đạo Phật cũng không có hiệu quả. Và như vậy, vấn đề giáo dục cá nhân cũng sẽ không thể thiết lập trong môi trường học đường và xã hội. Tuy nhiên, giáo dục cá nhân hiện vẫn là phương thức giáo dục có hiệu quả và thích ứng nhất trong môi trường học đường hiện đại. Mỗi con người đều có những điều kiện biệt lập về tình cảm, tâm lý, trí tuệ, tư tưởng và môi trường sống khác nhau. Bởi vậy, sự tiếp thu trong lúc học hỏi cũng sai khác. Chính vì sự sai khác này mà trong mọi thời thuyết giáo đức Phật luôn tùy theo trình độ, căn cơ mà ban bố giáo pháp. Đức Phật đã so sánh một cách cụ thể căn cơ của chúng sinh như những đóa sen trong đầm. Mặc dù tất cả sen trong đầm đều ở trong nước, lớn lên từ bùn, dĩ nhiên có cái vừa chớm lên khỏi bùn, có cái trồi lên trong nước, có cái đã vươn lên khỏi mặt nước và có cái đã khoe hương tỏa nhụy trong hư không. Nhưng rồi tất cả các đóa sen ấy cuối cùng đều vươn lên và đều nở ra cả. Căn cơ chúng sinh trong thế gian này cũng vậy, có kẻ căn cơ lanh lợi, có kẻ căn cơ chậm lụt, có kẻ căn cơ thuộc hạng trung bình, nhưng rồi tất cả mọi căn cơ ấy được thấm nhuần giáo pháp, tiếp thu hương vị giải thoát và tự thánh thiện hóa chính mình thì rồi cũng đều được giác ngộ tất cả.

Bởi vậy, đức Phật đã suốt 45 năm vân du hóa độ, đem giáo pháp giải thoát đến cho con người. Ngài khuyến khích, tạo điều kiện thuận lợi để con người theo đó tu tập và được lợi ích. Trong tinh thần khế cơ này, đức Phật Ngài đã khéo léo sử dụng đủ mọi khía cạnh: lời lẽ thuyết giảng, tư cách đoan nghiêm và tâm lý phù hợp với mọi căn cơ thính pháp. Như đối tượng là vua chúa thì được Phật dùng loại ngôn ngữ của vua chúa, sự sinh hoạt của vua chúa để giảng dạy, rồi đến các hàng đạo sĩ bà-la-môn thì đức Phật lại sử dụng những hình ảnh và ngôn ngữ của bà-la-môn, trong cung cách phù hợp với đối tượng.

Bằng phương pháp giáo dục như vậy, đức Phật đã không chú ý riêng biệt một lãnh vực nào, kể cả giới luật đức Phật cũng tùy cơ để chế định cho mỗi thành phần khác nhau. Đối với hàng tại gia cư sĩ, phần nhiều còn ràng buộc công việc gia đình sinh sống, nên đức Phật đã phương tiện chế ra 5 giới cho phù hợp. Còn với những người xuất gia, sống đời ly gia cát ái thì đức Phật chế định 250 giới để kiểm thúc thân tâm trong mọi sinh hoạt hằng ngày, vì rằng đời sống của người xuất gia không phải bị phiền nhiễu nhiều trong vấn đề sinh nhai hay chất chứa tài vật, do đó họ phải giữ giới luật nhiều hơn.

Một cơ hội khác, thuận tiện trong vấn đề giáo dục cá nhân, đức Phật đã khích lệ các đệ tử: *"Như Lai đã tự mình làm chỗ nương tựa cho chính mình. Hỡi các tỳ-kheo, hãy tinh tấn, giữ tâm niệm và sống đời đạo hạnh. Hãy giữ gìn tâm các con bằng những tư tưởng có chiều hướng tốt. Những ai kiên trì gìn giữ nếp sống của mình theo những khuôn khổ được dạy như trên sẽ bước ra khỏi con đường phiêu bạt vô định của đời sống và chấm dứt khổ não."*

Mọi sự thành đạt của con người đều hoàn toàn không thể từ bên ngoài mà có. Bởi vậy, chính bản thân con người phải nỗ lực, kể cả đức Phật. Ngài cũng đã một thời phấn đấu để cuối cùng tự khám phá ra chân lý giải thoát mà không phải nhờ cậy vào một ai. Điều này đức Phật đã tuyên bố: *"Thánh đế về khổ này, này các Tỳ-kheo, đối với các pháp từ trước ta chưa từng được nghe, nhãn sanh, trí sanh, tuệ sanh, minh sanh, quang sanh. Đây là thánh đế về khổ cần phải liễu tri này, này các Tỳ-kheo, đối với các pháp từ trước ta chưa từng được nghe..."*[1]

Như vậy, chúng ta thấy tinh thần giáo dục trách nhiệm cá nhân là một phương pháp giáo dục con người phải chịu trách nhiệm về chính mình. Tự mình thực hành tu tập và tự mình chứng ngộ theo khả năng nhanh lẹ hay chậm lụt của riêng mình. Kể cả sự chứng ngộ của đức Phật, Ngài cũng đã phải kỳ công phấn đấu để phát huy một trí tuệ siêu việt, khám phá ra chân lý giải thoát cho chính Ngài.

c. Tinh thần giáo dục thực tiễn

Tinh thần giáo dục này nhằm đánh thức con người luôn nhìn vào giờ phút hiện tại và nơi đây, khiến con người luôn tỉnh giác và ý thức hiện hữu. Ý nghĩa của phương pháp giáo dục này, theo nội dung giáo pháp đức Phật đã dạy trong Kinh Tương Ưng Bộ hoặc Kinh Trung Bộ là con người hãy nhận diện giờ phút hiện tại và chấp nhận cái gì đang có mà không truy tìm những việc trong quá khứ, cũng không mơ ước những sự việc ở tương lai (xem Tiết 3).

Sống, có nghĩa là con người chấp nhận hiện tại, dù cho con người cố lãng quên hay bất mãn mà chối bỏ hiện tại thì sự chối bỏ đó cũng chỉ là ảo tưởng, vì thực ra con người

---

[1] Kinh Tương Ưng Bộ (Samyutta Nikāya), Tập V - Thiên Đại Phẩm, Chương Mười Hai - Tương Ưng Sự Thật, Phẩm II (Chuyển Pháp Luân), đoạn 9. Bản Việt dịch của Hòa thượng Thích Minh Châu.

đã phải mặc nhiên thừa nhận nó. Dù là một đời sống thật gian truân vất vả không ai mong muốn, nhưng con người vẫn phải cúi đầu chấp nhận. Và nếu đã phải như vậy thì tốt hơn nên thản nhiên chấp nhận, bằng lòng với những gì mình đang có và với điều kiện của chính mình, còn hơn là nỗ lực phản kháng hay trốn tránh để rồi cuối cùng vẫn phải chấp nhận.

Vì vậy, một khi đề cập đến sự sống nghĩa là đề cập đến sự sống trong hiện tại và sống cho hiện tại và chỉ có hiện tại mới đích thực là ý nghĩa của sự sống. Chính giờ phút hiện tại là thời điểm linh thiêng, là giờ phút mới mẻ nhất của con người. Vì vậy, con người phải có một thái độ chấp nhận sống hiện tại mà không phải sống vọng về quá khứ hay hướng đến tương lai. Bởi vì quá khứ là những gì đã qua đi, chỉ là ảo tưởng như một bóng mờ của vết tích suy tư mà tự bản thân nó không còn hiện hữu. Còn nếu con người ước vọng nắm bắt những gì tốt đẹp trong tương lai thì trong thực tế tương lai ấy còn chưa đến, có gì để nắm bắt? Vì vậy, giá trị của giờ phút hiện tại mới là giá trị chân thật, vô tận mà con người nếu biết tận dụng sẽ thành tựu được những gì tốt đẹp nhất.

Hiện tại như nó đang là, nếu con người biết nỗ lực chấp nhận để tạo thành đời sống thiết thực thì đó chính là ánh sáng trí tuệ và khả năng hữu hiệu để kiến tạo cho mình một sự an lạc, hạnh phúc và giải thoát. Đây là điều mà đức Phật thường nhắc nhở, hãy tận dụng cái đang là ấy, bằng không, như bóng câu qua cửa sổ, khi đã qua rồi thì không thể níu kéo lại được. Bởi vì cuộc đời là ảo ảnh, là bóng dáng của vô thường, thì mọi thứ đều sẽ tiêu hao và hủy diệt theo tháng ngày. Vì vậy, trong sự sinh hoạt thiền môn có bài kệ sách tấn như sau:

是日已過
命亦隨減。

如少水魚
斯有何樂。
大眾當勤精進
如救頭然。
但念無常
慎勿放逸。

Thị nhật dĩ quá,
Mạng diệc tùy giảm,
Như thiểu thủy ngư,
Tư hữu hà lạc?
Đại chúng đương cần tinh tấn,
Như cứu đầu nhiên.
Đản niệm vô thường.
Thận vật phóng dật!

(Một ngày đã qua nhanh,
Mạng sống giảm theo dần,
Như cá dần cạn nước,
Đâu có gì vui sướng?
Đại chúng hãy chuyên cần tinh tấn,
Như cứu lửa trên đầu.
Luôn nghĩ nhớ vô thường,
Đừng buông thả, lười nhác.)

Trong thực tế, tâm lý con người lúc nào cũng có khuynh hướng bất mãn và không hài lòng với những gì đang có và chạy đuổi theo những ảo vọng vô tận do mình tự vẽ ra. Nhưng chính những ảo vọng ấy đã gây phiền não, khổ đau cho con người. Thời gian nhớ nghĩ về quá khứ và ước mơ đến tương lai, nếu con người biết tận dụng cho hiện tại thì đời sống sẽ giảm đi sự mệt mỏi mà không phải kiệt sức lao tâm vô ích.

Như vậy, cái bây giờ và hiện nơi đây chính là điều kiện an toàn, là tòa lâu đài kiên cố mà đức Phật đã dạy cho con người hãy trú ngụ trong đó, đừng để đắm chìm hay phiêu dạt bởi những ảo tưởng mông lung phù phiếm. Và cũng từ nơi đây con người mới nhận chân giá trị sống trong hạnh phúc bình an.

Quan điểm của đức Phật nhìn cuộc đời là một quan điểm thực tế. Ngài không phiêu bồng tư tưởng hay truyền dạy những điều gọi là siêu hình không thiết thực. Chẳng hạn một hôm, Māluṅkyāputta đã đặt ra nhiều câu hỏi về phạm vi siêu hình và hỏi Thế Tôn: *"Thế giới là thường còn, thế giới là vô thường, thế giới là hữu biên, thế giới là vô biên, sinh mạng này và thân này là một, sinh mạng này và thân này là khác. Như Lai có tồn tại sau khi chết, Như Lai không có tồn tại sau khi chết, Như Lai không có tồn tại và không không tồn tại sau khi chết."*[1]

Đức Phật đã im lặng và đặt lại câu hỏi cũng như đưa ra một ví dụ mà con người phải thấy rõ giá trị của hiện tại. Đức Phật hỏi như sau:

"Này Māluṅkyāputta, ta có nói với ông rằng: 'Này Māluṅkyāputta, hãy đến và sống phạm hạnh theo ta, ta sẽ trả lời cho ông: Thế giới là thường còn hay thế giới là vô thường v.v... Như Lai không có tồn tại và không không tồn tại sau khi chết?" Ta có nói với ông như vậy không?"

Dĩ nhiên, Māluṅkyāputta đã trả lời là không. Và đức Phật tuyên bố: *"Này Māluṅkyāputta, nếu có ai nói như sau: 'Ta sẽ sống phạm hạnh theo Thế Tôn khi nào Thế Tôn trả lời cho ta: Thế giới là thường còn hay thế giới là vô thường v.v... Như Lai có tồn tại và không không tồn tại sau khi chết... thời này Māluṅkyāputta, người ấy cho đến chết vẫn không được Như Lai trả lời."*

---

1 Kinh Trung Bộ (Majjhima Nikāya), Tập 2, Tiểu Kinh Māluṅkyā. Bản Việt dịch của Hòa thượng Thích Minh Châu.

Tiếp tục đức Phật nêu thí dụ: *"Một người bị mũi tên độc găm vào mình, nhưng người ấy không chịu cho nhổ ra và băng bó thuốc men mà đòi hỏi: 'Tôi sẽ không rút mũi tên này ra khi nào tôi chưa biết được người đã bắn tôi thuộc dòng hoàng tộc, hay bà-la-môn, hay buôn bán, hay người làm nông... Tôi sẽ không rút mũi tên này ra khi nào tôi chưa biết được người bắn tôi là cao hay thấp, hay người bậc trung... da đen, da sậm hay da vàng... thuộc làng nào, thuộc thị tứ nào, thuộc thành phố nào... Cái cung mà tôi bị bắn, cái cung ấy thuộc loại cung thông thường hay loại cung nỏ... Dây cung ấy làm bằng dây leo hay cây lau, hay một thứ gân, hay một thứ dây gai, hay một thứ cây có nhựa... Mũi tên này thuộc loại cây lau này hay cây lau khác... Mũi tên này có kết lông gì, hoặc lông con kên, hoặc lông con cò, hoặc lông con ó, hoặc lông con công, hoặc lông một loại két... Mũi tên này được cuốn bởi loại gân nào, hoặc là gân bò cái, hoặc là gân trâu, hoặc là gân nai, hoặc là gân lừa... Mũi tên này thuộc loại tên nhọn hay thuộc loại tên móc, hay thuộc loại tên như răng bò, hay thuộc loại tên như đầu sào, hay thuộc loại tên như kẽm gai...'*

"Này Māluṅkyāputta, người ấy sẽ chết mà vẫn không được biết gì."[1]

Cho nên, điều thiết yếu là con người hãy tận dụng giây phút hiện tại mà không mông lung đi tìm kiếm những điều không tưởng vô ích. Vấn đề trước mắt của con người là khổ đau, vậy có phương pháp thế nào để đoạn tận khổ đau, ấy là điều kiện hiện tại thiết thực. Cũng vì vậy, đức Phật chỉ giảng dạy những gì có lợi ích thiết thực, để lấy đó con người làm phương châm giải thoát. Ngài không dạy những gì thiếu thực tế, ngoài phạm trù sống của con người. Chẳng hạn, đức Phật dạy con người phải *"quán sát*

[1] Tiểu kinh Māluṅkyā. Sách đã dẫn.

tự thân, tự tâm, để thấy rõ tham, sân, si để đoạn trừ. Đó là thiết thực ngay trong hiện tại!"

Như vậy chúng ta có thể nhận định rằng, tinh thần giáo dục thực tiễn, thực tại là tinh thần giáo dục đầy sáng tạo và cấp tiến. Chính tinh thần giáo dục này đã tô đậm thêm sắc thái tri giác tự ngộ cho cái bây giờ và nơi đây.

d. Tinh thần giáo dục tự tin, tự chủ, độc lập, không nô lệ

Với bản năng tự nhiên, con người có thể thực hiện sự tu tập để giải thoát ngay trong hiện tại. Chính bản năng này là tinh thần tự tin, tự chủ của riêng mỗi người. Vì có tin khả năng nơi chính mình, con người mới đủ sức để vươn lên và thành đạt mục đích. Vì vậy, một khi con người đánh mất niềm tin thì con người sẽ gục ngã và bị dòng đời cuốn trôi. Niềm tin là sức mạnh tinh thần, một sức mạnh vô úy, chính bản thân nó là động cơ để kiện toàn mục tiêu lý tưởng.

Một người muốn tiến thân trên lộ trình giải thoát thì người ấy phải có đủ chất liệu của niềm tin, phải có thừa ý chí tự chủ, bằng không sẽ vấp ngã và buông xuôi theo dòng dục vọng đang triền miên trôi chảy. Và chính bản thân của tự tin cũng không thể vắng mặt trong con người. Vì rằng, nếu con người đánh mất niềm tin nơi kẻ khác thì người đó còn có thể sống với bầu không khí thu hẹp để hít thở, nhưng nếu đánh mất niềm tin nơi chính mình thì thật nguy hiểm cho sự sống bản thân. Vì không có gì tai hại hơn là khi con người mất tin tưởng với chính mình. Một khi mất niềm tin như vậy, con người sẽ không còn ý chí hướng thượng, không có sinh khí cho bản thân và chắc chắn con người sẽ dễ dàng sa đọa. Cái nhìn của kẻ mất niềm tin là cái nhìn của người hết sinh khí, cái nhìn của buổi hoàng hôn và cái nhìn đến bất cứ ai cũng thấy đầy dẫy sự chán nản, phiền muộn, và chẳng tha thiết gì đến sự sống. Vì vậy, chính niềm tin là nguồn sinh lực dồi dào để đưa con người từ địa vị phàm phu lên thành bậc thánh. Trong bốn thánh quả, quả vị Tu-đà-hoàn được xem là quả vị gắn chặt lòng tin không thối chuyển trên lộ trình tu chứng. Đức Phật thuyết giáo và mang đến cho con người những bài học tự tin, tự chủ như vậy chính là để thiết lập sự tin tưởng cho con người đang sống giữa biển đời sinh tử có phương tiện vươn lên.

Chứng minh giá trị tinh thần giáo dục ấy, đức Phật đã tuyên bố sự chứng đắc của các tu sĩ nhỏ tuổi như vị sa-di đệ tử ngài Xá-lợi-phất, tôn giả A-nậu-lâu-đà (Trưởng Lão Tăng Kệ). Ngoài ra đức Phật tùy theo từng trường hợp giao phó công việc cho từng người như tôn giả Xá-lợi-phất, Đại Mục-kiền-liên, Ưu-ba-ly... mặc dù các vị này tu sau và tuổi đời còn nhỏ hơn những vị khác, thế nhưng năng lực tu chứng đã tiềm tàng trong các Ngài thật thâm hậu và lòng tự tin vững chắc nơi tự thân gắn bó với giáo pháp giải thoát. Hơn thế nữa, đức Phật cũng dạy rằng, sự tu chứng không tùy thuộc vào tuổi tác, thời gian hay địa vị, giai cấp, bất cứ ai cũng có thể tiếp thu giáo lý giải thoát và nếu nỗ lực hành trì đều sẽ có kết quả như ý.

Tùy theo tiềm năng chứng đắc của mỗi người mà đức Phật giáo dục. Chẳng hạn như tôn giả Nan-đà vì đam mê sắc đẹp của người vợ mới cưới mà không chịu tu hành, đức Thế Tôn bằng phương tiện tâm lý, mang Tôn giả xuống cảnh địa ngục, chỉ cho Nan-đà vạc dầu sôi và nói rằng, vạc dầu sôi ấy để dành cho Nan-đà nếu không chịu tinh tấn tu hành. Sau khi xem qua cảnh địa ngục, đức Phật lại mang tôn giả Nan-đà lên cung trời, gặp các tiên nữ xinh đẹp.

Đức Phật chỉ các tiên nữ và nói với Nan-đà, tiên nữ đang chờ Nan-đà, nếu tinh tấn tu hành thì về sau sẽ cùng chung sống. Sau đó, nhờ sự kích động tâm lý như vậy, Nan-đà nỗ lực tu tập và không bao lâu đã chứng đắc thánh quả.

Trường hợp tên tướng cướp, kẻ giết người, tên thợ săn vấy máu là Angulimāla càng nổi bật hơn. Thế nhưng sau khi được Phật hóa độ, người này đã chứng đắc quả vị A-la-hán ngay trong đời hiện tại. Sự việc ấy được trình bày như sau:

"Vào thời ấy, trong lãnh thổ của Vua Pasenadi nước Kosala có tên cướp Angulimāla, một thợ săn, tay vấy máu, sát hại bạo tàn, không có lòng từ mẫn đối với chúng sinh. Vì thế mà các làng mạc trở thành hoang vắng, các thị trấn đô thị trống rỗng. Sau khi giết người, tên này xâu các ngón tay người chết lại thành một vòng hoa mang lủng lẳng nơi cổ."

Thật là rùng rợn và khủng khiếp cho kẻ giết người không gớm tay và sẵn sàng giết bất cứ ai, kể cả mẹ mình. Thế nhưng, khi căn cơ đã thuần thục và thời điểm thích hợp, nhờ sự giáo hóa của đức Thế Tôn mà Angulimāla đã trở thành một vị tỳ-kheo trang nghiêm đĩnh đạc, tinh tấn tu tập.

Một hôm trên đường khất thực, nhìn thấy một người đàn bà sắp sanh nhưng không sanh được, đau đớn rên la, Angulimāla quay về bạch Phật và Phật đã dạy: *"Này Angulimāla, ngươi hãy đi đến Sāvatthi, sau khi đến nói với người đàn bà ấy như sau: "Này hiền tỷ, vì rằng từ khi tôi sinh ra chưa bao giờ cố ý giết hại mạng sống của chúng sanh, mong rằng với sự thật ấy, chị sẽ được an lành, sanh nở được an toàn."* Khi nghe vậy, Angulimāla kinh ngạc và bạch Thế Tôn, nếu nói như vậy hóa ra là nói dối. Đức Thế Tôn dạy tiếp: *"Vậy thì, này Angulimāla, ngươi hãy nói rằng: "Từ khi tôi được sanh ra trong Chánh pháp, chưa bao giờ cố ý giết hại mạng sống của chúng sanh, mong rằng với sự thật ấy, chị được an lành, sinh nở được an toàn."* Và kết quả người đàn bà sinh nở được an toàn.

Đây phải chăng đức Phật đã xây dựng được cho Angulimāla một niềm tin thật kiên cố. Tại sao đức Phật dạy cho Angulimāla nói như vậy? Ở đây, nội tâm Angulimāla đã tiềm tàng sức tự chủ và niềm tin thiêng liêng và nhờ đó đã đem lại lợi ích cho người khác. Về sau, khi chứng quả A-la-hán, tôn giả Angulimāla đã cảm hứng nói lên bài kệ:

"Ai trước phóng dật, sau không phóng dật,
Sáng chói đời này, như trăng thoát mây.
Ai làm ác nghiệp, nhờ thiện chặn lại,
Sáng chói đời này, như trăng thoát mây.
Niên thiếu tỳ-kheo, trung thành Phật giáo
Sáng chói đời này như trăng thoát mây.
Mong kẻ địch ta, nghe giảng pháp thoại!
Mong kẻ địch ta, trung thành Phật giáo!
Giữ không phóng dật, luôn luôn thiền định.
Chứng đắc đại lạc, quảng đại vô lượng
Thiện lai ta đến, không đi lạc hướng
Không ai khuyên ta theo tư tưởng ác.
Giữa các chân lý (được khéo) giảng dạy
Chân lý ta theo, chân lý tối thượng
Thiện lai ta đến, không đi lạc hướng
Không ai khuyên ta, theo tư tưởng ác
Tam minh ta chứng, Phật lý viên thành.[1]

Qua những ví dụ minh chứng cụ thể như trên, ta thấy tiềm lực nội tâm là điều kiện tiên quyết để đưa đến sự thành đạt mục đích, mà không phải do yếu tố hình thức bên ngoài. Vì vậy, tinh thần giáo dục tự tin, tự chủ là chất

[1] Lược trích từ Kinh Trung Bộ (Majjhima Nikāya), Tập 2, Kinh Aṅgulimāla. Bản Việt dịch của Hòa thượng Thích Minh Châu.

liệu xóa tan sự tự ty mặc cảm và xây dựng một niềm tin tự chủ vững chắc cho chính mình.

Từ phương pháp giáo dục tự tin, đạo Phật đưa con người đến tinh thần giải trừ nô lệ, thoát ly mọi ràng buộc của con người. Tinh thần nô lệ là tinh thần bại hoại, là hiện tượng ỷ lại và phụ thuộc mà con người chưa dứt trừ được. Bản thân của sự nô lệ ấy chính là mặt khác của dục vọng mà con người mãi làm tôi đòi cho nó. Cội gốc của dục vọng là vô minh. Như vậy, con người muốn giải trừ và đoạn tận ách nô lệ dục vọng, thì trước tiên con người phải phá sạch vô minh, dứt trừ tà kiến. Con người phải tu tập theo con đường Bát Chánh Đạo để làm điều kiện dẫn đến đoạn tận tham, sân, si và chấm dứt mọi khổ đau.

Một khi thực hiện theo con đường này, trước tiên con người phải tu tập từng bước rèn luyện các phẩm chất tự tin, tự chủ và độc lập. Có như vậy, tinh thần giáo dục mới được áp dụng hữu hiệu và trở thành căn bản cho con người trong xã hội. Từ đây, hạnh phúc và sự bình an sẽ được xây dựng và mọi xiềng xích nô lệ sẽ bị đập tan, con người vượt ra ngoài sự kiềm tỏa của dục vọng thuộc nội tâm lẫn ngoại giới.

Tinh thần giáo dục độc lập không nô lệ là tinh thần giải thoát để con người được hoàn toàn tự tại mà không bị ràng buộc bởi bất cứ một thế lực nào. Sự xuất hiện của đức Phật ở đời cũng nhằm mục đích giải thoát mọi sự nô lệ và xây dựng tự do, ngay cả khi sự nô lệ ấy là nô lệ chính mình. Ngày nào con người còn đeo mang gông cùm, xiềng xích nô lệ thì ngày đó con người vẫn còn bị dục vọng sai sử và dẫn dắt con người đi từ cảnh giới này sang cảnh giới khác, lưu lạc trong luân hồi. Bởi vậy, đức Phật mở rộng con đường giáo dục và phát huy giáo lý vô tham, vô sân, vô si, để con người có điều kiện đóng góp sự thiện lợi của mình vào công trình kiến tạo một xã hội lành mạnh.

Nếu con người giữ vững tinh thần vô tham, vô sân, vô si thì sẽ dập tắt mọi dục vọng đua đòi, và những hiện tượng tâm lý, vật lý sẽ không còn là nguyên nhân não loạn con người và xã hội, trí tuệ được bừng sáng và chân trời giải thoát được hiện ra.

e. Tinh thần giáo dục con người toàn diện

Nói đến sự giáo dục toàn diện con người theo tinh thần Phật giáo thì ta thấy rằng đức Phật đã đề khởi các đường lối, phương pháp và nguyên tắc để con người dựa vào đó mà hoàn thành nhân cách thánh thiện. Các phương pháp ấy là con đường duyên sinh, Tứ thánh đế, tinh thần vô ngã...

Thế giới này là thế giới do duyên sinh và sự vật trên đời này đều là vô ngã, tự thân con người cũng do các duyên tương tục giả hợp tạo thành. Vì vậy, cả thế giới ngoại tại và bản thân con người cũng cùng chung một nguyên tắc duyên sinh cho nên cùng đồng trên một lý tính nhất thể, không hai, không khác. Từ hoàn cảnh gia đình đến hoàn cảnh cá nhân và rộng ra ngoài xã hội đồng trên một nguyên lý duyên sinh nhất thể ấy.

Trên nguyên tắc giáo dục con người toàn diện, đức Phật đã chỉ rõ bản thân con người là sự tập hợp của 5 uẩn, kể cả thế giới khách quan bên ngoài. Vậy giáo dục con người, ta có thể hiểu tức là giáo dục toàn diện trên căn bản ngũ uẩn (xem Tiết 9).

Giáo pháp được đức Phật thuyết dạy là cho con người và vì con người. Mục đích giáo pháp ấy là chất liệu, phương tiện giúp con người tẩy sạch tâm nhiễm ô để bước đi trên con đường phẩm hạnh. Vì vậy, một khi đề cập đến giáo pháp mà giáo pháp ấy lại là giáo pháp cho con người và của con người thì chúng ta có thể hiểu rằng bản thân giáo pháp ấy đích thực là giáo dục con người toàn diện. Từ đó, chúng ta không phải bàn luận nhiều về tinh thần giáo dục này, vì mục đích chân thực của giáo pháp nào cũng giáo dục con người giải thoát cả, mà không riêng một thành phần nào.

g. Tinh thần giáo dục thiền định

Giáo dục thiền định chính là một phương pháp giáo dục đặc biệt của đạo Phật mà thực sự xã hội hôm nay chưa phổ cập hóa vào nền giáo dục hiện đại cho con người.

Nguyên tắc giáo dục thiền định thật ra cũng đơn giản và mang tính nhân bản, đưa đến những kết quả khá quan trọng như về lãnh vực giáo dục tâm lý, tình cảm, kiện toàn tinh thần giáo dục tự tri, tự chủ, tự tin và trách nhiệm cá nhân, đồng thời cũng mở ra những hướng sáng tạo mới.

- Về tình cảm, thiền định xây dựng niềm hỷ lạc hân hoan, tịch lặng, buông xả và đầy lòng thương yêu.
- Về tâm lý, thiền định là điều kiện làm chuyển hướng tâm lý con người từ tâm lý tiêu cực thành tích cực, từ tham sân si chuyển thành vô tham, vô sân, vô si, từ thất niệm chuyển thành tỉnh giác.
- Về cảm thọ, thiền định mang lại cảm thọ lạc và nhiếp phục cảm thọ khổ nơi thân tâm. Trong cảm thọ lạc này, con người bắt gặp một niềm hỷ lạc bình an êm dịu mà thực tế trong đời sống con người không thể có.

Bản thân thiền định còn giúp con người có một sự nhớ nghĩ rõ ràng và trí năng mẫn tiệp. Nếu vấn đề thiền định được đưa vào xã hội con người một cách thiết thực thì đây là điều kiện tốt để con người thanh lọc thân tâm và tăng tiến kiến thức.

Qua các đề mục trên, chúng ta thấy tinh thần tự chủ, độc lập, tỉnh giác và sức mạnh của ý chí tự nguyện là yếu tố thuận lợi cho những tư tưởng trong sáng và ý thức bùng vỡ. Thiền định là một cảnh giới hoàn toàn mới mẻ, do sự sáng tạo của tâm thức. Nó là điều kiện xây dựng an toàn cho con người trên nền tảng trí tuệ mà không bị lệch lạc hay vướng vào những không tưởng. Thiền định là phương pháp thích hợp cho những tâm lý con người mang tinh thần sáng tạo trên lộ trình thiền quán.

Hơn nữa, sự thực tập thiền định là một pháp môn làm con người ham hoạt động, tích cực làm việc, yêu đời và không chán nản trong trạng thái khổ đau, sầu muộn. Thiền định có khả năng ổn định tâm hồn và tạo niềm bình an thanh thoát cho từng cá nhân ham sống và thích sống.

Tinh thần giáo dục thiền định của đức Phật được cụ thể hóa qua giáo pháp Tứ niệm xứ.

Tứ niệm xứ tức là bốn chỗ, hay bốn trú xứ mà một hành giả thiền quán phải chú tâm quán sát và buộc tâm mình nơi đó. Bốn Niệm xứ là:

1. Thân niệm xứ: Quán sát hơi thở ra vào, và giữ chánh niệm tỉnh giác, xả trừ tham ưu ở đời.
2. Thọ niệm xứ: Quán sát các cảm thọ bên trong và bên ngoài, cảm thọ lạc, khổ, phi lạc phi khổ và giữ chánh niệm tỉnh giác, xả trừ tham ưu ở đời.
3. Tâm niệm xứ: Quán sát sự hoạt động của tâm đang sinh khởi là tham, sân, si hay vô tham, vô sân, vô si, và giữ chánh niệm tỉnh giác, xả trừ tham ưu ở đời.
4. Pháp niệm xứ: Quán sát năm triền cái, ngũ uẩn, lục xứ và tứ thánh đế, giữ chánh niệm tỉnh giác xả trừ tham ưu ở đời.

Tinh thần thiền định là tinh thần tỉnh giác và chánh niệm. Đức Phật dạy: *"Thế nào là tỳ-kheo chánh niệm? Ở đây, này các tỳ-kheo, tỳ-kheo trú quán thân trên thân, nhiệt tâm, tỉnh giác, chánh niệm để chế ngự tham ưu ở đời... Quán thọ trên thọ... Quán tâm trên tâm... Quán pháp trên pháp, nhiệt tâm, tỉnh giác, chánh niệm để chế ngự tham ưu ở đời. Như vậy, này các tỳ-kheo, là tỳ-kheo chánh niệm."*

"Thế nào là tỳ-kheo tỉnh giác? Ở đây, này các tỳ-kheo, tỳ-kheo khi đi tới, khi đi lui, đều tỉnh giác, khi nhìn tới, khi nhìn lui đều tỉnh giác. Khi co cánh tay, duỗi cánh tay, đều tỉnh giác. Khi đắp y tăng-già-lê, khi mang y bát, đều tỉnh giác. Khi ăn uống, nhai nếm, đều tỉnh giác. Khi đi tiểu tiện, đại tiện, đều tỉnh giác. Khi đứng, ngồi, ngủ, thức, nói, im lặng, đều tỉnh giác. Như vậy, này các tỳ-kheo, là tỳ-kheo tĩnh giác."[1]

Từ đây, đức Phật đã đề xuất và xem Tứ niệm xứ là con đường uy nhất đưa con người đến địa vị tối thượng. Đức Phật đã minh xác vai trò thực tiễn và giá trị siêu việt của giáo pháp Tứ niệm xứ như sau:

"Này các tỳ-kheo, đây là con đường duy nhất đưa đến thanh tịnh cho chúng sanh, vượt khỏi sầu não, diệt trừ khổ ưu, thành tựu chánh trí, chứng ngộ Niết-bàn."[2]

Và sau khi chỉ dẫn cặn kẽ về pháp môn, đức Phật khuyến khích sự tu tập bằng cách nêu rõ kết quả thù thắng:

"Này các Tỷ-kheo, không cần gì nửa tháng, một vị nào tu tập Bốn Niệm xứ này trong bảy ngày, vị ấy có thể chứng một trong hai quả sau đây: Một là chứng Chánh trí ngay

---

[1] Kinh Trung Bộ (Majjhima Nikāya), Tập 1, Kinh Niệm Xứ. Bản Việt dịch của Hòa thượng Thích Minh Châu.

[2] Kinh Niệm xứ, sách đã dẫn.

trong hiện tại, hai là nếu còn hữu dư y, thì chứng quả Bất hoàn."[1]

Đi vào từng chi phần một, đức Phật thuyết giảng về sự tập khởi và sự chấm dứt Bốn Niệm xứ:

1. Chi phần thân: "Sự tập khởi của món ăn là sự tập khởi của thân. Sự đoạn diệt các món ăn là sự đoạn diệt của thân."
2. Chi phần thọ: "Sự tập khởi của xúc là sự tập khởi của thọ. Sự đoạn diệt của xúc là sự chấm dứt của thọ."
3. Chi phần tâm: "Sự tập khởi của danh sắc là sự tập khởi của tâm, sự đoạn diệt của danh sắc là sự chấm dứt của tâm."
4. Chi phần pháp: "Sự tập khởi của tác ý là sự tập khởi của các pháp. Sự đoạn diệt của tác ý là sự chấm dứt của các pháp."

Con đường giáo dục thực tiễn nơi đây về sự tu tập tứ Niệm xứ là đức Phật đã hướng dẫn bằng phương pháp niệm hơi thở để giúp đối trị năm triền cái, làm sinh khởi các thiền chi và thực tập chỉ quán.

Về con đường đi vào sự tu tập tứ Niệm xứ, đức Phật dạy:

"Chánh niệm, vị ấy thở vào, chánh niệm vị ấy thở ra.

Thở vào dài, vị ấy biết: "Tôi thở vào dài." Hay thở ra dài, vị ấy biết: "Tôi thở ra dài."

Hay thở vào ngắn, vị ấy biết: "Tôi thở vào ngắn." Hay thở ra ngắn, vị ấy biết: "Tôi thở ra ngắn."

"Cảm thọ toàn thân, tôi sẽ thở vào", vị ấy tập. "Cảm giác cả toàn thân, tôi sẽ thở ra," vị ấy tập.

---

[1] Kinh Niệm xứ, sách đã dẫn.

"An tịnh thân hành, tôi sẽ thở vào", vị ấy tập. "An tịnh thân hành, tôi sẽ thở ra," vị ấy tập.

"Cảm giác hỷ thọ, tôi sẽ thở vào", vị ấy tập. "Cảm giác hỷ thọ, tôi sẽ thở ra," vị ấy tập.

"Cảm giác lạc thọ, tôi sẽ thở vào", vị ấy tập. "Cảm giác lạc thọ, tôi sẽ thở ra," vị ấy tập.

"Cảm giác tâm hành, tôi sẽ thở vào," vị ấy tập. "Cảm giác tâm hành, tôi sẽ thở ra," vị ấy tập.

"An tịnh tâm hành, tôi sẽ thở vào," vị ấy tập. "An tịnh tâm hành, tôi sẽ thở ra," vị ấy tập.

"Cảm giác tâm, tôi sẽ thở vào," vị ấy tập. "Cảm giác tâm, tôi sẽ thở ra," vị ấy tập.

"Với tâm hân hoan, tôi sẽ thở vào," vị ấy tập. "Với tâm hân hoan, tôi sẽ thở ra," vị ấy tập.

"Với tâm thiền định, tôi sẽ thở vào," vị ấy tập. "Với tâm thiền định, tôi sẽ thở ra," vị ấy tập.

"Với tâm giải thoát, tôi sẽ thở vào," vị ấy tập. "Với tâm giải thoát, tôi sẽ thở ra," vị ấy tập.

"Với tâm vô thường tùy quán, tôi sẽ thở vào," vị ấy tập. "Với tâm vô thường tùy quán, tôi sẽ thở ra," vị ấy tập.

"Với ly dục tùy quán, tôi sẽ thở vào," vị ấy tập. "Với ly dục tùy quán, tổi sẽ thở ra", vị ấy tập.

"Với diệt tùy quán, tôi sẽ thở vào", vị ấy tập. "Với diệt tùy quán, tôi sẽ thở ra," vị ấy tập.

"Với tùy quán xả ly, tôi sẽ thở vào," vị ấy tập. "Với tùy quán xả ly, tôi sẽ thở ra," vị ấy tập.

"Nhập tức xuất tức niệm, này các tỳ-kheo, tu tập như vậy, làm cho sung mãn như vậy, được quả lớn, được công đức lớn."

Qua tinh thần tu tập giáo pháp Tứ niệm xứ, ta thấy con người ở bất cứ môi trường nào cũng phải chánh niệm tỉnh giác, vì có chánh niệm tỉnh giác con người mới không bị lãng quên và không bị dòng đời cuốn trôi chính mình. Con người trong cuộc sống lắm khi không nhớ mình đang làm gì và ở đâu. Con người đánh mất tri thức thực tại, đánh mất con người đang là của mình ngay nơi đây.

Tóm lại, tinh thần giáo dục thiền định là tinh thần đánh thức tâm thức con người để luôn hiện hữu trong sinh hoạt của thân và tâm, là tinh thần thực tại khách quan, khi con người đối diện với nội tâm và ngoại cảnh, là tinh thần kiểm soát sự hằng biến của tâm, sự sinh và diệt, sự tạo tác thiện và bất thiện, luôn hiện diện trong cảnh giới của tâm.

TIẾT 11.
GIÁO LÝ DUYÊN SINH DẪN DẮT TOÀN BỘ SINH HOẠT CON NGƯỜI

Có hai ý nghĩa dẫn dắt chính yếu cần bàn đến ở đây. Thứ nhất là dẫn dắt con người nhận thức đúng về thế giới hiện tượng, và thứ hai là dẫn dắt con người biết điều phối hợp lý giữa các ngành sinh hoạt trong xã hội.

Nhận thức rằng tất cả đều là giả tạm và cuộc đời là một nỗi khổ đau lớn, nên đức Phật mới đi tìm chân lý và giác ngộ chân lý. Sự giả tạm và nỗi khổ đau lớn ấy do đâu phát sinh và cái gì là nguyên nhân của khổ? Đức Phật dạy, đó là do chấp ngã. Vì con người chấp vào bản ngã nên đã phát sinh bao nhiêu khổ não giữa đời này.

Sau khi đức Phật thể nghiệm lý Duyên sinh, Ngài đã tuyên bố: "Này A-nan, chính vì không giác ngộ, không thấu hiểu giáo pháp này mà chúng sinh hiện tại rối loạn như một ổ kén, rối ren như một ống chỉ, giống như cỏ munja và lau sậy babaja, không thể nào ra khỏi khổ xứ, ác thủ, đọa xứ, sanh tử."

Đối với giáo lý Duyên sinh, không riêng gì đức Phật Thích-ca tuyên bố như vậy, mà chư Phật trong quá khứ cũng tuyên bố và giác ngộ như vậy. Cho nên có thể nói rằng giác ngộ giáo lý Duyên sinh là sự giác ngộ tương đồng của chư Phật trong quá khứ, hiện tại và vị lai. Chính sự giác ngộ là điều kiện minh chứng giáo lý Duyên sinh là linh hồn của ngôi nhà Phật giáo.

Đức Phật giác ngộ giáo lý Duyên sinh là tinh thần giáo pháp tuyệt diệu, thù thắng và tối thượng. Ngay trong đêm thành đạo, đức Phật đã khám phá 12 mắt xích duyên sinh và quán triệt từ vô minh đến sinh, lão tử cũng như ngược lại, quán từ lão tử đến vô minh. Đức Phật chứng chân pháp giới, nhận diện bản lai sự vật là do duyên tương tục sinh, là vô thường, khổ, vô ngã. Và như vậy, chúng ta có thể nói, giáo lý Duyên sinh là tinh thần giáo lý độc tôn. Bởi vì, bản thân giáo lý Duyên sinh nói lên thật tánh, thật tại của vạn pháp. Bản thân giáo lý Duyên sinh được đức Phật thuyết dạy cụ thể như sau:

"...Thế nào là duyên khởi? Này các tỳ-kheo, vô minh duyên hành, hành duyên thức, thức duyên danh sắc, danh sắc duyên sáu xứ, sáu xứ duyên xúc, xúc duyên thọ, thọ duyên ái, ái duyên thủ, thủ duyên hữu, hữu duyên sanh, già, chết, sầu, bi, khổ, ưu, não khởi lên. Như vậy là toàn bộ khổ uẩn này tập khởi."

Toàn bộ giáo lý Duyên sinh là 12 chi phần hợp duyên với nhau. Chi phần này làm duyên cho chi phần kia và cứ thế mà sinh khởi xoay vòng vô tận. Trong 12 chi phần này, đức Phật đã định nghĩa từng chi phần một như sau:

1. Lão tử (jāra marana): "Cái gì thuộc chúng sinh này hay chúng sinh khác, thuộc bộ loại chúng sinh này hay thuộc bộ loại chúng sinh khác, bị già yếu, suy nhược, răng rụng, tóc bạc, da nhăn, tuổi thọ đồi bại, các căn chín muồi. Đây gọi là già. Sự từ bỏ, hủy hoại, tiêu mất, tử vong, các uẩn tàn lụn, thân thể vứt bỏ. Đây gọi là chết. Như vậy đây là già, đây là chết."
2. Sanh (jāti): "Cái gì thuộc chúng sanh này hay chúng sanh khác... bị sanh, xuất sanh, giáng sanh, đản sanh, sự xuất hiện các uẩn, sự thành tựu các xứ."
3. Hữu (bhava): "Dục hữu, sắc hữu, vô sắc hữu."

4. Thủ (upādāna): "Dục thủ, kiến thủ, giới cấm thủ, ngã luận thủ."

5. Ái (taṇhā): "Sắc ái, tham ái, hương ái, vị ái, xúc ái, pháp ái."

6. Thọ (vedanā): "Thọ do nhãn xúc sanh, thọ do nhĩ xúc sanh, thọ do tỷ xúc sanh, thọ do thiệt xúc sanh, thọ do thân xúc sanh, thọ do ý xúc sanh."

7. Xúc (phassa): "Nhãn xúc, nhĩ xúc, tỷ xúc, thiệt xúc, thân xúc, ý xúc."

8. Lục xứ (salāyatana) hay Lục nhập: "Nhãn xứ, nhĩ xứ, tỷ xứ, thiệt xứ, thân xứ, ý xứ."

9. Danh sắc (nāma rupā): "Thọ, tưởng, tư, xúc, tác ý. Đây gọi là danh. Bốn đại chủng và sắc do bốn đại chủng tạo ra, đây gọi là sắc."

10. Thức (viññāṇa): "Nhãn thức, nhĩ thức, tỷ thức, thiệt thức, thân thức, ý thức.

11. Hành (saṅkhāra): "Thân hành, khẩu hành, tâm hành."

12. Vô minh (avijjā): "Không rõ biết về Khổ, không rõ biết vê Khổ Tập, không rõ biết về Khổ Diệt, không rõ biết về con đường đưa đến Khổ Diệt."

Phần trên là trình bày sự tập khởi của 12 nhân duyên. Do duyên hợp mà thành và ngược lại do duyên tan rã nên bị đoạn diệt, và đức Phật dạy về sự đoạn diệt như sau:

"Do sự đoạn diệt, ly tham, vô minh một cách hoàn toàn nên hành diệt. Do hành diệt nên thức diệt. Do thức diệt nên danh sắc diệt. Do danh sắc diệt nên sáu xứ diệt. Do sáu xứ diệt nên xúc diệt. Do xúc diệt nên thọ diệt. Do thọ diệt nên ái diệt. Do ái diệt nên thủ diệt. Do thủ diệt nên hữu diệt. Do hữu diệt nên sanh diệt. Do sanh diệt nên già chết, sầu, bi, khổ, ưu, não đều diệt. Như vậy là đoạn diệt

ly tham vô minh một cách hoàn toàn của toàn bộ khổ uẩn này.”

Và rồi, một thời đức Phật ở tại Sāvatthi, Ngài đã thuyết giảng về vấn đề tà đạo và chánh đạo cho chúng tỳ-kheo. Vấn đề tà đạo và chánh đạo ấy chính là pháp Duyên sinh. Tà đạo tức là do vô minh duyên hành, hành duyên thức cho đến sanh lão tử, một chuỗi duyên sinh khởi và tạo thành điều kiện trỗi dậy của vạn pháp. Còn chánh đạo tức là do đoạn diệt, ly tham vô minh một cách triệt để nên hành cũng bị hủy diệt và hành diệt nên thức diệt, như vậy cho đến lão tử diệt, một chuỗi duyên sinh được dập tắt. Bản lai diện mục của vạn pháp tịch nhiên hiển lộ.

Cũng vấn đề Duyên sinh, đức Phật đã dạy vào một thời quá khứ, đức Thế Tôn Vipassi khi chưa chứng quả, chưa giác ngộ, giải thoát, còn là vị Bồ tát, đã khởi lên những tư tưởng như sau: *“Thật sự thế giới này đang lâm nguy, bị sanh, bị già, bị chết, đoạn diệt và tái sanh, và từ nơi khổ đau này, không biết xuất ly, thoát khỏi già và chết. Từ nơi khổ đau này, không biết khi nào biết đến xuất ly, thoát khỏi già và chết!”* Đức Phật Vipassi lại tiếp tục suy tư để tìm ra nguyên lý của sự khổ ấy: *“Do cái gì có mặt, già chết có mặt? Do duyên gì, già chết sanh khởi?”* Sau khi như lý tư duy, Bồ tát Vipassi nhờ vào trí tuệ siêu việt, phát khởi minh kiến: *“Do sanh có mặt, già chết có mặt. Do duyên sinh, già chết sanh khởi. Do cái gì có mặt, sanh có mặt? Do duyên gì sanh sanh khởi? Do hữu có mặt nên sanh có mặt. Do duyên hữu, sanh sanh khởi... Do thủ có mặt nên hữu có mặt. Do duyên thủ, hữu sanh khởi. Do ái có mặt nên thủ có mặt. Do duyên ái, thủ sanh khởi. Do thọ có mặt nên ái có mặt. Do duyên thọ nên ái sanh khởi. Do xúc có mặt nên thọ có mặt, do duyên xúc, thọ sanh khởi... Do vô minh có mặt nên hành hiện hữu. Do duyên vô minh, hành sanh khởi.”*

Và Bồ tát Vipassi đã như lý tư duy ngược lại, về sự hủy diệt của chúng: *"Cái gì không có mặt, già chết không có mặt? Do cái gì diệt, già chết diệt? Sanh không có mặt nên già chết không có mặt. Do sanh diệt nên già chết diệt... Do vô minh không có mặt nên hành không có mặt. Do vô minh diệt nên hành diệt. Như vậy là sự đoạn diệt toàn bộ khổ uẩn."*

Nội dung giáo lý Duyên sinh là nói lên tinh thần giả hợp của sự vật. Tự bản thân của vạn pháp là giả huyễn không mang tính chất thực hữu. Chính vì không có tính chất thực hữu nên ta biết sự vật là vô ngã. Cùng chung một nguyên tắc "tánh không". Nhưng giáo pháp của đức Phật chứng ngộ là giáo pháp tánh không, vô ngã mà ngược lại con người quan niệm sự vật, cuộc đời là thực có và có một cách vĩnh cửu. Con người chủ trương một bản ngã trường tồn và chấp thủ ngã chân thật. Vì lẽ đó, sau khi đức Phật giác ngộ, Ngài đã thấy sự khó khăn trên bước đường truyền bá giáo pháp đến cho con người, chúng sinh. Nhưng cuối cùng Ngài đã quyết định đem giáo pháp vô ngã ấy đến cho tất cả, nếu ai có căn cơ chứng ngộ thì sẽ liễu tri.

Với tinh thần giáo pháp Duyên sinh mà đức Phật đã chứng ngộ, có lần Tôn giả Sāriputta tán thán công đức Thế Tôn như sau: *"Ngài là bậc tối thượng, tối tôn... quá khứ và tương lai không thể có ai cao hơn nữa..."* Khi nghe vậy, đức Thế Tôn hỏi Sāriputta vì lý do gì và biết gì về Thế Tôn mà nói lên lời xưng tán mạnh mẽ như vậy. Sāriputta đã trình bày sự thấy biết của mình về Thế Tôn là truyền thống chứng đắc của ba đời chư Phật, ấy chính là sự chứng đạt toàn triệt về pháp tánh, về duyên khởi tánh của vạn pháp.

Sau khi Tôn giả Sāriputta tán thán sự giác ngộ của đức Phật, Đức Phật cũng nói lên cảm nghĩ của ngài về Sāriputta: *"Nếu ta đặt lại câu hỏi về các pháp, về pháp giới này suốt một ngày một đêm thì Tôn giả Sāriputta có thể trả lời suốt một ngày, một đêm. Nếu ta đặt lại câu hỏi suốt bảy ngày, bảy đêm, thì Tôn giả Sāriputta có thể trả lời suốt bảy ngày, bảy đêm. Bởi vì Sāriputta là bậc Đại tuệ, đã thể nhập pháp tánh, đã chứng đạt nhuần nhuyễn pháp tánh duyên khởi..."*

Tự tánh của sự vật do duyên sinh là một định luật tất yếu. Tự tánh của pháp hữu vi là đoạn diệt, là vô thường biến dịch, chóng tan vỡ. Vốn dĩ tự tánh các pháp là như vậy nên dù đức Phật có mặt ở đời hay không thì tự tánh các pháp ấy cũng là *"như tánh thật tánh, pháp trú tánh ấy, tánh ấy của pháp là chân như không hư vọng, không thể đổi khác"*.

Vì thật tế của vạn pháp là như vậy nên được gọi là định lý duyên khởi. Nhưng điều quan trọng nơi đức Phật là Người đã khai sáng tự tánh vô ngã và chứng ngộ, giải thoát khỏi tính chất vô ngã ấy.

Có lần đức Thế Tôn thuyết giảng cho trưởng giả Anāthapindikā về thánh lý Duyên khởi như sau:

"Ở đây, này gia chủ, vị Thánh đệ tử khéo như lý tác ý lý Duyên khởi. Do cái này có mặt, cái kia có mặt. Do cái này sanh khởi, cái kia sanh khởi. Do cái này không có mặt, cái kia không có mặt. Do cái này diệt, cái kia diệt."

Qua lịch trình diễn tiến của giáo lý Duyên sinh, nguyên nhân, động cơ sinh khởi và hoại diệt của chính nó, từ đây chúng ta thấy rằng do nhân duyên nên mọi hiện tượng được tạo thành, và vì có duyên sinh nên tự thể của sự vật là vô ngã, vô thường, khổ, không, chịu sự hủy diệt. Như vậy, đây là toàn bộ khổ uẩn này hủy diệt, mà thật ra ta không thấy có cái ngã nào sinh khởi và hoại diệt cả...

Có lần đức Phật thuyết giảng về bốn loại thức ăn khiến cho các loại chúng sinh được tồn tại, hay khiến cho các loại sắp sinh thành được thọ sinh. Bốn loại thức ăn ấy là: đoàn thực, xúc thực, niệm thực và thức thực. Khi ấy Tôn giả Moliya Phagguna thưa hỏi Thế Tôn: *"Ai ăn thức thực?"*

Thế Tôn đáp: *"Câu hỏi ấy không thích hợp, ta không nói: 'Có ai ăn.' Nếu ta nói "Có kẻ ăn" thì câu hỏi "ai ăn" là thích hợp. Nhưng ta không nói như vậy. Và vì ta không nói như vậy, nếu có ai hỏi ta: 'Bạch Thế Tôn, thức thực là cho ai', thì câu hỏi này thích hợp. Ở đây, câu trả lời thích hợp là như sau: "Thức thực là duyên cho sự sinh thành, cho sự tái sinh trong tương lai. Khi cái này hiện hữu, có mặt thì sáu xứ có mặt. Do duyên sáu xứ, xúc có mặt."*

Và cũng như vậy, nếu đặt câu hỏi ai vô minh, ai hành, ai xúc và ai khổ...? Những câu hỏi như vậy không thích hợp tinh thần giáo lý Duyên sinh mà chúng ta phải đặt câu hỏi là *"do duyên nhân nào mà vô minh hiện hữu? Khổ hiện hữu?"* Như vậy mới đúng trên nguyên tắc lập luận. Và như vậy sẽ trả lời rằng: *"Sở dĩ có khổ hiện hữu là do xúc mà phát sinh"*, khổ thuộc cảm thọ. Với chủ trương của các luận thuyết ngoại đạo, họ cho rằng: *"Khổ do tự mình làm thường kiến, hoặc do người khác làm ra đoạn kiến, hoặc do mình cùng người làm, hoặc do tự nhiên không do mình và người cùng làm."* Các chủ trương này là ngoại đạo.

Cũng trên quan điểm này, Tôn giả Sāriputta đã tuyên bố như sau: *"Nếu khổ do mình làm ra hay do người khác làm ra thì khổ ấy sẽ không cần xúc. Sự kiện này không thể xảy ra."* Rồi những câu hỏi được đặt ra liên quan đến ngã: *"Quá khứ ta là gì? Ta có mặt như thế nào? Ta có sắc hay không? Và tương lai ta sẽ là gì? Ta có mặt như thế nào? Ta có sắc hay không? Hiện tại ta là ai? Ta có sắc hay không?"*... Tất cả những câu hỏi này thảy đều là vọng tưởng, không thuộc chánh kiến về giáo pháp Duyên sinh.

Và như vậy một khi chúng ta phủ nhận cái "ta", thì hiện tại ai là kẻ thừa tự giáo pháp, học hỏi đạo nghĩa, đoạn trừ sinh tử khổ đau và chứng đắc Niết-bàn? Mới nghe qua, ta tưởng các câu hỏi ấy là đúng, nhưng kỳ thật làm sao có nghĩa và hợp lý được, khi mà mọi vật đều chuyển mình trong vòng xoay của 12 móc xích duyên sinh tạo thành. Vậy thì làm sao tìm thấy cái "ta" trong chuỗi biến dịch liên tục giả hợp ấy? Do đâu mà con người có cái "ta" để rồi: cái này là "tôi", cái này là "tự ngã của tôi", cái này sở thuộc của "tôi". Đây không là gì khác ngoài sự lầm tưởng của suy tư, đã không nhận chân được thực tại đang trôi chảy mà lầm tưởng các pháp là thật có và có tự thể trường tồn. Đây chính là sản phẩm sai lầm của suy tư.

Chính do suy tư mà tôi nói có cái nhà. Kỳ thật cái nhà là gì? Là nền, là vách, là mái, là kèo, cột... gộp lại mà thành. Vậy, cái nhà không có tự ngã mà do các yếu tố kết hợp lại thành hình cái nhà mà thôi. Một quan điểm hoàn toàn vô lý của suy tư. Do suy tư bóp méo thực tại. Do suy tư đánh mất sự thật của sự vật: vô ngã.

Và như vậy, chúng ta có thể hiểu rằng, cái "tôi" ở đây cũng chính là con đẻ của suy tư. Như vậy, khi con người phát khởi suy tư để hỏi và trả lời câu hỏi, tất cả đều do vọng niệm. Vì kẻ hỏi và người trả lời không nằm ngoài phạm trù của suy tư trong khi thực tại là vô ngã. Vậy thì chúng ta có thể nói rằng thế giới hữu ngã là thế giới của suy tư, còn thế giới vô ngã, đó chính là thế giới của thực tại, sống động linh hoạt.

Khi chúng ta nhìn qua lăng kính Duyên khởi, thế giới này quả thật hoàn toàn vô ngã, như trong kinh Kim Cương đã thể hiện tinh thần này: *"Nhất thiết hữu vi pháp, như mộng, huyễn, bào, ảnh, như lộ diệc như điển, ưng tác như thị quán."* Tất cả các pháp hữu vi giống như giấc mộng, như huyễn hóa, như bọt nước, như ánh chớp, như sương mai, như điện xẹt, phải quán đúng như vậy. Hoặc *"nhất thiết pháp vô ngã, vô nhân, vô chúng sinh, vô thọ giả".* Tất cả pháp là vô ngã, không có ta, không có người khác, không có chúng sinh, không có mạng căn, tuổi thọ.

Bản thể của sự vật vốn là vô ngã, cho nên thực tại mới diệu dụng. Chính tự thể là vô ngã nên nó mới biến ra nhiều cảnh tượng khác nhau, là diệu hữu, một cách tài tình trong thế giới trùng trùng duyên khởi và luôn luôn hiện hữu trong tự thể của chính nó. Vì vô ngã nên các pháp không có sự chướng ngại với nhau mà đều tương dung, tương nhiếp. Nếu ngược lại, sự vật có một cái ngã của chính nó, có tồn tại với chính nó, mà nó không là cái khác thì bản tính linh hoạt của sự vật sẽ chết ngay trong tự thể của nó. Và vì thực tại vốn là vô ngã cho nên tinh thần bất nhị đã thể hiện *"phiền não tức bồ-đề, sanh tử tức Niết-bàn."*

Nếu sự thật của sự vật không là như vậy – nếu có một ngã tính, thì phiền não sẽ vĩnh viễn là phiền não và muôn đời sẽ không là bồ-đề, và dù có chúng sinh tu tập tinh cần thì sinh tử vẫn là sinh tử, chẳng bao giờ thể nhập chân như, tịch tịnh, Niết-bàn. Bản tính các pháp là vô tự tính nên con người mới có khả năng giải thoát mọi ngục tù của si mê để chuyển thành đại ngộ. Thế giới "vọng niệm thành sinh diệt" của ngã tướng hoàn toàn không thực này chỉ tồn tại một cách thật mong manh như vậy nên con người mới có khả năng "nhất niệm thông tam giới", và vì nó không thực thể nên mới *"trông ra bến hoặc, bờ mê, ngàn thu nửa chớp bốn bề một phương."*[1]

Tất cả mọi vật chung quanh ta thảy đều mang một tự tính là vô ngã. Nếu chúng ta có một trực giác nhạy bén thì sẽ nhận diện thực tướng các pháp một cách dễ dàng và cũng chính nơi đây chúng ta sẽ liễu tri được tự thân con người sinh ra, lớn lên rồi già nua và hủy hoại. Đây chính

[1] Thơ Vũ Hoàng Chương.

là tiến trình thành, trụ, dị, diệt của các pháp. Tại sao chiếc lá trên cành ngày trước còn xanh tươi, nhưng qua hôm sau lại thay màu, rồi rơi về cội? Phải chăng chiếc lá ấy chịu sự chi phối của luật vô thường và chuyển mình theo lý Duyên sinh: cái này sinh tồn nên cái kia cũng sinh tồn, và cái này hủy diệt nên cái kia cũng hủy diệt. Một sự hủy diệt dây chuyền không hề có sự gián đoạn, ngăn cách.

Một khi chúng ta thấy rõ được bản lai diện mục của các pháp rồi, thì nơi kia một đóa hoa tàn, trên trời một áng mây tan hay một vầng trăng khuyết, chúng ta cũng trực nhận được rằng, đó chính là biểu hiện của vô ngã, vô thường, của sự vật.

Có nhiều trường hợp đệ tử Phật chứng ngộ một cách thật mau lẹ vì trực nhận được vạn pháp giai không thật nhiệm mầu. Như trong Trưởng Lão Ni Kệ, một nữ Phật tử sống cuộc sống gia đình với chồng con, rồi một hôm làm bếp, bà nhìn thấy đồ ăn bốc cháy xèo xèo trong chảo dầu đang sôi, bà nhận ra lẽ vô thường ngay đó, liền chứng đắc quả A-na-hàm.

Tóm lại, sự vật luôn hiển bày thật tướng của chính nó là vô ngã, nếu chúng ta biết suy tư, chiêm nghiệm thì sẽ thể hội được thật tướng ấy ngay. Còn như chúng ta cứ nhận bóng trăng dưới nước cho là trăng thật, thì thế giới này sẽ bị đảo lộn tất cả, từ con người cho đến thiên nhiên ngoại vật. Nếu chúng ta bình tâm hơn một chút nữa, nhìn sợi dây chính thực là sợi dây mà không nhầm thành con rắn thì thế giới này không thể đánh lừa được ta, không còn khả năng hấp dẫn và lôi kéo chúng ta, thấy rõ đây là sắc khả ái, khả lạc, khả ố, khả hỷ... Ta bình tĩnh, tự tại trong đời sống gọi là khổ đau này mà không quan tâm đây là vô thường hay kia là khổ, không, vô ngã...

TIẾT 12. GIÁO PHÁP VÔ NGÃ: NỀN TẢNG NHẬN THỨC CHỐNG KỲ THỊ

Giáo lý vô ngã gián tiếp đề xuất một siêu chủ thuyết, siêu chủ nghĩa xã hội, siêu khuôn mẫu. Giáo pháp vô ngã thực sự là nền tảng nhận thức để xây dựng các lý thuyết căn bản chống lại mọi chủ thuyết kỳ thị dựa trên giai cấp hay chủng tộc. Vậy giáo lý vô ngã nói lên những gì?

Linh hồn, ngã hay cái tôi được con người quan niệm là để nói lên một cái gì hằng hữu bất biến. Một sự bất biến không điều kiện của pháp giới tánh. Đồng quan điểm trên, cũng có một vài giáo phái được gọi là tôn giáo đã cho rằng mỗi con người là một thế giới biệt lập, có một linh hồn miên viễn, do một đấng quyền năng tạo thành, rồi sau khi chết thì linh hồn đó sẽ được hiện hữu trong một cảnh giới nào đó tùy theo khả năng đi lên hay đi xuống của mỗi linh hồn. Và chính mỗi linh hồn ấy được các đấng quyền năng quản lý thật chặt chẽ. Đấng ấy phán quyết, ra lệnh, ban bố những gì thì linh hồn đều phải tuân theo, bảo đi vào hỏa ngục thì vào hỏa ngục và bảo lên thiên đường thì lên thiên đường. Tất cả mọi sai sử đều phát xuất từ đấng quyền năng đang ngự trị trên cao ấy. Và từ đó, đời sống linh hồn trải qua nhiều kiếp cho đến khi nào tự bản thân linh hồn được thánh thiện hóa bằng sự phán xét của đấng sáng tạo thì linh hồn sẽ được gần gũi với Thượng đế, làm quyến thuộc với Thượng đế, được đồng hóa với Thượng đế. Từ đây, linh hồn đại thể được hóa sanh và vĩnh viễn hiện hữu.

Như vậy, cái vĩnh viễn hiện hữu đó con người gọi là ngã. Chính bản thân cái ngã này là động cơ tác động cho mọi suy tư, hành động thiện và bất thiện.

Đức Phật đã hoàn toàn phủ nhận quan điểm này và lên án những kẻ gọi là đấng tối cao đã phù phép một cách vô dụng và độc ác: *"Như vậy, chính do sự tạo tác của đấng tối cao mà con người trở nên sát nhân, trộm cắp, tà dâm, giả dối, phỉ báng, thô lỗ, nhảm nhí, thèm thuồng, khao khát, hiểm độc, tinh quái và hiểu biết sai lầm. Do đó, nếu chủ trương có một thần linh là nguồn gốc của tất cả những điều ấy thì sẽ không còn ý muốn, hoặc sự cố gắng, cũng không có sự cần thiết để làm hoặc tránh những hành động ấy."*

Trong một thời gian khác, khi đề cập đến vấn đề tu khổ hạnh của các ngoại đạo lõa thể, đức Phật dạy như sau: *"Này các tỳ-kheo, nếu quả thật chúng sanh chịu khổ đau hay hưởng hạnh phúc vì đó là ý muốn của thần linh tạo hóa, thì vị thần linh đã tạo nên những nhà tu khổ hạnh lõa thể kia chắc chắn là một nhân vật ác độc, vì các người ấy chịu khổ khủng khiếp."*

Như vậy, quan niệm về ngã hay ātman, brahman là một quan niệm không tưởng, ngụy tạo do vô minh của con người hình thành. Quan niệm này thật nguy hại vì đã khiến con người nhận hiểu sai lầm thế giới thực tại khách quan và đánh mất tinh thần tự tin, tự chủ nơi chính mình. Và do đó, bao nhiêu vấn đề phiền toái tạp loạn dấy khởi, các hành vi bất thiện, dục vọng phát sinh, tâm lý thù hằn, ác độc, tranh chấp có cơ hội phát triển và mọi khổ đau có mầm mống trỗi dậy.

Chính vì quan niệm có bản ngã và cái tôi mà con người đã nảy sinh ra những ý nghĩ bảo vệ, duy trì bản ngã và cái tôi ấy: tự vệ và tự tồn. Vì tự vệ, con người đã tạo ra Thượng Đế để nương cậy, để che chở cho chính mình, để được an toàn và bảo đảm, như một đứa trẻ nương tựa vào cha mẹ. Vì muốn tự tồn người ta đã tạo ra ý tưởng về một linh hồn bất tử hay ātman, sẽ sống mãi đến bất tận. Trong ngu si, yếu đuối, sợ hãi, dục vọng, con người cần hai điều ấy để tự an ủi. Do đó, họ bám vào đấy một cách cuồng tín và sâu đậm.

Toàn bộ hệ thống giáo lý giải thoát của đức Phật là một sức mạnh phá vỡ sự si mê, khát ái và chấp thủ để mở bày trí tuệ giác ngộ cho con người. Vì vậy, mọi xu hướng về linh hồn, bản ngã, thần linh đều là vô nghĩa đối với đạo Phật. Bản thân những điều đó chỉ là bóng dáng ảo tưởng, là sương mù của vùng tâm thức si mê, của những loại ngôn thuyết phù phiếm bám víu vào lòng người khát khao ái dục.

Sau khi chứng ngộ, đức Phật đã đọc được tư tưởng con người như vậy nên dạy rằng giáo pháp của Ngài là một loại giáo pháp nghịch lưu, chảy ngược dòng sinh tử, và chặn đứng vòng quay của luân hồi. Tinh thần giáo pháp ấy là *"Ta đã thực chứng một sự thực sâu xa, khó thấy, khó hiểu... chỉ những bậc trí giả mới hiểu được... những người bị đam mê chế ngự, bị vô minh vây phủ, không thể nào thấy chân lý này vì nó ngược dòng, nó cao siêu, sâu nhiệm, tế nhị và khó nghĩ bàn."*

Tinh thần giáo lý vô ngã, có thể nói chính là mặt khác của hệ thống ngũ uẩn và giáo lý duyên sinh. Bởi vì, bản thân của ngũ uẩn hay giáo lý duyên sinh cũng đều do duyên sinh, mà cái gì do duyên sinh thì cái ấy là vô thường, vô ngã. Vậy bản thân của ngũ uẩn, giáo lý duyên sinh và tinh thần vô ngã cũng cùng chung trong một hệ thống lập luận. Nếu đi sâu vào nội dung của mỗi phạm trù thì con người sẽ thấy rằng không có một cái gì ở bên trong để được gọi là bản ngã hay cái tôi vĩnh cửu bất diệt cả. Và cũng không có cái gọi là ai đã là, ai đang là, và ai sẽ là. Điều này người viết đã trình bày trong những tiết trên về ngũ uẩn và duyên sinh.

Khi đã thấy được như vậy, con người sẽ không còn nương tựa hay phó thác tự thân mình cho một thần linh nào bên ngoài và cũng sẽ không đánh mất lòng tự tin và ý chí hướng thượng của chính mình. Để chỉ rõ hơn sự vô nghĩa của cái gọi là Đấng Tạo Hóa, Đấng Tối Cao, trong Kevaddha Sutta ghi lại câu chuyện một vị tỳ-kheo muốn tìm hiểu về nguồn gốc của tứ đại. Vị tỳ-kheo này đã đến hỏi vị Mahā Brahma (Đại Phạm Thiên). Nhưng vị Mahā Brahama này đã quanh co trong câu trả lời như sau: *"Này đạo hữu, ta là đấng Brahma, đấng Mahā Brahma, đấng tối thượng, toàn tri, là người cầm quyền định đoạt, là Giáo chủ, là Người sáng tạo, là Tạo hóa, là bậc Toàn Thắng, là chúa tể, là chủ của chính ta, là cha của chúng sinh đã, đang và sẽ được ra đời."*

Ý nghĩa câu hỏi một nơi mà vị Brahma lại trả lời một ngả, hoàn toàn không phù hợp với câu hỏi. Bởi vậy, vị tỳ-kheo vẫn không thỏa mãn trước sự trả lời như vậy và tiếp tục hỏi đến 3 lần, cuối cùng vị Brahma túng thế bèn nắm tay vị tỳ-kheo bước ra khỏi hội chúng chư thiên và ghé tai nói nhỏ rằng: *"Này đạo hữu, các vị trong đám hầu cận ta tin tưởng như thế này: Đức Brahma thấy, hiểu biết và thấu triệt mọi việc. Vì lẽ ấy, trước mặt họ ta không thể trả lời với thầy rằng ta không biết đến 4 yếu tố đất, nước, lửa, gió phải chấm dứt, không để lại dấu vết. Đạo hữu bỏ đức Thế Tôn để đi tìm hiểu những vấn đề tương tự ở nơi khác thì rõ thật là lỗi lầm và trái đạo. Hỡi đạo hữu, đạo hữu hãy trở về, đến gần đức Phật và xin Ngài giải thích. Ngài giảng như thế nào, thầy hãy tin theo lời."*

Thực thể của thần linh vốn không, vậy điều quan trọng nơi đây là ý chí tự lực, tiềm năng giải thoát và trí tuệ siêu việt bằng thiền định của con người là giá trị tối thượng để mang con người tới nơi trú ngụ an toàn cho chính mình mà không phải thừa hành hay được ban bố bởi bất cứ một ai.

Vì sự tổng hợp duyên sinh và sự cấu tạo ngũ uẩn đã giăng bày trước mắt con người một sự thật là vô ngã thì không có cái gì gọi là linh hồn, bản ngã hay cái tôi để con người theo đuổi.

Từ đây, để tránh sự ngộ nhận, cần phân biệt có 2 loại chân lý được trình bày: "Chân lý ước định" và "chân lý tối hậu". Khi ta dùng thường ngày những từ ngữ như "tôi", "anh", "linh hồn", "cá nhân" v.v... cũng không phải chúng ta nói sai vì thực sự không có ngã hay linh hồn như thế, nhưng đó là chúng ta nói theo một sự thật thuận với quy ước của thế gian, hay chân lý ước định. Còn sự thật hay chân lý tối hậu là: Không có "tôi" hay "linh hồn".

Sự bác bỏ hoàn toàn quan niệm chấp ngã và cái tôi là tinh thần chung của giáo pháp giải thoát mà không riêng của một ngành giáo lý nào trong ngôi nhà Phật giáo. Từ khi chứng ngộ cho đến lúc Niết-bàn, đức Phật luôn giảng dạy ý nghĩa vô sinh và phương pháp diệt trừ cái sinh, ý nghĩa vô ngã và phương tiện diệt trừ chấp ngã. Tinh thần giáo lý này đã đi sâu vào mọi lãnh vực sinh hoạt của con người. Nhưng việc chấp nhận tinh thần giáo pháp vô ngã này là một điều quá khó đối với con người. Vì bản thân con người, vốn dĩ theo tập khí cố hữu - nguồn gốc của vô minh - là chấp ngã, tự tạo cho mình một ông Thượng đế, rồi ai đụng tới cái ông Thượng đế ấy của mình là phản ứng chống lại ngay.

Nhưng không chỉ đơn thuần con người xây dựng Thượng đế cho chính mình mà lắm khi do mê muội họ còn cho rằng đức Phật phủ nhận bản ngã, chủ tể hay cái tôi là điều sai lầm, rằng Ngài không thực tế mà chỉ sống với một thế giới cao siêu huyền bí nào ở đâu, không sống với sự sống thực sự của con người xã hội.

Có người đã băn khoăn về giáo pháp vô ngã do đức Phật khởi xướng, vì nếu chủ trương như vậy thì con người sẽ đánh mất cái tôi mà họ nghĩ là có thật, và như vậy con người cảm thấy thất vọng trước mọi hiện tượng của cuộc đời, và hạnh phúc đời người sẽ bị tàn lụn, vì không có bản ngã, cái tôi, sau khi chết là hết thì có gì vui thú.

Trước nỗi lo âu ấy, một hôm có vị tỳ-kheo hỏi Phật: *"Bạch Thế Tôn, có khi nào người ta bị giày vò bối rối vì không tìm thấy được một cái gì thường tồn ở trong nó?"* Đức Phật trả lời: *"Có, này tỳ-kheo, khi một người có quan niệm sau đây: 'Vũ trụ ātman ấy, ta sẽ là ātman sau khi chết, trường tồn, vĩnh viễn, bất diệt và ta sẽ tồn tại như thế trong vô tận thời gian.' Người ấy nghe Như Lai thuyết giảng nhằm mục đích phá hủy hoàn toàn mọi quan điểm tư duy... nhằm mục đích dập tắt lòng khao khát (ái), nhằm mục đích cởi mở, chấm dứt, Niết-bàn. Rồi người ấy nghĩ: 'Ta sẽ trở thành hư vô, ta sẽ bị phá hủy, ta sẽ không còn nữa.' Bởi thế người ấy buồn rầu, lo lắng, than khóc, đấm ngực và hoảng hốt hoang mang. Như thế, này tỳ-kheo, quả có trường hợp người ta bị giày vò khi không tìm thấy được một cái gì trường cửu ở trong chính mình."*

Hay ở một thời điểm khác, đức Phật dạy: *"Hỡi các tỳ-kheo, ý tưởng rằng: 'Ta có thể không còn tồn tại nữa, không có gì nữa', làm cho những người ngu lo sợ."*

Con người quan niệm nếu không có một cái ngã thì vấn đề sẽ là hư vô hay đưa đến thuyết đoạn diệt. Nhưng đức Phật có chủ trương như vậy hay không? Thực ra chúng ta thấy rằng lời Phật dạy về tinh thần vô ngã là một lời dạy thực tại khách quan, không nhuốm màu tiêu cực và hoại diệt hay mang con người vào một thế giới huyền ảo nào. Giáo lý đức Phật đã được chứng minh là một nền giáo lý thực tại mà đã là thực tại thì không thể gọi là bi quan hay tiêu cực gì cả. Chỉ có những nhận định sai lầm của con người, những lớp sương mù trong tâm tư, những quan điểm cuồng tín và một đốm hiểu biết hắt hiu ấy mới là tư tưởng tiêu cực, hiểu lệch đi ý nghĩa trong sáng lời dạy của bậc Đại tuệ mà thôi.

Bởi vậy, giáo pháp vô ngã đích thực là nền tảng nhận thức sự vật đúng, là hệ thống tư tưởng vượt lên trên mọi trào lưu tư tưởng, đi xa hơn vào một thế giới lìa khỏi mọi đối đãi và tuyệt tích hành tung của chủ nghĩa nhị nguyên. Đó chính là ý nghĩa nhận định về sự vật đang hiện hữu nơi đây là *"có một thực tại là vô ngã"*.

CHƯƠNG III.

KẾT LUẬN

Phật giáo là một hệ thống giáo lý rất thiết thực cho con người, và vì con người ngay trong cuộc đời hiện tại: xây dựng con người và xã hội từ cấp độ văn hóa đang là tương đối, thăng hoa dần đến cấp độ văn minh và đi đến tuyệt đối của một xã hội lý tưởng, thiết lập an lạc hạnh phúc toàn triệt cho con người.

Đức Thế Tôn vốn dĩ là một bậc đạo sư thực tiễn. Trong toàn bộ hệ thống giáo lý giải thoát Ngài không hề sử dụng luận lý siêu hình để đưa con người đến chỗ không tưởng, mà hương vị của hệ thống giáo lý ấy trực tiếp thể nhập vào lòng người để làm chất liệu xây dựng bình an và tư duy tu chứng cho con người.

Đức Phật đã dạy những gì rất thực tế: "Đây là khổ đau phải đoạn trừ và kia là phương pháp giải thoát phải chứng đắc." Ngài không xa rời bình diện sống thực tế của con người, mà khởi sự ngay từ đó để thanh lọc một đời sống thánh thiện và bình tâm nơi tự thân mỗi người. Đức Phật cũng không huyễn hoặc con người về một thứ hạnh phúc siêu thực để lôi cuốn những tâm hồn hiếu kỳ với một đời sống lê thê đầy hấp lực, mà khẳng định nơi mỗi con người một trí tuệ trong sáng, thích nghi với cuộc sống.

Có quan niệm cho rằng đức Phật là một vị thầy suốt ngày tư duy trong vắng lặng nơi đồng trống, một hình một bóng mà không có một sự sáng tạo hay làm lợi ích gì cho ai. Ngài sẽ đánh mất trí tuệ, không có một chút lợi lạc cho chính Ngài. Rồi từ đó, Ngài còn gieo rắc những tư tưởng nguy hiểm như vậy đến các người học trò ưu việt, không khác gì những đứa trẻ con thật ngây ngô mà không lợi ích hoạt bát." Đây là một nhận định rất hời hợt, thiếu cơ sở kiến thức của một quan niệm thiên kiến ngoại đạo. Nếu chịu khó đi sâu vào lãnh vực giáo lý thì họ sẽ đối diện một khu rừng bao la với những cây lành trái ngọt và đầy hương vị thơm tho, sẵn sàng hiến dâng cho con người thọ dụng, chứ không như cách nhìn thiển cận mà họ đang bám giữ.

Nếu bảo rằng đức Phật là một nhà tư duy không tưởng, thiếu thực tế, thiếu nhân bản và không lợi ích gì cho con người, cho xã hội, chỉ gieo rắc những hình ảnh của hư vô, tiêu cực, chúng ta thấy ngay sự vô lý của quan điểm đó qua những tiết mục trong Tiểu luận này. Những ý nghĩa nào là thiết thực hay không thiết thực, chính những lời dạy của đức Phật đã nói lên rất rõ.

Cho đến hôm nay, dù đã bước sang thế kỷ 21, con người vẫn không khỏi ngỡ ngàng ngạc nhiên trước những lời dạy chính xác, thiết thực và khoa học của đức Phật cách đây hơn 25 thế kỷ, bởi vì tư tưởng và trí tuệ bình thường của con người không thể đuổi kịp. Trong những lời dạy của Phật, chúng ta luôn thấy rõ một tinh thần thật cấp tiến và nhân bản, có giá trị suốt dòng thời gian thiên lưu mà không hề thoái hóa hay lạc hậu, vẫn luôn là một chân lý vĩnh viễn. Chân lý ấy chính là pháp Duyên sinh, là pháp Vô ngã, là con đường tu chứng Thánh Đạo tám ngành, là hiện thực của pháp Tứ Diệu Đế... Tất cả tinh thần giáo lý này, nếu con người có khả năng tiếp thu dù chỉ một phần cũng đã đủ để làm cho đời sống trở nên bình an trước những thăng trầm của cuộc đời, và họ sẽ được giải thoát khỏi những khổ đau, sinh, già, bịnh, chết.

Ngày nay có một số người còn cho rằng khoa học càng tiến bộ thì Phật giáo càng trở nên lạc hậu, vì Phật giáo không theo kịp sự phát minh của khoa học, không đáp ứng đầy đủ sự suy tư cho con người, và họ cho rằng Phật giáo sẽ tự hủy diệt trước sự thành công rực rỡ của khoa học. Nhận định này khá ngây ngô, chỉ dựa vào những kiến thức lý thuyết mà không có sự trải nghiệm thực tại, không thấy được sự vật luôn không ngừng biến đổi so với chính nó. Chúng ta có thể hỏi ngược lại rằng, bản thân khoa học là gì và sự thành tựu của khoa học do đâu mà có? Phải chăng đó chính là sản phẩm của suy tư, và nếu thực sự như vậy thì nơi đây không đáng đề cập đến, vì sự suy tư đó chẳng qua chỉ là những tư tưởng ngắn ngủi được tiếp nối liên tục qua năm giác quan và được xây dựng trên cơ sở hợp duyên của năm uẩn.

Từ đó ta có thể hiểu rằng, dù khoa học có tiến bộ đến bao nhiêu đi chăng nữa thì cũng không thể vượt ngoài định luật vô thường, không thể hiện hữu hay tồn tại độc lập ngoài 12 pháp duyên sinh, mà đã nằm trong quỹ đạo duyên sinh tương tục hòa hợp thì không thể có khả năng xây dựng cho con người một đời sống bình an và hạnh phúc vĩnh cửu. Vì bản thân của một điều không vĩnh cửu thì làm sao sinh ra một sự vĩnh cửu chân thật?

Và cuối cùng, khoa học cũng không giải quyết được gì đối với sự sống chết vô thường của con người. Mà đây chính là vấn đề lớn nhất đối với con người. Hơn nữa có thể nói khoa học càng tiến bộ thì con người càng thấy tăng thêm những nỗi khổ đau và hiểm họa. Con người phải đối diện với những nguy cơ khủng khiếp phát sinh từ chính những kết quả thành tựu của khoa học. Khoa học sản sinh nhiều sự nguy hại mà không thể hóa giải những sự nguy hiểm hại khủng khiếp ấy, chẳng hạn như thuốc nổ và năng lượng hạt nhân đều là những mối lo đang đè nặng tâm tư nhân loại trên trái đất và khoa học vẫn chưa có cách nào để kiểm soát một cách tuyệt đối những nguy cơ này.

Vậy nếu xét về phương diện cứu cánh rốt ráo, thử hỏi khoa học có thể làm được gì cho con người? Bất kể những tiến bộ vượt bậc và nhanh chóng của khoa học trong những năm gần đây, rốt cuộc con người vẫn luôn phải gánh nặng khổ đau.

Có lần, một giáo sư đại học Pháp đã phải than thở: "Trong khi người Tây phương đang quay sang Đông phương để tìm một chỗ nương tựa về tinh thần, thì ngao ngán thay, các bạn Đông phương lại đổ xô về phía chúng tôi để học theo một nền văn minh sắp chết."

Hoặc bác sĩ Alexis Carrel cũng đã phát biểu nỗi lòng của mình trước thảm họa của thời đại: "Nếu các nhà bác học của thế kỷ trước chịu khó nghiên cứu tâm hồn con người thì văn minh ngày nay hẳn không có một cục diện khủng hoảng như ngày nay."

Bởi vậy nên biết rằng, đạo Phật không dành cho riêng ai mà là một phương thức giải thoát chung cho hết thảy mọi người, không phân biệt màu da, chủng tộc, ngôn ngữ hay tập quán. Đạo Phật dành cho hết thảy mọi trào lưu tư tưởng qua các thời đại và đạo Phật hiện hữu khắp mọi nơi.

Chính vì vậy, tuy mỗi dân tộc nhìn đạo Phật theo cách khác nhau, nhưng tất cả đều thấy rằng đó là một lối thoát chung cho những khủng hoảng tinh thần của thời đại. Đây chính là chỗ diệu dụng của đạo Phật, luôn hòa nhập và thích nghi với từng dân tộc, từng đất nước để chuyển tải những ý nghĩa giải thoát và phương thức tu tập hành trì tốt đẹp.

Nhưng đạo Phật biến thiên và hòa nhập như vậy không có nghĩa là đánh mất đi bản thể, mà những chân lý Phật dạy thật ra vẫn không bao giờ thay đổi. Đó gọi là tùy duyên bất biến, nghĩa là có sự điều chỉnh thích nghi trong từng hoàn cảnh nhưng không bao giờ mất đi hay thay đổi những chân lý cốt lõi. Chính điểm này đã nói lên giá trị thực tiễn những lời dạy của đức Thế Tôn, thật uyển chuyển và phù hợp mọi căn cơ, mọi hoàn cảnh cũng như tâm lý của từng dân tộc. Ý nghĩa này thường được diễn đạt là "Phật pháp bất ly thế gian pháp". Đạo Phật không thể tách rời với con người mà có, và những lời dạy của đức Phật cũng không thể tách rời với con người mà có thể xuất hiện và tồn tại đến hôm nay. Từ đó, chúng ta có thể kết luận mà không sợ nhầm lẫn rằng, đạo Phật là dành cho con người, vì con người và của con người. Tất cả những gì đức Phật giáo hóa trong 45 năm không ngoài mục đích huấn luyện cho con người một khả năng tính tận diệt vô minh, xa lìa tham ái, đoạn trừ chấp thủ, để con người có thể tạo dựng một đời sống thanh bình cho chính bản thân mình và thánh thiện hóa cuộc đời đầy khổ đau này. Và hệ thống giáo lý ấy nên được xem như "ngón tay chỉ mặt trăng" để con người thấy được mặt trăng chân lý, hoặc xem như chiếc bè để đưa con người qua dòng sông khổ não, đạt đến cứu cánh giải thoát an vui.

Đây là những giá trị chân thật tuyệt đối trong đời sống mà đạo Phật đã dâng tặng con người qua các thời đại, không phân biệt chủng tộc hay khác biệt địa lý. Những giá trị lợi ích lớn lao ấy tạo ra sự ngưỡng mộ khao khát khi con người cảm thấy không đạt được, hoặc cho thấy rõ sự bất hạnh của những ai không được diện kiến sắc thân Như Lai, không được trực tiếp nghe Ngài chỉ dạy. Một bậc cổ đức đã tự thấy xót thương thân phận mình mà than thở rằng:

佛在世時我沉淪，

今得人身佛滅度。

懊惱自身多業障，

不見如來金色身。

"Phật tại thế thời ngã trầm luân,
Kim đắc nhân thân Phật diệt độ.
Áo não tự thân đa nghiệp chướng,
Bất kiến Như Lai kim sắc thân."

Dịch nghĩa:

Khi Phật ra đời, ta vẫn còn trầm luân [trong sinh tử],
Nay ta được thân người thì Phật đã nhập Niết-bàn.
Buồn thay cho chính ta do quá nhiều nghiệp chướng,
Nên không được nhìn thấy
sắc thân sáng chói màu vàng của đức Như Lai.

Thật không còn gì bất hạnh hơn đã được sinh làm người mà không đúng thời điểm, nên không thấy được kim thân của Phật, không nghe được lời vàng ngọc của Ngài dạy bảo.

Nhưng đức Phật thấu hiểu điều đó, nên Ngài đã xót thương chúng sinh mà để lại một gia tài Pháp bảo cho con người chúng ta hôm nay. Chính gia tài pháp bảo này là những viên ngọc quý, nếu biết sử dụng thì sẽ lợi lạc chẳng khác gì khi đức Thế Tôn còn tại thế. Quả thật, lịch sử cho thấy rất nhiều người đã nương vào giáo pháp mà thực hành tu tập và chứng đắc. Nhiều người đã nếm trải được hương vị giải thoát và có thể sống bình an trước sự vô thường biến chuyển. Điều đó đạt được là nhờ con người sau khi tiếp nhận giáo pháp sẽ không còn bôn ba rong ruổi tìm kiếm bên ngoài mà biết quay về với con người thật của chính mình, từ đó thức tỉnh được khả năng giác ngộ thành Phật.

Đức Phật dạy: “Trong muôn loài chúng sinh, chỉ riêng con người là có khả năng thành Phật cao nhất. Mỗi một con người đều sẵn có tánh Phật tiềm tàng và nếu có sự nỗ lực thích đáng thì mỗi người đều có thể thành Phật.”

Do vậy, con người cần phải tự mình bước đi trên con đường hướng đến sự giải thoát, thực hành theo những lời Phật dạy để có thể tự mình trải nghiệm những lợi ích an vui và hạnh phúc chân thật. Và cũng do vậy, không ai có thể cho rằng những tư tưởng của đạo Phật là hướng đến thế giới hư vô, gieo rắc cho con người những tư tưởng yếm thế để nhấn chìm đời mình trong lãng quên một cách vô nghĩa. Những lời dạy của Thế Tôn chính là thức ăn tinh thần mang lại lợi ích cho con người cả trong đời này và các đời sau nữa. Đây chính là những giá trị đích thực tuyệt đối mà con người không thể phủ nhận nếu dựa trên nhận định khách quan không bị đầu độc bởi những tư tưởng tà vạy hay những sự mê muội của tự thân.

Một tri kiến chân thật để nhận chân về giáo pháp của đức Phật chính là chất liệu để xây dựng một đời sống có ý nghĩa và đạt đến sự bình an tuyệt đối. Tri kiến chân thật này được Ngài Văn Thù diễn tả trong ước nguyện muốn được thấy Pháp thân của Phật: *“Con muốn thấy Phật chân thật để làm lợi ích hết thảy chúng sanh. Con quán thấy đức Phật với như tướng (tathatā), bất dị tướng, bất động tướng, bất tác tướng. Con quán đức Phật là vô sinh, vô diệt tướng, bất hữu tướng, bất vô tướng, bất tại phương, bất ly phương, phi tam thế, phi bất tam thế, phi nhị tướng, phi bất nhị tướng, phi cấu tướng, phi tịnh tướng. Quán như thế là chánh quán Như Lai, làm lợi ích cho hết thảy chúng sinh.”* Chỉ với một tri kiến chân thật vô phân biệt như thế, chúng ta mới có thể thấu triệt được những lời dạy của Phật.

Tóm lại, những dữ kiện được nêu lên qua các Tiết mục của Tiểu Luận này chính là bản hoài độ sinh của Chư Phật. Tất cả những gì đức Phật đã để lại cho con người không ngoài mục đích nhằm tạo dựng cho bản thân con người, gia đình và xã hội một sự thánh thiện toàn triệt. Và chung quy cũng là cung ứng một chất liệu thiết yếu để con người lấy đó làm tư lương cho cuộc sống an vui trong hiện tại và hướng về một sự giải thoát toàn triệt mai sau.

SÁCH THAM KHẢO

NĂM BỘ NIKĀYA

1. Tăng chi bộ Kinh III B
2. Tăng chi bộ Kinh tập III A
3. Trường bộ Kinh IV. Kinh Chuyển Luân thánh vương
4. Trung bộ Kinh I. Kinh Sợ hãi và khiếp đảm
5. Tương ưng bộ Kinh tập I
6. Trung bộ Kinh IV
7. Tương ưng bộ Kinh V
8. Tăng chi bộ Kinh tập II B
9. Tăng chi bộ Kinh tập V B
10. Tiểu bộ Kinh tập I
11. Kinh Bản sanh (Jātaka) thuộc Tiểu bộ kinh
12. Tương ưng bộ Kinh tập I
13. Kinh tập
14. Trường bộ Kinh tập I
15. Trưởng Lão Ni kệ thuộc Tiểu bộ kinh
16. Trường bộ Kinh tập III
17. Tăng Chi bộ Kinh tập II A

18.Tăng Chi bộ Kinh tập I

19.Tương Ưng bộ Kinh II

20.Trưởng Lão Tăng kệ thuộc Tiểu bộ kinh

21.Trung bộ Kinh III

22.Trung bộ Kinh II (v.v... Hòa Thượng Thích Minh Châu dịch)

MỘT SỐ TÀI LIỆU KHÁC

23.Kinh Pháp Cú, TT. Thích Trí Đức dịch

24.Tứ Nhiếp Pháp, phần Kinh văn tuyển dịch, Hòa Thượng Tuệ Sỹ

25.Tài liệu Giáo dục, Đại đức Thích Chơn Thiện

26.Tư tưởng Phật Học, Thích Nữ Trí Hải dịch

27.Đức Phật và Phật Pháp, Phạm Kim Khánh dịch...

www.ingramcontent.com/pod-product-compliance
Lightning Source LLC
LaVergne TN
LVHW040418051026
849517LV00002B/368